கேரை

கேரை

சரவணன் சந்திரன்

எழுத்து பிரசுரம்

Title: Kerai
Author's Name: Saravanan Chandran

Published by Ezutthu Prachuram

Ezutthu Prachuram
(An imprint of Zero Degree Publishing)
No. 55(7), R Block, 6th Avenue,
Anna Nagar,
Chennai - 600 040

Website: www.zerodegreepublishing.com
E Mail id: zerodegreepublishing@gmail.com
Phone : 89250 61999

Ezutthu Prachuram First Edition: January 2023
ISBN: 978-93-90053-38-4
TITLE NO EP: 413

Cover Design: Humshini
Layout: Vijayan, Creative Studio

சமர்ப்பணம்
நண்பன் சாய்ராமிற்கு...

பொதுவாகவே முகநூலில் சிறுகுறிப்புகளாக எழுதுவதை தொகுத்து புத்தகமாகப் போடுவதில்லை என்பது என் எண்ணம். அதன் மீது எனக்குத் தனிப்பட்ட முறையில் விலக்கம் எல்லாம் கிடையாது. ஆனால் என்னைப் பொறுத்தவரை தலைப்பாக ஒன்று துலங்கி வந்து, குறைந்தது ஐநூறு வார்த்தைகளுக்கு மேல் எழுதும்படி அமைவதைத்தான் கட்டுரை என்று மனம் ஒப்புக்கொள்கிறது. ஏனெனில் முறையான அச்சுப் பத்திரிகை உலகத்தில் இருந்து வந்தவன் அல்லவா? அதற்குக் குறைவான சொற்களில் அமைந்தவற்றைப் புத்தகமாக்கும்போது துள்ளத் துடிக்க வெட்டி எறிந்துவிடுவேன்.

சில நேரங்களில் அந்தச் சிறு குறிப்புகளில் பெரிய தெறிப்புகள் இருப்பினும், வெட்டத் தயங்குவதில்லை. ஏனோ மனம் கட்டுரைக்கு என ஒரு வடிவத்தையும் நீளத்தையும் மனதில் அகலாத ஒரு வேர்ச் சொல்லைப் போல ஏந்தியிருக்கிறது. இப்போதிருக்கிற இருவரி யுகத்தில் அதிலிருந்து என்னால் மீள முடியுமா என்றெல்லாம் தெரியவில்லை. போகிற வரை போகட்டும் என அந்த மனநிலையில் இருந்து விடுபடாமல் தொடர்கிறேன்.

இந்தக் கட்டுரைத் தொகுப்பிற்கு சிதறிக் கிடந்தவைகளைப் பொறுக்கிய போது, கட்டுரைக்கான நீளத்தையும் வடிவத்தையும் கொண்டதை மட்டுமே எடுத்துச் கோர்த்திருக்கிறேன். இவை

யாவும் வெவ்வேறு மனநிலையில், வெவ்வேறு இடங்களில் அமர்ந்து எழுதப்பட்டவை. திரும்பிப் படிக்கும்போது மாறி மாறி அலையடித்திருக்கிற என் மனவோட்டம் இதில் துல்லியமாகப் பதிவு ஆகியிருப்பதை உணர்கிறேன். சிலநேரங்களில் எதுவும் எழுதாமல் இருப்பேன்.

அப்போது எனக்கு சிலர் தனிப்பட்ட முறையில் கடிதங்கள் அனுப்பி ஏன் எழுதவில்லை என விசாரிப்பார்கள். என்னுடைய முகநூல் பக்கத்திற்குப் போய் ஏதாவது எழுதி இருக்கிறேனா எனத் தேடியதாகவும் சொல்வார்கள். அந்த மாதிரி சமயங்களில் எழுதாமல் இருப்பது குறித்த குற்றவுணர்வை எட்டுவேன் என்றாலும், அதற்காக உடனடியாக வீம்பிற்கு எதையாவது எழுதுகிற ஆள் அல்ல நான்.

எழுத வேண்டிய விஷயம் உள்ளுக்குள் திரண்டு ஒரு படமாக எனக்குள் ஓட வேண்டும். ஒரு கை என் முதுகைப் பிடித்து எழுதச் சொல்லி முன்னோக்கித் தள்ள வேண்டும். அப்போது மட்டுமே எந்த விஷயத்தையும் எழுதத் துணிவேன். உள்ளுக்குள் பூக்காமல் கடனிற்கு எதையுமே செய்வதில்லை. தவிர என்னால் செய்ய முடிந்ததும் இல்லை. அவ்வாறே பழக்கப்பட்டும் விட்டேன்.

கட்டுரையோ, கட்டுரை பாணியிலான அனுபவக்குறிப்போ, படிப்பவர்களுக்கு எதையாவது ஒன்றை அது கடத்த வேண்டும். தகவல்களாக இருக்கலாம், புதிய கோணமாக இருக்கலாம், அல்லது தனித்துவமான ஒரு அனுபவமாக இருக்கலாம். இப்படி ஏதாவது ஒன்று இல்லாவிட்டாலும் என்னளவில் அது குறைப் பிறப்பே. இக்கட்டுரைகளைப் படிக்கிறவர்களின் பார்வையில் ஒருசில குறைப் பிறப்புகளாகத் தோன்றலாம். ஆனால் என்னளவில் இக்கணத்தில் இதை உங்கள் முன் பரப்பி வைப்பதில் நிறைவாகவே உணர்கிறேன்.

தவிர இன்னொரு விதத்தில் இந்தக் கட்டுரைகளின் ஊடாக ஒரு காலமும் பயணிக்கிறது. அந்தப் பேருந்தில் ஏறி உடன் பயணிக்கும் பல்வேறு நில மனிதர்கள் இப்புத்தகம் எங்கும் விரவி இருக்கிறார்கள். காலம் என்றால் மனிதர்கள் மட்டுமா?

யானைகளும்கூடத்தான். யானைகள் இருக்கிற காட்டில் எறும்புகளுக்கும் இடமுண்டு என்பதைப் போல, பல்வேறு விலங்கினங்களும்கூட இப்புத்தகத்தில் குறுக்கே மறுக்கே ஓடுகின்றன. ஜீவராசிகளில் 'ட்யூனா' என அழைக்கப்படும் கேரை மீன் எனக்கு மிகவும் பிடித்தது. ஏனெனில் அதுவொரு சாகசப் பயணி. வாழ்நாள் முழுவதும் கடலின் குறுக்காக எல்லைகள் கடந்து, தனக்கென ஒருதடம் போட்டுப் பயணம் செய்தபடியே இருக்கிறது. ஓரிடத்தில் தேங்கி மடிகிற மீன் அல்ல அது.

பலநேரங்களில் ஒரு கேரை மீனைப் போலவே என்னை உணர்ந்திருக்கிறேன். கேரை மீன் குறித்து இந்தப் புத்தகத்தில் எதுவும் எழுதவில்லை என்றாலும், முன்பு நிறைய எழுதி இருக்கிறேன். அதனாலேயே அந்தப் பெயரைத் தலைப்பாகவும் வைக்க விரும்பினேன். கேரையைப் போலவான எல்லாவற்றோடும் இணைந்து நானுமே ஓடுகிறேன் மூச்சிரைக்க. ஓடுவது என்ன எனக்குப் புதுப்பழக்கமா? எதையோ ஒன்றைத் தொட ஓட எத்தனிப்பவர்களுக்கான காலம் இது. அப்படியானவர்கள் இந்தப் புத்தகத்தில் ஏதோ ஒரு புள்ளியில் தங்களை இனம் கண்டுவிடவும் முடியும்.

இந்தக் கட்டுரைகளைத் தொகுக்கும் பணியில், ஸ்ரீதேவி செல்வராஜனின் பணியைக் குறிப்பிட்டே ஆகவேண்டும். கிட்டத்தட்ட ஒரு தொகுப்புப் பணியை ஒத்தது. ஆனால் தன்னை முன்னிலைப்படுத்தாமல் அதைச் செய்ய விழைகிறார். பலநேரங்களில் தறிகெட்ட குதிரையைப் போல கட்டுரைகளில் ஓடியிருப்பேன். அதைத் தடுத்து நிறுத்தி, தவறுகள் களைந்து மறுபடியும் என் பார்வைக்குக் கொண்டு வருவார். ஒரே மனநிலையில் சில கட்டுரைகளை எழுதியிருப்பேன். அதன் காரணமாக அமையும் கூறியது கூறலை மிகக் கவனமாகக் களைபவரும் அவரே. கூடவே சீட்டுக்கட்டுகளைப் போல கட்டுரைகளைக் கலைத்துப் போட்டு, சீரான வேகத்தோடு வண்டியை முன்னோக்கித் தள்ளுவார். இயல்பில் அவருமே ஒரு விளையாட்டு வீராங்கனைதான். அதனாலேயே அவரை இந்த நேரத்தில் நன்றியோடு நினைத்தும் கொள்கிறேன்.

ஆறாம்திணையில் பணியில் இருந்த காலத்தில்தான் தொழில்முறையாக நிறைய கட்டுரைகள் எழுதத் தொடங்கினேன். அந்தக் காலத்தில் இருந்து கட்டுரை என்கிற வடிவம் குறித்து உரையாடுகிற, கல்லூரிக் காலத்தில் இருந்து நண்பனாகத் தொடர்கிற சாய்ராமிற்கு இந்தத் தொகுப்பை சமர்ப்பணம் செய்கிறேன். தொலைக்காட்சி ஊடகத்தில் உயரிய, பெரிய பொறுப்பில் இருந்தாலும், இன்றும் பழைய சாயாகவே அவன் தொடர்வதில் எனக்கு எப்போதும் பெருமிதமே. கூடுதலாக ஒரு வரியைச் சொல்லவேண்டுமெனில், இப்போது நான் வந்து சேர்ந்து இருக்கும் இந்த இடத்திற்கு சாய்ராமும் முதன்மைக் காரணம். என் நன்றியை எழுத்தாளனாக இப்படித்தான் சொல்ல முடியும் இல்லையா?

இந்தப் புத்தகத்தை வெளியிடும் ஸீரோ டிகிரி பதிப்பகத்தாருக்கும் என் நன்றி.

சரவணன் சந்திரன்
சென்னை.

ஆழ்கடலில் மிதக்கும் கேரைக் கண்கள்

சமையலைப் போலவே எழுத்துக்கும் கைமணம் இருக்குமாயின் அது கட்டுரை மொழியின் வழியே சரவணன் சந்திரனுக்கு கைகூடி வந்திருக்கிறதென்பதை சமகால தமிழ் எழுத்துலகம் நன்கறியும். எந்தத் தலைப்பாயினும் அந்த பேசுபொருளின் உண்மைத்தன்மை, புள்ளிவிவரங்கள், கள நிலவரங்களோடு அந்தத் தளத்தில் நேரடியான தன்னுடைய அனுபவங்களை தெளிவுறத் தொகுத்து மேலதிக தகவல்களோடு அழுத்தமாகப் பதிவு செய்பவர். எத்தனை நீண்ட கட்டுரையாக இருந்தாலும் வாசிப்பவர்க்கு சலிப்பு ஏற்படுத்தாத ஆர்வமூட்டும் மொழியில் தொடர்ந்து பல தலைப்புகளில் கட்டுரைகள் எழுதி வருபவர். வணிகம், கடல், மீன்கள், அரசியல், விளையாட்டு, விவசாயம், மழை, உணவு, சூழலியல் குறித்த நுணுக்கமான பார்வையோடு ஒவ்வொரு விசயத்தையும் முள் நீக்கி மீன் உண்ணக்கொடுப்பதைப் போன்ற கவனத்துடன் நமக்கு வாசிக்கத் தருபவர். அந்தக் கைமணம் என்பது கட்டுரையின் மொத்த சாராம்சமாக வெளிப்படும் ஒற்றை வரியில் துலங்கி நிற்கும்.

அதிலும் விளையாட்டு பற்றின கட்டுரையென்றால் நானெல்லாம் பார்த்துக்கொண்டிருக்கும் வேலையை அப்படியே விட்டு

விட்டு வாசிக்க ஆரம்பித்து விடுவேன். மைதானத்தை விட்டு வெளியேறி வந்து எத்தனை வருடங்கள் ஆனாலும் என்ன இன்றைக்கும் கூட கண்ணுக்குத் தெரியாத பந்தாய் வாழ்வை உருட்டிவிட்டு, அதைத் துரத்தியபடியே நம்மை ஓடவிட்டு வேடிக்கை பார்த்துக்கொண்டுதானிருக்கிறது இந்தக் காலம். அது சரவணன் சந்திரன் எழுத்தில் வெளிப்படும்போது அடர்த்தி கூடுதலாய் அமையும்.

மாநில அளவிலான போட்டி ஒன்றில் மைதானத்தின் ஓரத்திலிருந்து 'அந்த அஞ்சாம் நம்பர் சட்டைக்காரிய ரவுண்ட் பண்ணு' என்று தொண்டை கிழியக் கத்தியபடியிருந்த பாளையங்கோட்டை தூய இருதயப்பள்ளி ஆசிரியையின் குரல் தேயத்தேய கோல் போஸ்ட்டை நோக்கி முன்னேறிக்கொண்டிருந்த கால்களில் இன்றைக்கும் அந்த நாளின் அதிர்வுகள் மிச்சமிருக்கின்றன. பிறந்த தேதி எண்ணும் சட்டையின் எண்ணும் ஒன்றென்ற ஆறுதல் மட்டுமே அந்தக் காலத்தின் மிச்சம். ஹாக்கி பற்றி சரவணன் சந்திரன் எழுதும்போதெல்லாம் அவரின் ஜெர்ஸி கனவுகள் பற்றிய வரியின்றி அந்தக் கட்டுரை நிறைவுறாது. அத்தனை ஏக்கம் அதன்மீது அவருக்கு. வெவ்வேறு காலகட்டங்களில் வெவ்வேறு மைதானங்களில் நின்றிருந்தாலும் இலக்கு ஒன்றேயென ஓடிய வகையில் இருவரும் ஒரே அணி என்பதில் எனக்கு மகிழ்ச்சியே.

விட்டமின் டி நிறைந்த கேரை மீன்கள் மணிக்கு 70 கி.மீ வேகத்தில் நீந்தி இடம்பெயரும் என்றும் ஒரு குறிப்பிட்ட காலத்தில் கூட்டமாகச் சேர்ந்து கடலின் மேல் மூச்சுவாங்க வரும் என்று அவருக்கு ஒரு கடலோடி சொன்னதைக் கேட்டதும் கடல் முழுக்க கண்களாக மிதக்கும் அந்தக் காட்சியை வாழ்நாளில் ஒருமுறையாவது பார்த்து விட வேண்டும் என்று எழுதியிருந்தார். அவருக்கு அந்த வாய்ப்பு அமையவேண்டும் என வேண்டிக்கொள்கிறேன். இருகண்கள் வழியே தான் கண்டதை பல்லாயிரம் கண்களுக்கு காட்சியாக தன் எழுத்தின் வழி கடத்துபவராயிற்றே...

இந்த 'கேரை' தொகுப்பும் அவருடைய மற்ற கட்டுரைத்

தொகுப்புகளைப்போலவே ஒரு கதம்ப மாலைதான். மேற்சொன்ன தலைப்புகள் அடங்கிய விரிவான பார்வையை முன்வைத்து எழுதப்பட்ட கட்டுரைகள். வாசிக்கும் யாவருக்கும் அதிலுள்ள தகவல்களும் அது குறித்த படிப்பறிவையும் நல்லதொரு வாசிப்பனுபவத்தையும் தரும். இந்தக் கட்டுரைத் தொகுப்பின் வேலைகளை முடித்து விட்டு ஒரு பறவைப்பார்வையில் நின்று பாக்கும் போது முன்னொரு நாள் டை பிரேக்கர் ஆட்டத்தின் போது கோல் போஸ்ட்டை நோக்கி ஹாக்கி மட்டையில் பந்தை அணைத்துப்பிடித்தபடி காதுகளைக் கூர்மையாக்கி விசிலுக்காகக் காத்திருந்த உணர்வு வந்தது.

பள்ளிக்காலங்களில் ஒவ்வொரு நாள் பயிற்சி முடிந்ததும் வழக்கமாகச் சொல்லுகின்ற வார்த்தைதான். பல சந்தர்ப்பங்களில் தொலைபேசியில் சொல்லியிருந்தாலும் இம்முறை எழுத வாய்த்திருக்கிறது. ஆறாம்வகுப்பில் ஹாக்கி மைதானத்திற்குள் காலடி எடுத்து வைத்த நாள் முதல் பனிரெண்டாம் வகுப்பு வரை எங்களுக்குப் பயிற்சி அளித்த மாரியப்பன் சார், ரமேஷ் சார், ராஜ்குமார் சார், செந்தில் சார் வரிசையில்தான் எனக்கு சரவணன் சந்திரனும். 'உங்களைப் போலவே அவர்களும் ஜெர்ஸி அணிந்தவர்களில்லை சார். அவர்களிடம் ஒவ்வொரு நாளும் சொன்னதையே மனமார உங்களிடமும் சொல்கிறேன்.'

"தேங்க்யூ கோச்."

ஸ்ரீதேவி செல்வராஜன்

பொருளடக்கம்

மதிப்பு

நேற்று மீன் குழம்பு செய்முறை வீடியோ ஒன்றை முழுமையாகப் பார்த்தேன். இன்று ஞாயிற்றுக்கிழமை ஆகையால் இதை எழுதலாம் எனத் தோன்றியது. மத்தி மீன் குழம்பும் கப்பைக்கிழங்குக் கறியும். கேரளாவின் மிகப் பாரம்பரிய உணவு.

இந்த உணவை எனக்கு முதன்முறையாக அறிமுகம் செய்தவர், என் நண்பரும், வரலாற்று ஆய்வாளரும் புகைப்பட வல்லுனருமான கோம்பை எஸ். அன்வர். இந்தியா டுடே காலத்தில் என்னை, பீர் முகம்மதுவை அடிக்கடி வெளியே சாப்பிட அழைத்துப் போவார்.

அப்படித்தான் ராதாகிருஷ்ணன் சாலையில் இருக்கிற கல்பகா மலையாள உணவகத்தில் இதைச் சாப்பிட்டேன். ஒரு வாய் வைத்தவுடனேயே எனக்குப் பிடித்துவிட்டது. அதற்கப்புறம் தனியாகவே போய் அதே சாலையில் எதிர்முனையில் இருக்கிற கோகனட் லகூன் என்கிற உணவகத்தில் அடிக்கடி சாப்பிடுவேன்.

காரணம் என்னவெனில், அடிப்படையில் நாக்கு ஏற்கனவே கப்பைக்கிழங்குச் சுவைக்குப் பழக்கம் ஆகியிருந்தது. எங்களது சிறுவயதில் கப்பைக்கிழங்கை அவித்துத் தருவார்கள்.

வீடே மணக்கும். அதை மிளகாய்த்தூளில் தொட்டுத் தின்போம். கொஞ்சம் கிழங்கு தின்றாலே வயிறு நிறைந்து விடும். அதைப்போல சாலைகளில் கப்பைக்கிழங்கு சிப்ஸ் போட்டு மிளகாய்ப்பொடி தூவித் தருவார்கள். சென்னையில்கூட அப்படிச் சில தள்ளுவண்டிக் கடைகளைப் பார்த்தும் இருக்கிறேன்.

தமிழகத்தில் கப்பைக்கிழங்கு உணவுப்பழக்கம் ஆங்காங்கே சிதறிய மாதிரி வழக்கத்தில் இருக்கிறது. கப்பைக்கிழங்கு விவசாயமும் அதேமாதிரிதான். என் நண்பர் ஞானவேல்கூட விழுப்புரத்தில் இருக்கிற அவரது நிலத்தில் கப்பையைத்தான் நட்டிருக்கிறார். முருங்கைக்கு நடுவதைப் போல குச்சியை நட்டால் போதும். துளிர்த்து முளைத்து வந்துவிடும்.

கொல்லிமலையில் என்னுடைய நண்பன் ஒருத்தன் கப்பைக்கிழங்கை விவசாயிகளிடம் மொத்தமாக வாங்கும் தொழில் செய்தான். அப்போது அவனுடன் போய் அங்கே பார்த்து இருக்கிறேன்.

மலை மலையாய்க் குவிந்து கிடந்த கிழங்குகளைப் பார்க்கவே குதூகலமாக இருந்தது. அதன் பயன்பாடுகள் பற்றி எல்லாம் இன்னொரு சந்தர்ப்பத்தில் சொல்கிறேன். இப்போது உணவிற்கு வரலாம்.

வறுமையான தமிழகத்தில் ஒரு காலம்வரை கப்பை முழுமையான உணவுப் பழக்கத்தில் இருந்தது. பொதுவாக அரைக்கிழங்கைத் தின்றாலே பசி அடங்கிவிடும். ஆனால், பிற்பாடு கப்பை உணவுப் பழக்கம் தமிழகத்தில் அருகிவிட்டது. போனால் போகிறதென்று எங்காவது உணவகங்களில் பொரியலாக வைப்பார்கள். அதுவும்கூட தெற்கத்திப் பக்கம்தான்.

வட மாவட்ட உணவுப்பழக்கம் குறித்து எனக்குத் தெரியவில்லை. ஆனால், கேரளாவில் இன்றும் கப்பை உணவுப்பழக்கம் ஆணிவேர் போல ஊன்றி இருக்கிறது. கப்பையும் பன்றிக்கறியும் வழக்கத்தில் இருந்தாலும் அதை மீறின சுவை கொண்டது கப்பையும் மீன் கறியும்தான்.

சமீபத்தில் ஒன்றைப் படித்தேன். ஃபிரெஞ்ச் ஃப்ரை என்கிற உருளைக்கிழங்கு வறுவல் அடிப்படையில் ஏழைகளினுடையது. ஆனால் அது தேசம் கடந்து எல்லோரையும் வசீகரித்தது. போட்டி போட்டு எல்லா நாடுகளுமே அதை சுவீகரித்துக் கொண்டார்கள். உருளைக்கிழங்கு வேர் பதிக்காத தேசமே இல்லை எனலாம்.

ஃபிரெஞ்ச் ஃப்ரை அளவுக்கு கப்பையையும் மீன்கறியையும் சொல்ல முடியாதுதான். ஆனால் ஒருவகையில் கேரளா முழுமைக்கும் அது நீக்கமற நிறைந்திருக்கிறது. ஒரு சடங்காகவே இந்த சமையலைச் செய்வதைப் பார்த்து இருக்கிறேன். நண்பர்களின் வீடுகளில் அதை உண்ணவும் செய்திருக்கிறேன்.

இந்த வீடியோவைப் பாருங்கள். அதனால் ரெசிபியைச் சொல்லவில்லை. கூடவே கப்பையின் பின்னால் என்னை வால் பிடித்துப் போகத் தூண்டுவது, மத்தி மீன். எவ்வளவோ மீன்கள் இருக்கின்றன. ஆனாலும் கப்பைக்கு மத்தி மீன்தான் சிறந்தது.

சிறியதுதான் மத்தி. ஆனால் எல்லா வகைகளிலும் சிறந்தது. வேண்டுமெனில் உங்களுடைய மருத்துவர்களிடம் கேட்டுப் பாருங்கள். சார்டின் என உலகம் முழுக்கக் கொண்டாடப்படுவது. விலை நூறு ரூபாய்க்கும் கீழேதான். சிறு முட்கள் இருக்கும் என்றாலும் அதை முதல் மரியாதை சிவாஜி ஆற்றுக் கெழுத்தி மீனை வாயில் வைத்து உறிஞ்சி இழுப்பதைப் போலச் செய்து விட முடியும்.

முழு மீனை வாயில் போட்டுக் கவனமாக மென்று முழுங்கிவிடக் கூட முடியும். மத்தி மீனைப் பற்றி கன்னியாகுமரி, தூத்துக்குடி வட்டார மக்களிடம் கேட்டுப் பாருங்கள். சாளை மீன் என்பார்கள். பேச்சாளை, கவலை, கொடக்கவலை என்றெல்லாம் நிறைய வகைகள் இருக்கின்றன. ஆனாலும் உண்மையான மத்திதான் மிகச் சிறந்தது.

இடிந்தகரையில் ஒரு தடவை சின்ன வெங்காயம், மஞ்சள் பொடி, சீரகம், மிளகு தட்டிப் போட்டு மத்தியை அவித்துத்

தந்தார்கள். சீனாக்காரன் பார்த்தால் உச்சி மோந்து விடுவான். தமிழகக் கடற்கரையில் கிடைப்பதைவிட கேரளப் பகுதிகளில் கிடைக்கும் மத்தி அளவில் பெரியது.

“கேரளா மத்தி கிடைச்சா ரெண்டு கிலோ தாங்க” என எங்களுடைய வாடிக்கையாளர்கள் முன்னமே சொல்லியும் வைப்பார்கள். கிலோவிற்கு தோராயமாக பதினொரு மீன்கள் நிற்கும். சென்னையில் இருக்கையில் என்னுடைய விருப்ப உணவு. எப்போதாவது கிடைக்கும் கேரள மத்தி, வரும் நாட்களில் அதை விடவே மாட்டேன்.

மத்தி மீன் குழம்பு வைப்பதே ஒரு கலை. அதனுடன் கப்பையும் சேரும்போது அந்த உணவு மதிப்பு மிக்கதாய் மாறிவிடுகிறது. பல நாடுகளில் இதைப்போல் பல பாரம்பரிய உணவுகள் இருக்கின்றன. அந்த மாதிரியான உணவுகளை அவர்கள் மதிப்பாய் பரிமாறுவதைக் கண்டும் இருக்கிறேன்.

இந்த மதிப்பு என்பதில் எல்லாமுமே அடங்கி இருக்கின்றன. அந்த மதிப்பு உடலுக்கும் நல்லது. அந்த அடிப்படையிலேயே நான் கப்பையும் கறியும் என்பதை அந்த மதிப்பின் உச்சியில் வைக்கிறேன். சாப்பிட்டுப் பார்த்துவிட்டுச் சொல்லுங்கள்.

பழனி உழவர் சந்தை அருகில் கப்பை கிடைக்கும். பாவேந்தனின் நண்பர் ஒருத்தர் நடத்துகிற மீன் கடையில் போன தடவை மத்தி மீனைப் பார்த்தேன். தம்பியும் நடிகருமான லகுபரன் வந்து இறங்கி இருக்கிறான். இங்கே எழுதியதை எல்லோரிடமும் விளக்கிச் சொல்வேன்.

எல்லோரும் சேர்ந்து ஒத்துழைத்தால் இன்றைக்குச் சமையல் கப்பையும் மத்தி மீன் கறியும். அதற்குத் தர வேண்டிய மதிப்பைக் கொடுத்துச் செய்து பார்க்கலாம் என்கிற எண்ணம் தோன்றியவுடனேயே இரண்டின் மணமும் சூழ்ந்து துரத்துகிறது என்னை.

எம்பிய பந்துகள்

வெகு காலத்திற்கு முன்பு, "இப்போது அமர்ந்தால்கூட எதையாவது எழுதிவிடலாம். ஆனால் அதைத் தாண்டிய விஷயங்கள் சிலவற்றைச் செய்ய விழைகிறேன்" என்கிற பொருள் வரும்படி பதிவு ஒன்றை இட்டிருந்தேன். அதைச் செய்யப் போகிறீர்களா? இதைச் செய்யப் போகிறீர்களா? என்பது மாதிரி நிறையப் பேர், எதிர்பாராத கோணத்தில் எல்லாம் தனிச் செய்தியில் கேட்டிருந்தார்கள்.

யாருக்குமே அப்போது எதையும் சொல்லவில்லை. எதற்காக எல்லாவற்றிற்கும் பதில் சொல்ல வேண்டும்? என்னளவில் எடுத்துக்கொண்ட அவ்விஷயத்தின் மீதே கவனம் ஊன்றி இருந்தேன். என் தினசரிக் கடமைகளில் ஒன்றாக சலிக்காமல் அப்பணியையும் மேற்கொண்டேன்.

இதைச் சொல்லலாமா என்றுகூட ஆரம்பத்தில் தோன்றியது. ஆனால் இதில் வரும் மனிதர்கள் இதுமாதிரியான நிறையப் பேரைப் பிரதிநிதித்துவப்படுத்துகிறார்கள் என்பதால் இதைச் சொல்லத் துணிந்தேன். மூன்று பேர் இந்தக் கதையில் சம்பந்தப்பட்டு இருக்கிறார்கள்.

சிறிய கடை ஒன்றை நடத்திவரும் ஏழ்மையான வியாபாரி ஒருத்தரின் பையன். அவனைச் சின்ன வயதில் இருந்தே எனக்குத் தெரியும். அவனுக்கு ஒரு தம்பியும் உண்டு. சின்ன வயதில் இருந்தே அதிகாலையில், பால் பாக்கெட், பேப்பர் போட்டு சம்பாதித்து அவனுக்கான கல்விக் கட்டணங்களைச் சமாளித்துக் கொண்டான். இடையிடையே நிறையப் பேர் உதவியும் செய்தார்கள். இரண்டாவது முயற்சியில் பத்தாவது வகுப்பை முடித்த அவன் இறுதியாய் டிப்ளமோ எலெக்ட்ரானிக்ஸ் படித்து முடித்தான். இனி வேலைக்குப் போக வேண்டும்.

அவனுக்கு ஒரு சிக்கல். அவனால் தொடர்ந்தாற்போல ஒரு நிமிடம்கூடப் பேச முடியாது. பொதுவெளியில் எப்போதும் அது சம்பந்தமான பதற்றத்திலேயே இருப்பான். வார்த்தைகளைக் காற்றில் தேடிக்கொண்டே இருப்பான். யாரிடமும் அவன் நின்று பேசியதைப் பார்த்ததே இல்லை. அவனுக்கென நண்பர்கள் இருந்தாலும் அவனை மட்டம் தட்டிக்கொண்டே இருப்பதைப் பார்த்து இருக்கிறேன்.

அவனுக்கெல்லாம் வேலையே கிடைக்காது என்று அவர்கள் பேசுவதைக் காதுபடக் கேட்டும் இருக்கிறேன். உச்சகட்டமாக அவனை பைத்தியக்காரன் என்றார்கள். குடும்பமும் அவ்வாறே நினைக்கத் துணிந்தது. இவ்வார்த்தைகள் அவனுக்குள் எதிர்மறையை ஆழமாக ஊன்றின. அவன் முற்றிலும் தன்மீதான நம்பிக்கையைக் கைவிட்டிருந்தான். தன்னால் செயல்படவே முடியாது என்கிற எண்ணப் பள்ளத்தாக்கில் விழுந்தான். தினமும் காலையில் என்னோடு சந்தைக்கு அவனை அழைத்துப் போகத் தொடங்கினேன்.

அவனோடு நிறுத்தாமல் உரையாட ஆரம்பித்தேன். சத்தம் போட்டுத் தனியாக செய்தித்தாள் படிக்கச் சொன்னேன். தொலைபேசியில் சும்மாவே தொணதொணவென அவனோடு பேசிக்கொண்டு இருப்பேன். அவனுமே ஆரம்பத்தில் தடுமாறினாலும் என் பின்னே வாயில் இருந்து சொற்களை உதிர்த்தபடி ஓடிவரத் தொடங்கினான். அவனுடைய பாடத்தில் அவன் கெட்டி என்றாலும், பிறரைத் தொடர்புகொள்வதில்

மட்டுமே அவனுக்குச் சிக்கல் என்பதைக் கண்டுகொண்டேன்.

கிட்டத்தட்ட மைதானத்தில் என்னுடைய கோச் எனக்கு என்ன கற்றுத் தந்தாரோ, அதை வேறு ஒரு வடிவத்தில் அவனுக்குக் கற்றுத் தர தொடங்கினேன். மைதானத்தைச் சுற்றி ஓடிய அவனுமே கற்கும் ஆர்வத்தில் இருந்தான். உண்மையில் ஆரம்பத்தில் என்.ஐ.எஸ் படித்து கோச்சாகவே ஆக விரும்பினேன். என்னுடைய நண்பர்கள் பலர் அப்படி ஆகியும் இருக்கிறார்கள். மைதானத்தில் முடியாததை மனிதர்கள் மத்தியில் இப்போது செய்து பார்க்கிறேன், அவ்வளவுதான்.

அப்படித்தான் இன்னொரு பந்தும் என் கைக்கு வந்து சேர்ந்தது. நாற்பது வயதுடைய தோழி அவர். தனியாக தொழில் எடுத்துச் செய்கிறார். அவருடைய தலைமுறையில் முதல் தொழில்முனைவர். ஆனால் அவருடைய பெற்றோர் மற்றும் சுற்றத்தினர் அவருக்கு எதிராக இருந்தார்கள். தொழிலில் வரும் நஷ்டங்களைச் சுட்டி குத்திக் காட்டிக் கொண்டிருந்தனர். ஆனால் உடன் வந்து கைதூக்கி விட முயலவில்லை.

நிதமும் இதனால் ஏற்படும் சண்டை, அதன் வழியாக வரும் மன அழுத்தங்கள் காரணமாக அவருடைய தொழிலும் சரிவை நோக்கிச் சென்றது. தினமுமே மன அழுத்தம் கொள்வது நாள்பட்ட பழக்கமாய் அவரைத் தொற்றி இருந்தது. தீர்மானமாய் அவரால் இருக்க முடியவில்லை. அவர் உள்ளும் புறமும் கொந்தளித்துக்கொண்டிருந்தார். அது இழுத்த இழுப்பிற்கு மருண்டு ஓடினார்.

அவருக்குத் தேவை சமாதானமும் துணிவும் என்பதை உணர்ந்தேன். அவரோடு நுணுக்கி நுணுக்கி விஷயங்களைப் பேசத் தொடங்கினேன். இன்னொரு சாளரம் இருவருக்குமே திறப்பதைப் போல இருந்தது. எனக்குமே என்னையே திறந்து பார்ப்பதைப் போலவும் இருந்தது. தொடர்ச்சியான அக, புற உலகம் குறித்த ஆழமான உரையாடல்களைக் கேட்க அவருடைய காதும் திறந்தே இருந்தது.

இன்னொருத்தர், கிராமத்தைச் சேர்ந்த நாற்பத்தைந்து வயது

அண்ணன். கொஞ்சம் சொத்துக்கள் இருக்கிறது என்றாலும், பழைய தொழில் வகையில் ஏகப்பட்ட நஷ்டம். தொழிலுக்காக கடன் வாங்கிய வகையில் வட்டி குட்டி போட்டுப் பகுதி நிலத்தைக் கூட விற்க வேண்டிய நிலை. திருமணம் ஆகாத அவரைக் குடும்பமும் கைவிட்டது.

இவர் என்ன சொன்னாலும் பொய் சொல்கிறான் என்று பெயர் வந்து விட்டது. வீட்டில், ஊரில், மருந்திற்கும் மதிப்பில்லை. அதனால் தன்னைக் கப்பென நத்தை போல மூடிக்கொண்டார். அவருக்கு வேலைக்குப் போகவும் விருப்பம் இல்லை. அப்படிப் போகாமல் இருப்பதற்கு உண்டான மனநிலையையும் எட்டி இருந்தார். தலைச் சுமையாய் இதுபோல் நிறைய வைத்திருந்தார்.

இடையில் புரோக்கர் வேலைகள் பல பார்த்திருக்கிறார். ஆனால் அதிலும் உருப்பட்டு வர முடியவில்லை. தொடர் தோல்விகளால், தன்னால் எதையுமே வெற்றிகரமாகச் செய்ய முடியாது என்கிற மனநிலைக்கு வந்து சேர்ந்து விட்டார். விரக்தியின் உச்சியில் நின்று மனதைக் கைவிட்டார். திடீரென பத்து நாள் ஊரைவிட்டு ஓடிவிட்டார். கஷ்டப்பட்டு அவரிடம் பேசி சரிக்கட்டி ஊருக்கு அழைத்து வந்தேன். கொஞ்சம் வளர்ந்த யானை அல்லவா? நிதானமாகத்தான் வழிக்கு வந்தது. நத்தை ஓட்டில் இருந்து மெல்லத் தலையை வெளியே நீட்டியது.

இந்த மூன்று பேருமே ஒரே காலத்தில் கொந்தளிப்புடன் என்னருகே இருந்தவர்கள். வயது, பாலினம் தாண்டி இவர்களைப் போலவே இதுமாதிரியான கொந்தளிப்புடன் மனிதர்கள் பலர் நடமாடுவதைப் பார்க்கவும் செய்கிறேன். ஒருவகையில் மூன்று பேருமே குடும்பத்தால் கைவிடப்பட்டிருந்தனர்.

அந்தச் சமயத்தில் எழுதுவதில் இருந்து என்னைத் திசை திருப்ப வேண்டிய தத்தளிப்பிலும் இருந்தேன். வேறு எதையாவது பற்றிக்கொள்ளும் முனைப்பும். எனக்கு அவர்கள் கொக்கியா? அவர்களுக்கு நானா? என்றுகூடச் சொல்லலாம். தவிர, அவர்களோடு உடன் நிற்க வேண்டும் என்கிற ஊக்கமும் பிறந்தது. இப்படியாக நான் ஒரு காலத்தில் நின்றபோது என்னோடு நின்றவர்களும் நினைவிற்கு வந்தார்கள். அவர்களைக்

கொந்தளிப்பில் இருந்து விடுவிப்பது என்கிற செயல்திட்டத்தைத் தொழில்முறையாக முன்னெடுக்க விரும்பினேன்.

ஒருவேளை நான் பயிற்சியாளராக மத்திய அரசுப் பணியில் மைதானத்தில் நின்றிருந்தால் என்ன செய்திருப்பேன்? மூன்று பேருடனுமே தொடர்ச்சியாக உரையாடல்களைத் தொடங்கினேன். அவர்களோடு பல மணி நேரங்கள் தனித்துச் செலவழித்தேன். ஏற்கனவே உள்ளுக்குள் ஆணியடித்தது போல் இருந்த ஒன்று உருமாறுவதைக் கவனிப்பதே சுவாரசியமாகவும் சவாலாகவும் இருந்தது. மெல்ல மெல்ல நிலையில் நிற்கும் தேரைத் தெருவில் ஓடுவதற்குத் தயார்படுத்துவதைப் போல.

எதிரே வரும் பந்திற்குப் பயந்து தெறித்து ஓடுபவர்களை நிறுத்தி, அச்சமில்லாமல் பந்தை எதிர்கொள்ள வைக்கிற மாதிரி. கிரிக்கெட்டில் ஒன்று சொல்வார்கள். நல்ல ஃபார்மில் இருக்கையில் கிரிக்கெட் பந்துகூட கால்பந்து விளையாட்டின் பந்தைப் போலத் தெரியுமாம். நல்ல ஃபார்மிற்கு அந்த மூன்று பேரையுமே மீட்டுக்கொண்டு வருவதற்கான சவாலை ரசித்துச் செய்யத் தொடங்கினேன்.

அவர்களின் சின்னச் சின்ன மாற்றங்கள்கூட அந்தச் சமயத்தில் எனக்குப் பேரூக்கமாக அமைந்தது. நன்றாக வளர்ந்த செடியை வேரோடு பிடுங்கி, இன்னொரு இடத்தில் நட்டு, அது துளிர்க்கும் தோறும் வரும் ஊக்கம் அது. எனக்கே அதுவொரு புத்தாக்கப் பயிற்சியாகவும் இருந்தது. வெளிநாடுகளில் எல்லாம் இப்படி நிறைய நடத்துகிறார்கள். இங்கேயும்கூட ஆங்காங்கே இதுபோல் நடக்கவும் செய்கின்றன.

பருவம் மாறி இருக்கிறது இப்போது. இவனுக்கெல்லாம் வேலையே கிடைக்காது என நண்பர்களால் கிண்டலடிக்கப்பட்ட பையன் இப்போது வேலைக்குப் போய்விட்டான். கிண்டலடித்தவர்கள் இன்னமும் வேலைக்குப் போகவில்லை. அதிலும் அவன் படித்த துறையிலேயே வேலை. எலக்ட்ரானிக் எடை மிஷின்கள் தயாரிப்பு நிறுவனத்தில் தரக் கட்டுப்பாடு செய்யும் வேலை. மத்தியத்தரமான இந்திய நிறுவனம். பெங்களூரிலும் அலுவலகம் இருக்கிறது. “கம்பெனீல எல்லார்கூடவும் நல்லா பேசறேன்.

உக்காந்து ஷேர் பண்ணி சாப்பிடறேன். சீக்கிரம் பெங்களூருக்கு அனுப்பச் சொல்லி சார் ஒருத்தர்ட்ட கேட்டிருக்கேன். அந்த ஊரு சூப்பரா இருக்குமாம்” என முதுகில் ஒரு பையை மாட்டிக்கொண்டு வந்து நின்று வசீகரமாக சொன்னான் அவன்.

அந்தத் தோழியுமே நிமிர்வையும் சமாதானத்தையும் எட்டி விட்டார். வியாபாரம், குடும்பம் இரண்டும் செயல்படும் அடிப்படையை அவர் ஆழமாகப் புரிந்துகொண்டுவிட்டார். வெளியே நின்று அதைக் கையாளும் உத்தியைப் பற்றிக் கொண்டார். இனி அவரை நட்டாற்றில் விட்டால்கூட நீந்திக் கரை சேர்ந்து விடுவார்.

"எந்நேரமும் பிரச்சினையையே நினைச்சுக்கிட்டு இருக்கிறதுதான் என் பிரச்சினைன்னு கண்டுபிடிச்சிட்டேன்" என்றார் அந்தத் தோழி. ஆழமாக ஒன்றில் தன்னை ஊன்ற முடியாமையே அவருடைய பிரச்சினையாகவும் இருந்தது அப்போது. இப்போது அவர் முகத்தில் புதிய துளிர்ப்புகள் தெரிந்தன. இனி மொட்டெடுத்துப் பூவாகிவிடுவார் என்கிற நம்பிக்கை எனக்குள் பூத்தது.

கொஞ்சம் வளர்ந்த அந்த அண்ணனுமே தன்னுடைய பிரச்சினை என்ன என்பதை வெளிப்படையாகக் குடும்பத்தில் பேசத் துணிந்து விட்டார். தனக்கு வராத ஒன்று, தன் தவறல்ல என்கிற மனநிலைக்கு வந்து குற்றவுணர்வில் இருந்து விடுபட்டு விட்டார். "ஏதாச்சும் வேலை இருந்தா சொல்லுங்க. போக ரெடியாகிட்டேன். வாழணும். நான் அதை நம்பணும். இனி யாருக்கும் பதில் சொல்லப் போறதில்லை. பதில் சொல்றதுக்காக வேலை பார்க்கறதை விட்டுட்டு எனக்காக வேலை பார்க்கப் போறேன்" என்றார். அப்போது மஞ்சள் ஒளி அவரது முகத்தில் விழுந்தது.

ஒன்றை எழுதி முடிக்கும்போது வருகிற திருப்தியை இந்த மூவரின் மாற்றத்திலும் உணர்ந்தேன். இன்று செம்பட்டியில் இருந்து தம்பி சூசை வந்திருந்தான். மூன்று வருடங்களுக்கு முன்பு லாரித் தொழிலில் கடும் நஷ்டமாகி மனதொடிந்து வந்து நின்றான். இன்றைக்கு அவன் பங்குச் சந்தை குறித்துக்

கற்கிறான். அது சார்ந்த தொழிலில் சம்பாதிக்கவும் செய்கிறான். குழந்தை பிறந்ததற்காக விருந்து தரத் தேடி வந்திருக்கிறான். சூரை மீன் எடுத்தோம் குழம்பிற்கு.

சந்தைக்குப் போகையில், அந்தக் குழந்தையைப் போய்ப் பார்க்க வேண்டுமெனத் தோன்றியது எனக்கு. அவன் அருகாமை இதுகுறித்து எழுதவும் என்னை உந்தியது. இப்போதுகூட எழுதுவதில் இருந்து விடுபட்டுக் கொஞ்சகாலம் வேறு ஒன்றைச் செய்யலாம் என்று தோன்றுகிறது. வடகிழக்குப் பருவ மழைக் காலமும் இன்று துவங்கிவிட்டது. முதல் மழை நனைக்கவும் செய்தது.

துளிர்க்க விரும்பி மூச்சுமுட்ட முட்டி மோதும் செடிகள் நாலைந்து கண் முன்னே தட்டுப்படுகின்றன. அச்செடிகளுக்கு உரமிடுவதை முதன்மைப் பணியாகக் கொள்ளலாம் எனத் தோன்றுகிறது. எதுவாக இருந்தால் என்ன? எதனைக் காட்டிலும் பெரியது செயல்.

படையெடுப்பு

சிவப்புப் பொடி எறும்புகளின் படையெடுப்பு இங்கே துவங்கி விட்டது. கருப்பு சாமி எறும்புகள் பிரச்சினையே இல்லாதவை. உடலில் ஊறவிட்டுக் கூட சுகமாய் அமர்ந்திருக்கலாம். குறுகுறுவெனச் சிக்கல் இல்லாமல் உடலில் மேயும்.

இன்னொரு பெரிய எறும்புண்டு. தலையும் பின்பகுதியும் கறுப்பு. நடுவே மட்டும் சிவப்பு. அப்புறம் முழுக் கறுப்பு இன்னொன்று. இவை பெரும்பாலும் ஒன்றிரண்டே வீட்டுக்குள் ஏறி வரும். துரத்துவது எளிது. விளக்குமாறால் கூட்டி அப்புறப்படுத்திவிடலாம். இவை இரண்டும் பெரும்பாலும் செடிப் பகுதிகளிலேயே கூட்டமாகத் தென்படும்.

ஆனால் இந்தக் கறுப்பு மற்றும் சிவப்பு சிறு எறும்புகளே கூட்டமாக வீட்டினுள் ஏறுபவை. அதிலும் இந்தச் சிவப்பு எறும்புகளே சிக்கலானவை. மழைக் காலம் துவங்கப்போவது முன்கூட்டியே அவற்றுக்குத் தெரியும் இல்லையா?

வெறிகொண்டு தங்கள் வேட்டையைத் தொடங்கி இருக்கின்றன இப்போது. முன்பெல்லாம் பொங்கிமுத்து பத்து ரூவாய்க்கு காராச் சேவு வாங்கினால், அந்தப் பொட்டலத்தை ஆங்காங்கே சொருகி வைத்துக் கொஞ்சம் கொஞ்சமாய்த் தின்பார். ஆனால்

இப்போதெல்லாம் ஒரே மூச்சில் தின்று முடித்துவிடுகிறார். “ஆசையா வாங்கிட்டு வந்து எறும்புக்குக் குடுக்கச் சொல்றீங்களா. எங்க மறைச்சு வச்சாலும் வந்திருது. பொடிசா இருந்தாலும் கூட்டமா வந்து எதையும் ராவிக்கிட்டு போயிடும்” என்றார்.

எனக்குமே ஒரு அனுபவம் உண்டு. கால்கிலோ பாதாம் பாக்கெட்டில் ஒரு பத்தை மட்டும் எடுத்துத் தின்றுவிட்டு மிச்சத்தை ஒரு சன்னல் கம்பியில் சொருகி வைத்தேன். ஒரு நாலைந்து நாள் அதை மறந்தும் விட்டேன். பிறகு எடுத்துப் பார்த்தபோது பாதாம் மொக்குகள் மட்டுமே கிடந்தன. தோலை விட்டு விட்டு பருப்பை மட்டும் எடுத்துக்கொண்டு போய் விட்டன. கால் கிலோ பருப்புகள் ஒவ்வொன்றும் அதனளவில் தனித்தனி பிரமீடுகளைப் போல, மலையைப் போல. மிச்சம் உங்கள் கற்பனைக்கு.

வடையை வாங்கி கட்டிலில் வைத்து விட்டுத் திரும்பிப் பார்த்தால், ஒரு கூட்டமே அங்கே ஊறிக்கொண்டிருக்கும். எங்கேயும் அகஸ்மாத்தமாக அப்படியே தூங்கிவிட முடியாது. கட்டிலில் நம் துணையைப் போலத் தயங்காமல் ஏறிவந்து விடும். துணையைப் போல அசந்த நேரங்களில் கடிக்கவும் செய்யும்.

ஜீவகாருண்யம் எல்லாம் எறும்பு விஷயத்தில் நான் பார்ப்பதே இல்லை. என் எல்லைக்கு வந்து என்னைக் கடித்தால், அனிச்சைச் செயலாய் நசுக்குவேன். அந்த வகையில் ஒரு பெரிய வரைபடத்தில் நானும் விலங்குதானே? அதனால் தவறொன்றும் இல்லை என்கிற கருத்திற்கு வந்து சேர்ந்தேன்.

கடந்த சில நாட்களாகவே அவற்றை உற்றுக் கவனிக்கிறேன். காலை 6:40 மணியளவில் டீட்டிக்கு வருகின்றன. மாலை 5:50க்கு ஆச்சரியமாக அந்தக் கூட்டத்தைக் காணவில்லை. ஒரு சில எறும்புகள் மட்டும் கூட்டத்தில் இருந்து பிரிந்து தங்கிவிட்டால்தான் உண்டு.

கூட்டத்தில் இருந்து ஒரு சில எறும்புகள் ஒவ்வொரு நாளுமே வழிதவறுவதையும் பார்க்கிறேன். அவை திசைதெரியாமல்

தடுமாறி ஓடுவதை நுணுக்கிப் பார்த்து இருக்கிறேன். என் இரும்புக் கட்டில் அதற்கு ஒரு விரிந்த பாலைவனம் போல் இருக்குமா? அதன் பக்கவாட்டில் இருந்து ஒரு எறும்பு நிலைதடுமாறி பாதாளத்திற்குள் விழுந்ததையும் பார்த்தேன்.

இரையைக் குறிவைத்ததும் கூட்டமாய் அதன் மேல் பாவி, கொஞ்சம் கொஞ்சமாய் ஒரு தேரைப் போல இழுத்துப் போகின்றன. காரச்சேவு ஒரு துண்டே அவற்றுக்கு ஒரு பெரிய தேர்தான். மழை துவங்கியதும் இந்த நடமாட்டம் அருகி விடும். அப்புறம் அது பூச்சிகளுக்கான வெளியாக மாறிவிடும்.

ஏதோ எறும்புகள்தானே என்ற எண்ணம் கொண்டவர்களுக்காக இதைச் சொல்கிறேன். உலகில் பல வகையான எறும்பு இனங்கள் இருந்தாலும், அதில் மஞ்சள் எறும்புகள் என ஒரு வகையினம் உண்டு. இந்தியப் பெருங்கடலில் கிறிஸ்துமஸ் தீவு என்ற ஒன்று இருக்கிறது. அது நண்டுகள் ஆதிக்கம் செலுத்துகிற பகுதி. அங்கே படையெடுத்த மஞ்சள் எறும்புகள் அந்த நண்டினத்தையே அழித்துவிட்டன. நண்டுகளின் கண்களைக் குருடாக்கி அழித்து விட்டன.

அதிக வெயில் காலம்தான் அதற்கு உகந்தது. நாற்பத்தி நான்கு டிகிரி செல்சியஸ் வெப்பம் எல்லாம் அதற்கு அசாதாரணம். கூட்டமாய் படையெடுக்கும் அவை அந்தப் பகுதியில் இருக்கும் விலங்கினங்கள், தாவரங்கள் ஆகியவற்றைக் கடித்து, ஒட்டுமொத்த சுற்றுச்சூழலையுமே அழிக்கும் முனைப்பு கொண்டவை. இயற்கையில் அதன் படைப்பே அந்த நோக்கத்திற்காகத்தான் போல. எதிரே தெரிகிற எதையும் கடி என்பதே அது வாங்கி வந்த வரம்.

ஏதோ கிறிஸ்துமஸ் தீவாம் என்றே எனக்கும்கூட தோன்றியது. திண்டுக்கல் மாவட்டம் நத்தம் அருகே உள்ள கரந்தமலை பகுதியில் சில மாதங்களுக்கு முன்பே அந்தக் கூட்டம் படையெடுத்துவிட்டது. கிறிஸ்துமஸ் தீவில் நண்டிற்குச் செய்ததை இங்கே ஆடுகளுக்கும் மாடுகளுக்கும் செய்து கொண்டிருக்கிறது. சந்தேகமே இல்லாமல் இது அந்நியப் படையெடுப்புதான்.

எங்கே இருந்து வந்தன? இனி எங்கே போகும்? இவற்றை எப்படி அழிப்பது? என ஆய்வாளர்கள் விழிபிதுங்கி விடைகளைத் தேடிக் கொண்டிருக்கிறார்கள். நான் ஒரு விஷயத்தை ஆழமாகக் கவனித்தேன். பொதுவாகவே நம்மைவிடப் பெரிய விலங்குகளைக் கண்டே அதிகமும் பயப்படுகிறோம். சிறியவைகள் குறித்து அறிய ஆர்வம் காட்டுவதில்லை. நம் காலுக்குக் கீழே இருக்கும் உலகம் நம்மைவிடப் பெரியது. பூச்சிகள் உள்ளிட்ட சிறியவைகளின் உலகம்.

யானைக் கூட்டம் பெருகி முழுக் காட்டையும் அழிப்பதைக் கண்டு இருக்கிறீர்களா? அதிலும் புலி? சிங்கம்? ஆனால் நம் மனதில் பெரியவை என்பவைதான் உண்மையில் மிகப் பலம் பொருந்தியவையாக இருக்கின்றன. கொஞ்ச காலத்திற்கு முன்பு பாகிஸ்தான் பகுதியில் இருந்து வந்த வெட்டுக்கிளிப் படையெடுப்பைப் பற்றிக் கேள்விப்பட்டு இருப்பீர்கள்.

அது கூட்டமாய் வந்தால் அந்தப் பகுதியையே பச்சையம் இன்றி பாலைவனமாக ஆக்கிச் சென்றுவிடும் வல்லமை கொண்டது. அதே மாதிரிதான் இந்த எறும்புகளும். சிறியவைகள் கூடி நின்று கோட்டையைக்கூடச் சுரண்டிவிடும்.

எனக்கென்னவோ இந்தச் சிறியவைகள்தான் ஒட்டுமொத்த பூமியையும் ஆள்கின்றன என்று தோன்றுகிறது. பலம் பொருந்தியவை என்று நாம் நினைப்பவைகள் எல்லாம் அதன் முன்னே மண்டியிட்டு விடுவதையும் பார்க்கிறேன். சிறு கட்டெறும்புதான். ஆனால் யானை குத்தவைத்துக் கும்பிடு போட்டுவிடும்.

இதையெல்லாம் எண்ணியபடி எறும்புகளின் உலகத்தையே உற்று கவனித்துக்கொண்டிருந்த போது, இன்னொன்றையும் கவனித்தேன். மெதுவாய் உள்ளுக்குள் ஓடுகிற எண்ணங்களை அக்கூட்டம் அரித்து இல்லாமல் ஆக்கி ஒருபுள்ளியில் நிறுத்தியது. அச்செயல் குறுகிய கால தியானம் போல் இருந்தது எனக்கு.

புலி வால்

சின்ன வயதில் இருந்தே எனக்கு கனவுகளைக் கூர்ந்து பார்க்கிற பழக்கமுண்டு. கனவுகளையும் சகுனங்களையும் சடங்காய்ப் பார்க்கிற கூட்டத்தோடுதான் வளர்ந்தேன். ஊரில் கனா கண்டதைப் பற்றிக் கூடிப் பேசிக்கொள்வார்கள்.

வளத்தம்மாவின் தங்கை அதற்கு முந்தைய வாரம்தான் செத்திருந்தாள். வீட்டுத் திண்ணையில் அமர்ந்து "அவ கனவில வந்து வா வான்னு கூப்ட்டா" என்று எல்லோரிடமும் சொல்லிக் கொண்டிருந்தாள். கூப்பிட்ட மாதிரி தங்கை செத்த அடுத்த வாரமே வளத்தம்மாவுக்கும் நல்ல சாவு.

பூப்பல்லக்கு கட்டித் தூக்கிப் போட்டார்கள். லாட்டரியில் பரிசு விழுவதைப் போல கனவு கண்டார் சித்தப்பா ஒருத்தர். அதே மாதிரி அவர் வாழ்நாளிலேயே முதன் முறையாக அவருக்கு ஐயாயிரம் ரூபாய் பரிசு விழுந்தது.

கனவில் கண்ட பரிசை அவர் ஊர் முழுக்க அறிவித்தார். அந்தத் தொகையைவிடத் தன் கனவு பலித்ததே அவருக்கு கூடுதல் சந்தோஷம். இப்படி கனவுகளை வெளிப்படையாகப் பேசிக்கொள்ளும் கூட்டத்தின் நடுவில் இருந்து முளைத்து வந்தவன். சும்மா இருப்பேனா?

எனக்கு கனவுகளைக் கூர்ந்து பார்க்கும் பழக்கம் நாள்பட, நாள்படக் கூராகியது. கவனித்துப் பார்த்ததில், வானில் ஒரு பறவையைப் போல எல்லோரும் பார்க்கும் போதே எழும்பிப் பறக்கிற கனவு சின்ன வயதில் இருந்தே அடிக்கடி வருகிறது. அந்தக் கனவுக்கு இத்தனை கால இடைவெளியில் வயதாவதே இல்லை.

நுணுக்கமாகக் கவனித்தேன். பறக்கிறேன், கீழே பார்க்கிறேன். மனிதர்கள் ஆச்சரியத்தோடு பார்க்கிறார்கள். ஆனால் அதில் நான் தெரியவில்லை. அப்புறம்தான் யோசித்துப் பார்த்ததில் அதில் நானாகவே இருந்திருக்கிறேன்.

அதைத் தவிர எழுத்தாளன் என்பவனுக்கு கனவு என்பது சுரங்கத்தினுள் நுழைவதைப் போல. கொஞ்சம் அதிர்ஷ்டமும் கூர்கவனமும் இருந்தால், அது வைரத்தைக் கூட மேலே கொண்டு வந்து விடும். எனக்குமே அது ஒருதடவை அப்படி ஒரு காட்சியைக் காட்டியும் தந்தது.

பழனி தோட்டத்தில் வெட்ட வெளியில் கயிற்றுக் கட்டிலில் படுத்திருந்த போது, நேரடியாக வந்திறங்கியது அந்தக் கனவுத் தொடர் நிகழ்வு. அதில் நான் இருக்கிறேன். ஆனால் நான் தெரியவில்லை. என்னையும் ஒரு பெண்ணையும் புலி துரத்துகிறது.

அந்த அச்சத்தை உள்ளுக்குள் உணர்கிறேன். இருவரும் தப்பி ஓடுகிறோம். அவள் என் உடலோடு ஒட்டுவதைக்கூட உணர்கிறேன். விடாமல் துரத்துகிறது புலி. இது ஒரு நீள் கனவு. கடைசியில் அந்தப் பெண்ணின் முகமே புலியாகி முடிந்தது. அதைக் கூர்ந்து பார்த்தேன். சட்டென எழுந்து அமர்ந்தேன். அதிகாலை மூன்று மணி.

அதிகாலைக் கனவு பலிக்கும் என்று சொன்ன பசுபதி அத்தை உடனடியாக நினைவிற்கு வந்தாள். நான் என் கனவை நுணுக்கி நுணுக்கிப் பின்தொடர்ந்து போனேன். புலியின் வாலைப் பிடித்தேன்.

அது இழுத்துக்கொண்டு போய் நிறுத்திய இடம் அத்தாரோ நாவல். என்னளவில் அது வைரம்தான்!

வெண்ணொளி

காடு என்று சொல்கிறீர்களே அது தோட்டம் இல்லையா என நிறையப் பேர் கேட்பார்கள். தோட்டத்தை மேற்கு மாவட்டத்துக்குப் பக்கத்தில் காடு என்றுதான் சொல்வார்கள். ஆனால் எங்களுடைய தோட்டம் உண்மையிலேயே காடு மாதிரிதான். எதிரே உள்ள காட்டுக்காரர் ஏழு மணிக்கு மேல் வரவே மாட்டார். பின்னே தெற்குப் புறம் உள்ள காட்டுக்காரரும் அப்படித்தான். கூடுதலாக அரை மணி நேரம் இருப்பார், பிறகு அவரும் கிளம்பிப் போய்விடுவார்.

ரேடியோவில் பாட்டு நின்றால், அவர் கிளம்பி விட்டார் என்று அர்த்தம். அந்தச் சத்தம் அணைந்த பிறகு நிசப்தம் ஆகிவிடும் இடம். பின்னர் அவை பூச்சிகளுக்கும் சிறுவிலங்குகளுக்கும் பறவைகளுக்குமான வெளியாக மாறிவிடும். அவசரத்திற்கு ஒரு ஆளை அழைக்க வேண்டுமெனில் ஒரு கிலோ மீட்டர் தூரம் நடக்க வேண்டும். முப்பதடி சுற்றளவில் சீட் போட்ட சாலை வீட்டில் இருக்கிற வெளிச்சம் மட்டும்தான்.

அந்த வெளிச்சமுமே பலநேரங்களில் இரவில் மின்சாரம் தடைபடும் போது இருக்காது. மேலே பருந்துப் பார்வையில் பார்த்தால், வீடுகளே இல்லாமல் ஒரு சிறு விளக்கொளியும்

அடர்ந்த காடும் மட்டுமே தெரியும். ஒருகாலத்தில் தனியாக ஒரு அறையில் இருக்கவே அச்சப்பட்டவன், தனிக்காட்டில் தன்னந்தனியாக நின்ற கதைதான் அத்தாரோ என்பதால் அதைப் பற்றி மேலும் சொல்லப்போவதில்லை.

ஒவ்வொரு அடியாக இந்த நிலப்பரப்பைப் புரிந்துகொள்ளத் தொடங்கினேன். செல்போனின் வெளிச்சத்தை நோக்கி வரும் பல நூறு பூச்சிகளைப் பார்த்திருக்கிறேன். அதனால் அந்த வெளிச்சம்கூட இல்லாமல் இருப்பேன் சிலநேரங்களில் எருமைத் தேள் ஒன்று டொக் டொக் எனக் கொடுக்கால் என் நாற்காலிக் காலில் மெல்லிய சத்தத்தை எழுப்பி இருக்கிறது. காலுக்குக் கொஞ்சம் தள்ளி ஸ்வ்வூப் எனக் காற்று கிளம்பி வருகிற சத்தம் கேட்டது.

விளக்கைக் காட்டியதும் வேகமாகச் சுருண்டது கண்ணாடி விரியன் ஒன்று. இன்னொரு நாள் அமர்ந்திருந்த இடத்திற்கு எதிராகவே நாகம் ஒன்று படம் காட்டி ஆடியது. மற்றொரு நாள் மாலை மயில் முட்டைகளைப் பார்த்தேன். தூரத்தில் மயிலொன்று தோகை விரித்தாடிய காட்சியையும் கண்டிருக்கிறேன்.

ஆரம்பத்தில் இரவில் செம்போத்து கத்துகிற போதும் மயில் அகவுகிற போதும் நரி ஊளையிடுவதைப் போலவே தோன்றும். விரைவில் இன்னொரு சத்தம்தான் நரியின் சத்தம் என்றுணர்ந்தேன். தெற்கே கரிசலுக்குக் காவலுக்கு இருக்கப் போகையில் தடத்தில் யானை மறித்து நின்றிருக்கிறது.

சோள விளைச்சலுக்குள் குதியாட்டம் போடும் காட்டுப் பன்றிகளையும் கண்டிருக்கிறேன். கண்கள் ஒளிர அது என்னைக் கூர்ந்து பார்த்திருக்கிறது. எப்போதுமே இரவில் ஒரு முயலாவது என் முகப்பு ஒளியை மறித்து நிற்கும். இப்படி விதம்விதமான அனுபவங்கள் வழியாக அந்நிலத்தோடு ஒன்றிணைந்தேன். கொம்போடு தேனடையை விசிறி மரத்தில் இருந்து எடுத்து நாக்கில் வைத்த அன்று நான் அதுவாகவே மாறிப்போயிருந்தேன்.

இரவில் விளக்கை எடுத்துக்கொண்டு என் அச்சவுணர்வை பரிசோதித்தபடி நடந்து போவேன். அப்போதுதான் இன்னொரு முக்கியமான விஷயத்தையும் கண்டடைந்தேன். மனம் சொல்வதைக் கேட்பது. அறிவு சொல்வதைக் கேட்பது. இருளிற்குள் நடக்கையில் ஒரு மனிதன் சட்டென நம்மைக் கடந்து போனதைப் போலத் தெரியும். மனம் துணுக்குற்று மெல்ல நடுங்கத் துவங்குகையில் அறிவு என்ன சொல்கிறது என்பதைப் பின்தொடர வேண்டும் என கண்டுணர்ந்தேன். பயம் களைந்து இருள் விலக்கி அந்த நேரங்களில் அறிவின் கைபிடித்து நுழைவேன். எல்லா விஷயங்களுக்குமே இதைப் பொருத்திக்கொள்ளலாம்.

அச்சவுணர்வு மெல்ல மெல்லத்தான் அடங்கியது. ஆனாலும் சட்டென மேலே வந்துவிடுகிற ஆதி அச்சத்தை இன்னமுமே வெல்ல முடியவில்லை. அதை அச்சம் என்று அறுதியாகச் சொல்லிவிட முடியாது. அது ஒரு கூர்நோக்கு நிலை. எல்லா உணர்வுகளையும் தன்னுள் அடக்கியது. சில நேரங்களில் சட்டென வந்து பின் அதை உணர்ந்த பின் அடங்கி இருக்கிறது. ஆனால் நீண்ட நெடிய அனுபவமாக நினைவில் அவை தங்கவே இல்லை. சிறு திடுக்கிடல், அவ்வளவுதான்.

ஆனால் அன்றைக்கு இரவில் அதை அடைந்தேன். மழை அப்போதுதான் வலுக்கத் தொடங்கி இருந்தது. காற்றும் கொஞ்சம் இலையசைக்கிற அளவில் கடந்துபோனது. திடீரென பேரீச்சை மரக் கிளையின் உச்சியில் வெள்ளையாய் கால்பந்தைப் போல் வெளிச்சம் தெரிந்தது. வெள்ளியை உருக்கின மாதிரி. சிலநேரங்களில் தீப்பற்றுகிற சமயங்களில் இந்நிறம் வாய்ப்பதுண்டு. காற்றிலாடும் கிளையில் அவ்வெண்ணிற ஒளியும் மேலும் கீழுமாக ஆடிக்கொண்டிருந்தது.

ஒருவேளை பேரீச்சை கிளையின் உச்சி, மின் கம்பத்தில் உராய்கிறதோ என நினைத்தேன். ஏனெனில் முன்பு இதைப் போல நடந்தது உண்டு. ஆனால் அப்போது நெருப்புப் பொறிகள் எழுந்தன. இப்போதோ அந்த நெருப்பு உருண்டை கிளையின் உச்சியில் ஒட்டிக்கொண்டு ஆடுகிறது. குடையை எடுத்துக்

கொண்டு சிறுவிளக்கு ஒளியின் உதவியோடு இருளிற்குள் இறங்கினேன். மழை அடித்துப் பெய்யத் தொடங்கியதால் அந்த ஒளி இன்னொரு பக்கத்தை ஊடுருவவே இயலவில்லை.

ஆனால் அந்தப் பந்தின் ஒளி மட்டும் எல்லாத் துளிகளையும் கடந்து என்னை வந்தடைந்தது. என்னை அதனை நோக்கி ஈர்த்தது. என்னைச் சுற்றி இருப்பவற்றை மறந்திருந்தேன். அது எது என்கிற கற்பனைகளை நிறுத்தி இருந்தேன். அந்தக் கூருணர்வு அந்தச் சமயத்தில் அவ்வெளிச்சப் பந்தின் மீதே இருந்தது. மழை போர்த்திய அந்நிலத்தினுள் தனியன் ஒருத்தன் ஒரு நெருப்புப் பந்தை நெருங்குகிற காட்சி. பின்னர் பலதடவை அதை யோசித்துப் பார்த்தேன். அந்தப் பந்து ஒரு செடியில் இருந்து இன்னொன்றிற்கு நகர்ந்த போது, பயம் எல்லாம் முற்றிலும் விலகி அறியும் ஆவலில் விரைந்தேன்.

பேரீச்சை மரத்தின் அடியில் நின்று அண்ணாந்து பார்த்தேன். என் முகத்தில் ஒளிவட்டமாய் வெண்மை பரவியது. அவை மின்மினிகள். எண்ணவே இயலாத அளவிற்கு மின்மினிகள் கூட்டம் கூடி உமிழ்ந்த வெண்ணொளி அது.

கடலின் அரசன்

நீண்ட நாட்களுக்குப் பிறகு இன்றைக்கு சந்தைக்குப் போனேன். யாரையும் உடன் அழைத்துச் செல்ல விரும்பவில்லை. தன்னந்தனியாக அதிகாலையில் போவதற்கு முடிவு செய்தேன். “எங்கப்பா போயிருந்த? உன் கடைப் பையன் அக்குருவம் தாங்க முடியலை. ஏதோ ரிசர்வ் பேங்கு மாதிரி மீதி எட்டு ரூவாயை எங்கண்ணு கேட்கிறான்” என்றார் வழக்கமான அக்கா. “ஏயேப்பா எத்தனை நாளாச்சு. பாரீன் போயிட்டு வந்திருக்க. தம்பிக்கு என்ன வாங்கியாந்துருக்க” என்றார் மூத்த அண்ணன் ஒருத்தர். “நான் உங்களுக்கு அண்ணனா? பார்த்தா பாரீன் போயிட்டு வந்த மாதிரியா இருக்குண்ணே. காஞ்சு எப்பிடி வாளைக் கருவாடாட்டம் வந்திருக்கேன்னு பாருங்க” என முகத்தைத் தேய்த்துக் காட்டினேன்.

“முதல்ல அந்த தாடிய எடு. கறுத்துப் போனா என்ன? இங்க கடல் காத்துல நாங்களும்தான் கருத்துருக்கோம். என்ன நீ கொஞ்சம் கூடுதலா கறுத்திட்ட. செடி கொடிகள்லாம் பாக்கணும்னு எங்களுக்கு எவ்வளவு ஆசையா இருக்கு. இந்தா நீ ரெம்பத்தான் அலுத்துக்கிற. போவீயா” என்றது பக்கத்தில் நின்ற அக்கா. இன்றைக்கு முழுவதுமே அவர்களிடம் செடிகளை, மரங்களைப் பற்றிச் சொல்லி மாளவில்லை. “அப்படியா

கொய்யா மரத்துலயே பழுத்திருமா” என்றார் படகோட்டி ஒருத்தர். அவர்கள் கடற்புரத்து மனிதர்கள். அவர்களுக்கு மலைப்புறத்துச் செய்திகளைக் கடத்தினேன். குத்துக்கால் போட்டு அமர்ந்து விழி விரிய கேட்டுக்கொண்டார்கள்.

வெள்ளைக் கிழங்கான் மீனை எடுத்தேன். இந்த மீன் இனத்தில் மூன்று வகைகள் இருக்கின்றன. முற்றிலும் வெள்ளை வெளேர் என இருப்பது பொதுவாக ராமேஸ்வரம் கடற்பகுதியில் கிடைப்பவை. வெள்ளையில் மஞ்சள் உள்ளொடுங்கி இருக்கும் நிறத்தில் இருப்பது, முழு மஞ்சள் நிறத்தில் இருப்பது என மூன்று வகை உண்டு. நான் பெரும்பாலும் இரண்டாவது வகையான பழவேற்காடு கிழங்கானைத்தான் எடுப்பேன். அத்தனை பொலிவாக இருக்கும்.

சென்னையில் கிழங்கான் மீன் குழம்பு என்பது ஒரு கொண்டாட்டம். சங்கராவைவிட கிழங்கானைத்தான் குழம்பிற்காக அதிகம் நேசிப்பார்கள். வெட்டிப் போட்டால் சின்னதாக இருக்கும் என்றாலும் சுவையில் அதை அடித்துக் கொள்ள வேறு எதுவும் பக்கத்திலேயே இல்லை. சில இடங்களில் மாங்காய் சேர்த்துக்கூட ரொம்ப புளிப்பாய் சமைப்பார்கள். பொதுவாகவே மறுநாள் வைத்துச் சாப்பிடுகிற மீன் வகையில் இதற்குச் சிறப்பிடமே உண்டு.

எல்லா மீன்களிலுமே மருத்துவக் குணங்கள் இருக்கின்றன என்பதால் இதற்கு இது என தனித்துச் சொல்லவில்லை. குறிப்பாக சின்ன மீன்களில் மெர்க்குரி அளவு குறைவாக இருக்கும் என்பதால் துணிந்து உண்ணலாம். தும்பிலி என்கிற கருகரு மீனைக் கிழங்கான் எனச் சொல்லும் போது மட்டும் தயங்காமல் மூக்கிலேயே குத்திவிடுங்கள்.

ஐம்பது கிராமில் தொடங்கி அதிகபட்சமாக நானூறு கிராம் வரை வளரக் கூடியது கிழங்கான். ஆனால் கிலோவிற்கு பதின்மூன்று மீன்களில் இருந்து பதினைந்து நிற்கிற மாதிரிதான் எப்போதும் எங்களது கடைக்கு எடுப்போம். அதேமாதிரி கடலோரத்தில் வெள்ளை நெத்திலி நல்ல சைஸில் கிடைத்தது. கிலோவிற்கு நாற்பது நெத்திலி நிற்கிற மாதிரி.

என்னைப் பொறுத்தவரை இந்த அளவில்தான் எப்போதும் சாப்பிடுவேன். நல்ல தகதகவெனக் கிடந்தது நெத்திலி. வெள்ளை நெத்திலி, கரு நெத்திலி என இரண்டு வகை உண்டு. இந்தப் பக்கமெல்லாம் வெள்ளை நெத்திலிதான் விருப்ப உணவு. ஆனால் நாஞ்சில் நாட்டுப் பகுதிகளில் கருநெத்திலிதான் தெய்வம். “அந்தால போ. எளவெடுத்தது” என வெள்ளையை சீண்டக்கூட மாட்டார்கள். இவை தவிர கோவா நெத்திலி என மேற்குக் கரையில் மட்டுமே கிடைக்கிற நெத்திலியும் உண்டு. பொடிப் பொடி நெத்திலிகளைத்தான் அதிகமும் கருவாட்டிற்குப் பயன்படுத்துவார்கள்.

வறுப்பதைவிட நெத்திலியைக் குழம்பாக வைத்துச் சாப்பிடுகையிலேயே அதன் சதையின் மகத்துவம் புரியும். காளா மீனும் கிடைத்தது. அதிலுமே இரண்டு வகைகள். இந்தியன் சாலமன், நார்வேஜியன் சாலமன் என்பார்கள். இரண்டாவது பிங்க் நிறத்தில் சதையை உடையது. முழுக்கவே இறக்குமதி செய்யப்படுகிற அது கிலோ ஆயிரத்து நானூறு ரூபாயில் இருந்து தொடங்குகிறது. அளவிற்கு ஏற்ற விலை.

தோல் முள் எடுத்து வெறும் சதை மட்டும் பதனிடப்பட்ட முறையில் கிடைக்கும். இந்திய காளா மீனைப் பொறுத்தவரை எல்லா கடற்கரையிலும் கிடைக்கக் கூடியது. மிகச் சத்துள்ள மீன் என மருத்துவர்களாலேயே பரிந்துரைக்கப்படுகிறது. இதிலுமே வெள்ளைக் காளா, மஞ்சள் காளா என இருவகை உண்டு. இதை மட்டுமே கேட்டு வருகிறவர்களும் கடைக்கு உண்டு. எனக்கு தனிப்பட்ட முறையில் மிகவும் பிடித்த மீன். ஒரு வகையில் சாகசக்கார மீனும்கூட.

அதிக தூரம் ஒரு இடத்தில் இருந்து பயணித்து இன்னொரு இடத்திற்கு வந்து முட்டையிட்டுக் குஞ்சு பொரிக்கக் கூடியது. சின்னதும் உண்டு, ஆறு கிலோ அளவிலும்கூட உண்டு. விலை எப்போதுமே குறையாமல் இருக்கிற மாதிரி தட்டுப்பாடான மீன். கடல் அசல் கொடுவாவும் கிடைத்தது. அதென்ன கடல் அசல் கொடுவா? ஆமாம், சீபாஸ் எனப்படும் இந்தக் கொடுவா மீனை ஆந்திரா பக்கம் வளர்க்கவும் செய்கிறார்கள். சுவையெல்லாம் ஒன்றுதான் என்றாலும் வளர்ப்புக்கே உரிய

மண்வாசனையைக் கொண்டிருக்கும் என்பதால் சிலருக்குப் பிடிக்காது.

வளர்ப்புக் கொடுவா மீனை விட, அசல் கடல் கொடுவா மீன் கிலோவிற்கு நூறு ரூபாய் அதிகம்தான். தட்டுப்பாடும் அதிகம் என்றாலும், நான் இதைத்தான் எடுப்பேன். ஸ்டார் ஹோட்டல்களில் சீபாஸ் எனச் சொல்லப்படுவது இதுதான். பெரிய மீன்களில் தோல் முள் நீக்கி பில்லெட் எனப்படும் சதையை மட்டும் சாப்பிட்டால் தேவாமிர்தமாக இருக்கும். வறுவலுக்கும் குழம்பிற்கும் ஒருசேர ஏற்ற மீன் இது. இப்போது ஆந்திராவில் ஏக கிராக்கியாக இருப்பதால் வளர்ப்பு அசல் கொடுவா கிடைப்பதே இல்லை. இன்று எனக்கே நான்கு மீன்கள் சேர்த்து நான்கரை கிலோ மட்டுமே கிடைத்தது. அதுவும் பதினைந்து நாட்களுக்குப் பிறகு.

கிலோவிற்கு முப்பது இருக்கிற டைகர் இறால் எடுத்தேன். கிலோவிற்குப் பத்து எனக் கிடப்பதைப் பார்த்த போது கை பரபரத்தது. கறுப்பு வவ்வால் எதிர்பார்த்தபடி எழுநூறு கிராமில் இருந்து ஒரு கிலோ சைஸில் கிடைத்தது. எருமை மாடு மாதிரி மூன்று கிலோ சைஸில் எல்லாம் கிடைக்கும். சுவரில் பந்தைப் போல அந்த மீனை எறியலாம். விற்கிறவர்களே, “சுவத்தில எறிங்க. கல்லு மாதிரி கெடக்குது” எனத்தான் சொல்வார்கள். ஆனால் சுவையின் தரத்தில் அது வஞ்சிரத்துக்கெல்லாம் பலபடி மேலே.

லாப்ஸ்டர் பதினைந்து கிலோ அளவிற்கு பார்ட்டி ஆர்டருக்கு தேவைப்படுகிறது. அது அத்தனையும் முக்கால் கிலோ அளவில். ஒரு பெருவிருந்திற்கான தேவை போல. எல்லாமே ஒரே அளவில் வேண்டும் எனக் கேட்டு இருக்கிறார்கள். மீன் தொழிலில் இது கொஞ்சம் நச்சுப் பிடித்த வேலை. ஒரே மாதிரி என்றால் டைலரிடம் கொடுத்துதான் தைக்கச் சொல்ல வேண்டும். ஆனாலும் அவர்களுக்கும் காரணம் இருக்கிறது. லாப்ஸ்டர் என்பதை சிங்கி இறால் என்பார்கள். என்னைப் பொறுத்தவரை கடலின் அரசன் அவன்தான். முழுக்கவே ஏற்றுமதியாகிற இறால் வகை.

இருநூற்று ஐம்பது கிராமில் தொடங்கி மூன்று கிலோ அளவில் எல்லாம் வளரும். சைஸை பொறுத்து விலை இங்கே. கிலோவிற்கு நான்கு நிற்பதே தொள்ளாயிரம் ரூபாய்க்குப் பக்கத்தில். ஒரு கிலோவிற்கும் மேல் என இருப்பதெல்லாம் கூடுதல் மதிப்பு. தங்கத்துக்கு எடை சொல்வதைப் போல இரண்டு கிலோ ஐம்பது கிராம் சைஸில் இருக்கிறது என்பார்கள். லாப்ஸ்டர் உயிருடன் இருந்தால் அப்படியே இரட்டை மடங்கு விலை.

அதனாலேயே பிடித்து வந்து தொட்டியில் போட்டுப் பாதுகாப்பாக வைத்திருப்பார்கள். சென்னையில் பண்டிகைக் காலங்கள் நெருங்குவதால், ஸ்டார் ஹோட்டல்களில் இருப்பாய் வாங்கிக் குவிக்கிறார்கள் என்பதால் கடலோரத்தில் கடுமையான தட்டுப்பாடு. இந்தோனேசியாவில் ஒருதடவை ஒருகிலோ சைஸில் இருப்பதைச் சாப்பிட்டுப் பார்த்திருக்கிறேன். ஒருமாதிரியான வெளிநாட்டு முறையிலான உணவுத் தயாரிப்பில் இதை அடித்துக் கொள்ள வேறு எதுவுமே இல்லை. அதனால்தான் கடல்கடந்து வெவ்வேறு தேசங்களுக்குப் பறக்கிறது அது.

ஆழ்கடலில் வசிக்கிற சிங்கி இறாலுக்கு அதனால்தான் முத்தைப் போல மதிப்பும் இருக்கிறது. நாளை காலை அப்படியான கடல் முத்தைத் தேடித்தான் கடலோரத்தில் கால் வைக்கப் போகிறேன். தேச எல்லைகளைக் கடந்து கொடி நாட்டியிருக்கிற கடலரசன் அவன்!

தங்கல்

தங்கல் வேலை செய்ய வந்தவர்களில், அந்த இரண்டு பேரை மட்டும் உன்னிப்பாகக் கவனித்தேன். குள்ளமாய் இரும்பு மாதிரி நின்ற அய்யாகண்ணுவுக்கு அறுபது வயதாகிறது. இன்னொரு பெரியவருக்கு எழுபதுக்கும் மேல் கொஞ்சம் அதிகமாகவே இருக்கும். "ரெண்டு நாளா சோறு தண்ணி இல்லாம கெடந்தார். சனியன் வீட்டுக்கும் போய் தொலைய மாட்டார். என் காலைச் சுத்துன பூசணிக் கொடியாட்டம். கூடமாட ஒத்தாசைக்கு இருக்கட்டும்னு கூப்ட்டு வந்திட்டேன். முடிஞ்ச மட்டுக்கும் செய்யட்டும். சார் ஒண்ணும் சொல்லமாட்டீங்கங்கற ஒரு நம்பிக்கைதான்" என்றார் அய்யாகண்ணு அந்தப் பெரியவரைச் சுட்டிக் காட்டி.

அந்தப் பெரியவரை நிமிர்ந்து பார்த்தேன். காட்டு முயலைப் போல இரண்டே பற்கள் மட்டும் துருத்திக்கொண்டு தெரிந்தன. வயிற்றுப் பக்கத்தில் கறுப்பான வெள்ளைச் சட்டையைச் சுருட்டி மடக்கிவிட்டிருந்தார். மூன்று பட்டன்கள் இல்லை அச்சட்டையில். கட்டையாய் குள்ளமாய் ஒரு கரிய உருவம். வயிறு வற்றத் தொடங்கி இருந்தது.

அந்தக் காலத்தில் பெரிய வேலைக்காரராக இருந்திருப்பார் போல. கை கால்களில் விடைபெற்றுப் போய்விடாத முறுக்கு தெரிந்தது. நோட்டம் விடுவதைப் பார்த்த அவர், "ஆளைப் பாத்து எடைபோட்டிராதீங்க. அன்பே வா வந்தப்ப நான் நல்ல எளந்தாரி. அதே மாதிரி இப்ப உள்ள எளந்தாரிக்கு சமமா ஊக்கமா வேலை செய்வேன். எம்பாம் பெரிய மரத்தையும் ஒத்தையா வெட்டிருவேன். இதா இந்த அரிவாள்தான் காலம் முழுக்க எனக்குத் தொணையா இருந்துச்சி" என அதை எடுத்து வெளியே நீட்டிக் காட்டியபோது, நான் சிரித்து விட்டேன்.

சும்மா சொல்லக் கூடாது. அவருடைய அரிவாள் எளந்தாரிகளை விட வேகமாக மட்டையில் இறங்கியது. அடிக்கடி அவரை ஓய்வெடுக்கச் சொல்வேன். அவருக்கு அதில் அதிக குற்றவுணர்வு. "சும்மா உக்காந்து கூலி வாங்கக் கூடாது. அது தப்பு சார். ஒரு பொழுதுக்கும் அதை நான் செஞ்சதில்லை. அதனாலதான் பொழப்பு சிக்கல் இல்லாம ஓடுது" என்றார்.

இதையெல்லாம் கேட்டபடி அய்யாகண்ணு தலை நிமிர்ந்து பார்க்காமல் வெட்டிக் கொண்டிருப்பார். சொற்களை அவர் வீணடிக்கவே மாட்டார். ஊரில் இருந்தால் காலை ஆறு மணிக்கே ஒரு குவார்ட்டர் குடித்து விடுவார். வேலைக்குப் போய் சம்பளம் வாங்கியவுடன் நேரே போய் நிற்கும் இடமும் அதுதான். அதற்காக மட்டுமே அவர் வேலை செய்கிறார் எனத் தோன்றியது.

இரண்டு பையன்களும் தலையெடுத்து விட்டார்கள். அவர்கள் இருவருக்குமே குடிப்பழக்கம் இல்லை என்பதில் அவருக்கு மட்டற்ற மகிழ்ச்சி. போதையின் உச்சத்தில், "எம் பொண்டாட்டிய நல்ல மேரிக்குப் பாத்துக்கிடறாங்க. அவங்களுமே குடி சச்சரவு இல்லாம நல்லா இருக்காங்க. மன வருத்தம்லாம் எதுவும் இல்லை. ஆனா இனி நாம போயி அங்க நின்னு ஓழப்பக் கூடாதுன்னு ஒதுங்கிக்கிட்டேன். அவங்களும் தேடறதில்லை" என்றார்.

பெரியவர் அப்படிக் குடிப்பதில்லை. கிடைத்தால் மட்டும் காலையில் ஒரு கட்டிங் என்றைக்காவது அடிப்பாராம். ஆனால்

மாலையில் ஒரு குவார்ட்டர் அடிக்காமல் உறங்கவே முடியாது. "சாகற அன்னைக்குத்தான் அது தொண்டையில எறங்காது" என்பார். ஆனால் குவார்ட்டருக்கு மேலே ஒரு சொட்டு குடித்தாலும் தரையில் விழுந்து புரள்வார். சோற்றைக் காகத்தைப் போல இறைத்து விடுவார். கறியைச் சப்பி பூனைக்கு தூக்கித் தூக்கிப் போடுவார். நிறைய கறி அவர் தட்டில் கிடந்தால் மகிழ்ச்சியில் பூரித்து தலையாட்டிச் சிரிப்பார். பார்வையை விலக்காமல் தட்டையே கூர்ந்து பார்த்துக் கொண்டிருப்பார். கால்மணி நேரம் கூட அப்படி இருந்து பார்த்து இருக்கிறேன்.

ஆனால் போதையில் ஒரு சொல்கூட தவறாகப் பெரியவர் வாயில் இருந்து வந்து விழாது. ராஜாவின் பார்வை ராணியின் பக்கம் பாடல் அவருக்கு ரெம்பவே பிடிக்கும். "சின்ன வயசில இருவது காதல் பண்ணிருக்கேன். விரும்பி வருவாக. அவ்வளவு பக்குவமா பாத்துக்குவேன்" என்றார் ஒரு பாடலைக் கேட்டபடி. ஏழு என விரல்களை அமைதியாக நீட்டிக் காட்டினார் அய்யாக்கண்ணு. மெல்லிய சிரிப்பொன்றை உதிர்த்தார் அப்போது.

இங்கிருந்த ஒன்பது நாட்களில் பெரியவர் அவருடைய குடும்பத்தைப் பற்றிப் பேசவே இல்லை. அப்படி ஒன்று இருப்பதாகவே அவர் நினைவில் இல்லை போல. அரிவாளைத் தவிர வேறு எதையுமே சுமக்க விரும்பாதவரைப் போல இருந்தார். ஆனால் இரவு நேரங்களில் வானத்தைப் பார்த்து தூரத்தில் இருளிற்குள் படுத்து யாரிடமோ பேசிக் கொண்டிருந்தார். "அவரோட குடும்பத்துக்கிட்ட பேசறார்" என்றார் அய்யாகண்ணு.

இருவருமே சாப்பாடு விஷயத்தில் எந்த அக்கறையையும் காட்டவில்லை. சாப்பிட என்ன வேண்டும் என்று கேட்டால், அவர்களிடம் சொல்வதற்குப் பதிலே இல்லை. உண்மையில் அந்தக் கேள்வியைக் கண்டு திகைத்துப் போய் விடுகிறார்கள். பக்கோடா வாங்கிக் கொண்டு வந்து வைத்த போது அதைத் தொடவே இல்லை. "எங்களை மாதிரி ஆட்க கடிச்சுக்க வச்சு தின்னு பழகக் கூடாது. இல்லாட்டி நாக்கு நெதம் அந்த சொகத்தை கேட்கும்" என்றார் அய்யாக்கண்ணு.

ஆமாமாம் எனத் தலையாட்டினார் பெரியவர். காலையில் இருவரும் சொல்லி வைத்த மாதிரி சேர்ந்து எழுவார்கள். வேப்பங்குச்சியை எடுத்துப் பல் துலக்குவார்கள். வெளியே ஒதுங்கி விட்டு அரிவாளைக் கட்டையில் போட்டுத் தேய்க்கத் துவங்குவார்கள்.

வந்ததில் இருந்து ஒரே சட்டை வேட்டிதான். மஞ்சள் பை ஒன்று. அதற்குள் அரிவாள். போர்த்திக் கொள்ள ஒரு பழைய சால்வை. அய்யாக்கண்ணு வந்த போது காலில் செருப்பே இல்லை. பெரியவர் செருப்பு தேய்ந்து ஓட்டை விழுந்திருந்தது.

முதலில் வந்த இரண்டு நாள்கள் இருவரும் குளிக்கவே இல்லை. கவனித்துக் கேட்ட போதுதான் இது தெரியவே வந்தது. “போற எடத்தில துவைச்சுக் குளிக்க வாய்ப்பு இல்லாட்டி நாள் கணக்கா ஆனாலும் குளிக்கறதே இல்லை. மனையில வச்சா அழகு பாத்துக்கப் போறாங்க. கெடச்ச எடம் சொர்க்கம். குளிச்சு என்னாகப் போகுது” என்றார் அய்யாகண்ணு.

“தரையிலகூட படுக்க வேண்டி வரும். அங்க சட்டை வேட்டி பழசா புதுசாங்கற பேச்சே கிடையாது. மண்ணுல விழுந்துட்டா நாமளும் சக்கைதான்" என்றார் பெரியவர். என்னிடம் இருந்த ஜெர்கின் ஒன்றை எடுத்துக் கொடுத்தேன். "குளிருக்கு எதமா இருக்கும். மழைக்காலம் துவங்கறப்ப கடவுள் சொல்லி வச்ச மாதிரி அனுப்பி வச்சிருக்கார் பாருங்க. எவனும் அடிச்சுப் புடுங்கிட்டு போகாம இருக்கணும்" என்றார்.

இருவருக்குமே இன்னமும் கடவுள் நம்பிக்கை மிச்சம் இருக்கிறது. எனக்கு அது ஆச்சரியமாகவும் இருந்தது. இத்துக் காய்ந்த கொப்புகளுக்கு வேர் எதற்கு? "இதுக்கும் கீழா கொண்டு போகாம இருக்கானே. அதுக்கே கும்பிடணும்" என்றார் அய்யாகண்ணு. சில நேரங்களில் வாய்விட்டுச் சிரிப்பார்கள். அவர்களது பழைய கதைகளைப் பேசுவதில் அவ்வளவு இஷ்டம். அதில்தான் இன்பம் காணுகிறார்கள் இரவு வேளைகளில்.

மற்றபடி வேறெந்தப் பொழுதுபோக்குமே அவர்களது வாழ்வில் இல்லை. தங்களுக்கு வெளியே என்ன நடக்கிறது என்பதையே

அவர்கள் அறிவதில்லை. அறிய ஆர்வமும் காட்டுவதில்லை. கறிக்குழம்போடு சோறு கிடைத்தால் அன்றைக்குதான் தீபாவளி.

வேறு புகார்கள் எதையுமே அவர்கள் மனம் விட்டுப் பேசுகிற நீண்ட சமயங்களில்கூட சொன்னதில்லை. "நாம கயிற விட்டுட்டோம். வேற யாரை குத்தம் சொல்ல. குத்தம் சொல்ல ஆரம்பிச்சோம்னா அது அந்த மலை ஒசரத்துக்கு நிக்கத்தாம் செய்யும்" என்றார் பெரியவர்.

இன்றைக்கு அவர்கள் கிளம்புகிற நாள். இருவருமே தனித்தனியாக என்னுடைய தொலைபேசி எண்ணை மறக்காமல் எழுதி வாங்கினார்கள். "தீபாவளிக்கு எங்குட்டு கூடியாச்சும் ஒரு கோழியைப் பிடிச்சிட்டு பஸ் ஏறி இங்க வர்றேன்" என்றார் பெரியவர். அய்யாகண்ணு வழக்கத்தைக் காட்டிலும் அமைதியாக நின்றார்.

இருந்து போகலாம் என்றதற்கு, “நாலைஞ்சு நாள் வேற எங்குட்டாச்சும் தங்கிட்டு மறுபடி வர்றேன். உங்களைத் தனியா விட்டுட்டு போறேன்னு கோவிச்சுக்காதீங்க. நிச்சயமா திரும்பி வருவேன்” என்றார் அய்யாகண்ணு. ஒரு நதி மாதிரி சலனமே இல்லாமல் இன்னொரு இடத்திற்குப் பாய்கிற தோரணையில் கையில் மஞ்சள் பையைச் சுருட்டி வைத்து நின்றார்கள். நேற்று என்பதே இல்லை அவர்கள் இருவரது கண்களிலும்.

தடுத்து அவர்களை மறிப்பதுதான் பாதகச் செயல் எனத் தோன்றியது எனக்கு. இதைப் பற்றி எல்லாம் இரவுகளில் நிறையத் தடவை பொத்தாம் பொதுவாகப் பேசி இருக்கிறோம் என்றாலும், குறிப்பாய் ஊசி முனையில் நிறுத்தி எனக்குக் கேட்கத் தோன்றியது. போவதற்கு முன்பு அந்தப் பெரியவரிடம், "சும்மா சொல்லுங்க. இந்த வாழ்க்கையைப் பத்தி என்ன நினைக்கிறீங்க. தெரிஞ்சுக்க ஆசைப்படறேன்" என்றேன்.

என்னை நிமிர்ந்து பார்த்துவிட்டு, கொஞ்ச நேரம் யோசனை செய்தபின் அந்தப் பெரியவர் சொன்னார்.

"கால் புண்ணுல ஈ மொய்க்குது. அதான் தாங்க முடியாத தொயரமா இருக்கு"

குணம்

எந்நேரமும் கொந்தளிப்பாக இருக்கும் நண்பன் ஒருத்தன் புதிய தொழில் ஒன்றை ஆரம்பித்தான். அவனுடைய சிறு வியாபாரத் தலத்திற்குச் சென்று பார்த்தேன். காட்டுக் கத்தலாக நடந்தது வியாபாரம். ஊழியர்கள் ஒருத்தரை ஒருத்தர் சத்தம் வரக் கடித்துக்கொண்டனர். அந்தப் பிராந்தியமே போர்க்களத்திற்குள் நுழைந்த மாதிரி இருந்தது. வந்து நிற்கிற வாடிக்கையாளர்களை மீறிச் சத்தம் சூழ்ந்த மண்டலமாக இருந்தது.

என்னால் உடனடியாகப் புரிந்துகொள்ள முடிந்தது. நண்பனிடம், "உன்னிடம் கடல் போல் காட்சியளிக்கக் கூடிய நகைக் கடையைக் கொடுத்தால்கூட இப்படித்தான் கொந்தளிக்கிற சத்தத்தோடு நடத்துவாய். ஏனெனில் அது உன் குணம்" என்று சொல்லிவிட்டு வந்தேன். அவனுக்கு ஒருகாலத்தில் இது புரியலாம்.

என்னோடு உடன் வந்த நண்பர், "என்னங்க இது? மீன் சந்தை மாதிரி சத்தம் போட்டுக்கிட்டு இருக்காங்க" என்றார். அவருக்கு நான் முறையான பதிலைக் கொடுக்க விரும்பினேன். அவருக்கு ஒரு கதையைச் சொல்லத் தொடங்கினேன். பொதுப்புத்தியும் அவரைப் போலவே இதில் தெளிவடையக்கூடும்.

சென்னை சிந்தாதிரிப்பேட்டையில், நான் நிதமும் இறால் எடுக்கப் போகும் செட் அது. ஏற்றுமதியும் மொத்த வியாபாரமும் செய்கிறார்கள். அதிகாலையில் போனால், சில்லறையிலும் தருவார்கள். எல்லோருக்கும் ஒரே விலைதான். “ரெண்டு கிலோ வாங்க வந்தாலும் ரெண்டாயிரம் கிலோ வாங்க வந்தாலும் ஒரே விலைதான். பேரமெல்லாம் கிடையாது. இது கம்பெனி” என்பார் கல்லாவில் இருக்கும் பையன்.

சந்தைக்குள் என்னோடு மீன் எடுக்க வரும் பெண்களும் அங்கே வருவார்கள். இந்த யூடியூப் அக்கா கடைகள் எல்லாம் பெட்டி பெட்டியாக அங்கேதான் இறால் எடுப்பார்கள். நுணுக்கமாகக் கவனித்துப் பார்த்திருக்கிறேன். இந்த அக்காக்கள் எல்லாம் அங்கே அமைதியாக நிற்பார்கள். சந்தையில் சற்றுமுன் சதிராட்டம் ஆடியவர்கள் அங்கே எப்படிச் சத்தம் வராமல் நிற்கிறார்கள்?

அந்த வியாபாரத்தலம் முழுக்கவே அமைதியாய் டன் கணக்கில் இறால்களை விற்றுக்கொண்டிருக்கிறது. அந்தக் கடைப் பையன்களுமே காதிற்குப் பக்கத்தில் வந்து நின்றுதான் எத்தனை கிலோ என்றே கேட்பார்கள். அமைதியாய் எடை போட்டு, பையில் ஐஸ் போட்டு வாசல் வரை வந்து தூக்கிக் கொடுத்து விட்டுப் போவார்கள். டிப்ஸ் வாங்க மாட்டார்கள். இருபது பேர்க்குப் பக்கமாக அங்கே வேலை செய்கிறார்கள்.

அப்புறம் அந்த நிறுவனத்தின் உரிமையாளரைச் சில தடவை பார்த்தேன். அமைதியாக கல்லாவில் அமர்ந்து அத்தனையையும் உற்றுப் பார்த்துக் கொண்டிருப்பார். இரண்டொரு வார்த்தைகள். சில தலையசைப்புகள். ஆனால் சொல்கிற வார்த்தை நறுக்குத் தெறித்த மாதிரி உண்மையாய் இருக்கும்.

இதைச் சொல்லி விட்டு நண்பரிடம், "மீன் சந்தை மாதிரின்னு நீங்க சொன்னீங்கள்ள. அங்கயும் ஒருத்தர் இப்படி ஒண்ணை நடத்துறார்ல. ஒண்ணு புரிஞ்சுக்கோங்க. மனுசங்களுக்கு குணம் இருக்கிற மாதிரி நிறுவனங்களுக்கும் குணம் இருக்கு. ஆனா அது அதனோட உரிமைப்பட்டவனோட குணம்" என்றேன்.

அதே சந்தையில் தினமும் பார்க்கிறேன். வாடிக்கையாளர்களோடு சரிக்குச் சமமாய் ஏசிப் பேசுகிற குணம் கொண்ட நிறுவனங்களும் உண்டு. சத்தமே இல்லாமல் விரலைக் காட்டி வியாபாரம் பேசுகிறவர்களும் உண்டு. வாடிக்கையாளர்களுக்குத் தகுந்த மாதிரி நடந்து கொள்கிறவர்களும் உண்டு. வாடிக்கையாளர்களுக்குத் தங்களது குணத்தை அளிப்பவர்களும் உண்டு. இப்படியானவர்கள் எல்லா துறைகளிலும் இருக்கிறார்கள்.

ஆனால் அதற்கு என்னவோ மீன் சந்தை மாதிரிச் சத்தம் எனப் பெயர் வந்துவிட்டது. இந்தப் பொதுப் புத்தியில் கலந்தவர்தான் என் நண்பரும். இதைத்தான் நான் புதிய தொழில் முனைவோர்களுக்குச் சொல்ல விரும்புவது. இதை நீட்டி முழக்கி அறிவுரை தொனியில் சொல்லி விடவும் முடியும். ஆனால் அதுவே எனக்கு குணக்கேடாகத் தோன்றுகிறது.

இந்த மாதிரியான குணக்கேடான வியாபாரங்களை எல்லா ஊர்களிலுமே பார்க்க முடியும். இந்த அளவுகோலை வைத்து நீங்களே உங்களைச் சுற்றி இருக்கிற வியாபாரத்தலங்களை அளவிட்டுப் பார்த்துக் கொள்ள முடியும். எனக்குமே இங்கே அப்படியான அனுபவம் ஒன்று சமீபத்தில் கிடைத்தது.

பக்கத்து ஊரில் சாலையை ஒட்டின மாதிரி புதிய ஹோட்டல் ஒன்றை ஆரம்பித்தார்கள். அந்த ஊரில் இருப்பதிலேயே பெரியது. அவர்கள் சக்திக்கு உட்பட்டு நிறையச் செலவு செய்து ஆரம்பித்தார்கள். உணவும் சொல்லிக் கொள்கிற மாதிரிக் கொஞ்சம் தரமானதுதான்.

அந்தச் சாலையில் பயணிக்கிற வெளியூர் ஆட்கள் வர ஆரம்பித்ததும் அவர்கள் வழக்கமான வாடிக்கையாளர்களிடம் மோசமாக நடந்துகொள்ள ஆரம்பித்தார்கள். பயணக்கூட்டத்து வாடிக்கையாளர்களைவிட நிரந்தர வாடிக்கையாளர்கள் உணவுத் தொழிலுக்கு மிக அவசியம். ஆனால் அந்த அடிப்படை தெரியாமல், இட்லி இருக்கிறது என்று சொல்லி விட்டு, லைனில் கேட்டவுடன் இல்லையென்று மறுத்தார்கள். இட்லியைக் குழந்தைகென்று வாங்க வந்து, முகம் சுளித்துத் திரும்பியவரைப் பார்த்தேன்.

வருகிறவர்களுக்கு பார்சலை அவ்வளவு மோசமாக வேகமாகக் கடனே என்று கட்டிக் கொடுத்தார்கள். முகத்துக்கு நேரே சுருக்கெனப் பணியாளர்கள், பார்சல் வாங்க வந்தவர்களைப் பேசினார்கள். அதனைக் கண்டும் காணாமல் கல்லாவில் அமர்ந்து இருந்தார் முதலாளி. சத்தம் தாளிப்புச் சத்தத்தை மீறிக் கேட்டது.

இன்றைக்கு வழக்கமான கடையில் பொங்கல் வாங்கப் போனேன். ஆனால் அங்கே அது இல்லை என்பதால், இன்னொரு கடையில் இருந்து மஞ்சள் சுண்டலையும் வடையையும் வாங்கிக் கொண்டு வந்த என்னிடம் பொங்கிமுத்து, “ஏன் தெம்புறம் வாங்கி இருக்கலாம்ல” என்றார். “பட்டினிகூடக் கிடப்பேன். அங்க போக மாட்டேன்” என்றதற்குப் பதிலாக அவர் அதைச் சொன்னார்.

“ஆமாங்க அந்தப் பய எங்க சொந்தக்காரப் பயதான். ஒருத்தர்ட்ட மூஞ்சி குடுத்து ஒழுங்கா பேச மாட்டான். சுருக்கு சுருக்குன்னு கோணூசியாட்டம் குத்திப் பேசிடுவான்” என்று சொல்லி விட்டுக் கொய்யா செடிகளுக்குள் நடந்து போனார். என்ன நினைத்தாரோ திரும்பி நின்று அந்த வார்த்தையை என்னை நோக்கி வீசினார்.

“நல்ல கொணமான செடிதாங்க நல்லா மொளைக்கும்.”

மழை மரம்

மஞ்சள் ஒளியை ஊடுருவி இளமழைச் சாரல் விழுந்து கொண்டிருக்கையில், இலைகள் சுருண்டிருந்த மரம் ஒன்றினடியில் சோர்வாக அமர்ந்திருந்தேன். மற்றவையெல்லாம் மழைநேரத்தில் இலை மலர்ந்து நிற்கையில், தன் முகம் தாழ்த்தி நிற்கிற இம்மரத்தை 'பன்னி' மரமெனக் கிண்டலாகச் சொல்வார்கள். "வெவரம் தெரியாதவனுக. என்னைக்குத்தான் நல்லத இவனுக கொண்டாடி இருக்காங்க. இது மழை மரம். கீழ புல் பூண்டுகூட மொளைக்க விடாம இருக்கற பெறப்பு நோக்கமில்லாத மரமா இது? இலையெல்லாம் ஒடுங்கி மழைத்தண்ணி நிலத்தில விழ வைக்கிற மரம் இது. பூமியை குளிர்விக்கிற நோக்கமுண்டு அதுக்கு. நல்லது செய்ற ஒண்ணை தூங்கு மூஞ்சி மரம்னு சொல்லிட்டாங்க" என்றார் மார்க்கர்.

அமர்ந்த நிலையிலேயே என்னுடைய வெண்ணிற விளையாட்டு உடையைத் தொட்டுப் பார்த்தேன். மண் ஒட்டி சொதசொதவென இருந்தது ஈரம். ஏனோ உடனடியாக அதை உதறத் தோன்றவில்லை. காலம் முழுக்க ஒட்டி வரப் போகிற செம்மண் அதுவென அப்போது அறியவும் இல்லை. கன்னச் சதைகள் தளர்ந்து தொங்கிய மார்க்கர், அந்த பரந்து விரிந்த முதிய மரத்தைப் போலவே எனக்குத் தெரிந்தார். என்னை

உழற்றிக்கொண்டிருந்த அழுத்தம் ஒன்றினுள் இருந்து மீட்டுக் கொடுக்கப் பிரயத்தனப்பட்டுக் கொண்டிருந்தார். பழக்கப்பட்ட உறுதுணைகளிடம் முதிய யானையொன்று செய்வதைப் போல, என்னருகே அமர்ந்து தலையை ஆட்டியபடி வெற்றிலையை அதக்கிக்கொண்டிருந்தார்.

சுண்ணாம்பு பவுடர் அடங்கிய ஈய வாளியைத் தூக்கிக் கொண்டு, மைதானத்தைக் குறுக்கும் நெடுக்குமாய் அளந்து கோடு போட்டுப் பிரிக்கிறவர் என்பதாலேயே அவருக்கு மார்க்கர் எனப் பெயர். எப்போது பந்து எழும்பும்? துள்ளும்? அவருக்கு எவரைக் காட்டிலும் மைதானத்தை நன்றாகத் தெரியும். தூர தேசத்து மைதானங்களின் மடிகளை எல்லாம் பார்த்தவர். அதில் பெருங்கனவுகளுடன் துள்ளி மடிந்த எத்தனையோ முகங்களையும் கண்டவர்.

அன்றைக்கு அந்த மைதானத்தில் நடந்த போட்டி ஒன்றில் அவ்வணி அணிந்திருந்த மஞ்சள் நிற ஜெர்ஸியை அணிவது குறித்து நான் விசனப்பட்டுக் கொண்டிருந்ததையும் அவர் அறிந்தே இருந்தார். கடமானைப் போல மைதானத்தில் துள்ளியாடும், பெங்களூர் ராணுவ அணியில் விளையாடிய தாம்சனைப் போல ஆகவேண்டும் எனக்கு. "உனக்கு விளையாட்டுன்னா என்னன்னு சொல்லிக் குடுத்திட்டோம். ஆனா பெரிய மைதானத்தில விளையாட நீ இன்னமும் கத்துக்கலை. ஆசை இருந்தா பத்தாது. நோக்கமும் குறியும் ஒண்ணா சேரணும். மைதானத்தில பந்து ஓட்டி உருள்ற மாதிரி. இது உன்னோட மைதானம் இல்லை. உடனே கிளம்பி அங்க போயிடு. அங்க இருக்கற கோச் உன்னை இன்னொரு இடத்துக்கு கைமாத்தி விட்டிருவாரு. அவர் ஒரு சித்திரக் குள்ளன்" என மார்க்கர்தான் முதன்முதலாக எனக்குச் சொன்னார். அவ்வுருவம் எனக்குள் ஒரு கருங்கற் சிலையைப் போல பேருரு கொண்டெழுந்தது. அனிச்சையாகக் கண்களை மூடிக்கொண்டேன்.

அப்போது படித்துக் கொண்டிருந்த பதினொராம் வகுப்பைப் பாதியில் நிறுத்திவிட்டு, திருநெல்வேலி விளையாட்டு விடுதியில்

சேர்வதெனத் தீர்மானித்தேன். ஏனெனில் பதினொராம் வகுப்பில்தான் அங்கே சேர முடியும் என்பதனால், மீண்டுமொரு முறை அவ்வகுப்பைப் படிக்கத் தயாரானேன். "காணாததைக் கண்ட மாதிரிக்கு கிறுக்குப் பிடிச்சு அலையுது இது" எனச் சொன்ன பசுபதி அத்தைதான் சுருக்கில் முடிந்து வைத்திருந்த கசங்கிய ரூபாயை எடுத்து அளித்துத் திருநூறு பூசி அனுப்பி வைத்தாள். கருவேலம் புதர்கள் அடங்கிய அவ்வூரைவிட்டு, பெட்டி படுக்கையுடன் சைக்கிளை மிதித்துக்கொண்டு, அதுவரை அறிந்தேயிராத, பச்சை வயல்கள் போர்த்தியிருந்த ஒரு ஆற்று வழித்தடத்தைத் தாண்டி, அந்தச் சித்திரக் குள்ளனின் மடியில் போய்ச் சேர்ந்தேன்.

"ஏற்கனவே விளையாடுகிறவந்தானே? எதற்காக இங்கே வந்தாய்?" என்றார். "இதுவரை செய்தவைகளின் செய்யப் போகிறவைகளின் அடிப்படைகளை புரிந்துகொள்ள என மார்க்கர் சொல்லச் சொன்னார்" என்ற போது, மூக்கு சிவந்து சிரித்துக் கொண்டார், மலைகள் சூழ்ந்த உபதலையில் பிறந்து வளர்ந்த அவர்.

அதுவரை நான் கற்றுக்கொண்டிருந்த வித்தைகள் எல்லாமும் பல்லிளித்தன. நன்றாக அடிவாங்கி நூல்பிரிந்த ஒரு தோல் பந்தைப் போல. முதலில் அத்துறைக்கான பணிவைக் கற்றுக் கொடுத்த அவர், இறுதியில் மைதானத்தில் உருளும் பந்தாய் மாற்றினார் என்னை. எதிரேயோடும் தடத்தில் குறுக்கே விழும் மட்டைகளைத் தாண்டி ஆகாயத்தில் புள்ளிமானைப் போலத் தவ்வுகிற வித்தையைக் கற்றுக்கொடுத்த அவர், அம்மைதானத்தில் ஓர் புதிய சித்திரமாய் என்னைத் திரும்பவும் வரைந்தார்.

அச்சித்திரத்தில் அவருடைய வியர்வையின் மணம் உப்பரிந்த தடத்தைப் போல ஒட்டியிருக்கிறது. எங்கெங்கோ அடிப்படை வித்தைகளைக் கற்றுக் கொண்டிருந்திருக்கலாம் என்றாலும் அவர்தான் அடையாளம் எனக்கு. சிதறிக்கிடந்த என்னை அத்துறையில், டர்ப் பந்தைப் போல பூரணமாக்கிய வகையில், அவருடைய மாணவனாகவே அவ்விளையாட்டு வெளியில் இன்றைக்கும் அறியப்படுகிறேன்.

"விளையாடத்தான் வந்திருக்கிறாய், சிவப்பு அட்டை வாங்கி வெளியேறுவதற்கு அல்ல" என வாழ்விற்கான அடிப்படை ஒன்றையும் சேர்த்துக் கற்பித்தவர் அவர். என்னை மிகச் சரியாக ஒருபெரிய வட்டத்திற்குள் கைமாற்றிய வகையில், ஆடத் துவங்கிய காலத்தில் எனக்கு ஆட்டத்தின் அடிப்படைகளைச் சொல்லித் தந்தவர்களை அவர் கௌரவப்படுத்தவும் தவறவில்லை. “விளையாடும் போது கேலரியைப் பார்க்காதே” எனப் பனியைப் போல உருகுகிற வார்த்தைகளை எனக்குள் ஊன்றியவர். அவ்வெளியை விட்டு வெளியேறிய பிறகும் இன்றைக்கும் இவ்வரிகள் என்னை விடாமல் துரத்துகின்றன, ஊனை உருக்குகிற வெப்பம் கூடிய வார்த்தைகளாக. எதனைக் காட்டிலும் வலியவை அவை.

என்னுடைய இரண்டாவது ஆட்டம் அக்கரிசல் மண்ணில் இருந்து எழுத்துத் துறையில் துவங்கிய போது, போதாமைகள் சூழ்ந்து மூச்சுமுட்டிக் கொண்டிருந்தது. தெரிந்த தடத்தில் நடைபோடுகிற வண்டிமாட்டைப் போலப் புறம் தெளிவாகவும் துலக்கமாகவும் தெரிந்தாலும், அகம் எதையோ செய்யச் சொல்லி ஏங்கிக் கொண்டிருந்தது. அதுவரை அறியாத தடமொன்றைப் பிரமைகள் எதுவும் கொள்ளாமல், அச்சமின்றிப் பற்றிக் கொள்ளச் சொன்னது அது. எனக்கான மைதானம் இதுவல்ல, என அடியாழம் அரற்றிக் கொண்டிருந்த வேளையில்தான் என் பயிற்சியாளரை ஒத்த சித்திரக் குள்ளன் என்னை வாரிச் சுருட்டிக் கொண்டார். நான் அதிகமும் கதகதப்பாய் உணரும் சொற்களினுச்சி அதுவென உணர்ந்துகொண்டேன்.

திசைகளின் நடுவே மேற்கு நோக்கித் திரும்பி உயர்ந்து நின்றிருந்த அச்சித்திரக் குள்ளன் எனக்குள் விதைத்தவற்றை இப்போது தொகுத்துக் கொள்கிறேன். அதன் அடிமடியில் செம்மண் ஒட்டிய உடையோடு அமர்ந்திருந்த சிறுவனைப் போலத்தான் இக்கணத்திலும் உணர்கிறேன்.

"பாலுள்ள பசுவின் மடி எனினும் குருதியே கொசுவிற்கு உகந்தது" என அவர் எழுதிய வரிகளே என் ஒட்டுமொத்த இயங்கியலுக்குமான ஆதாரம். அது அவரால் சுட்டப்பட்டதொரு

மேற்கோள்தான். ஆனால் இதைவிட மேலான வரிகள் பலவற்றின் வழியாக அவர் எனக்குள்ளும் எவருக்குள்ளும் நிதமும் புகுந்து ஒரு மலை தேசத்துப் பனிப் புகையைப் போல வெளியேறிக் கொண்டிருக்கிறார்.

போதையின் கரங்களில் ஒப்புக்கொடுத்து, அதில் இருந்து மாயக்கரமொன்று என்னை மீட்டெடுக்காதா என ஏங்கிக் கொண்டிருந்த காலங்களில் எல்லாம் என்னை ஈட்டிக் கொடுத்தது விஷ்ணுபுரம்தான். தற்கொலையின் விளிம்பில் ஊசலாடிய போது மலையுச்சி ஒன்றில் மனம் கலங்கி நின்றிருந்த சமயத்தில். எத்தனை தடவை? அத்தனை தடவையும். "பைபிள் மாதிரி அத கூட வச்சுக்கிட்டே சுத்தறீங்களே" என என் நண்பர்கள்கூட மிதமாய் சுட்டிக் காட்டுவார்கள்.

என் உள்முகத்தை உற்றுநோக்க கற்றுத் தந்த அந்நகரில் உலவிய சங்கர்ஷனும், பிங்கலனும் நானே. அதுவரை உள்முகம் எதுவென கேள்வி கேட்கத் தெரியாதவர்களாக இருந்தோம். ஒரு விளையாட்டு வீரனாய் அகம் குவிந்த பரவச நிலைகள் பலவற்றை எட்டியிருக்கிறேன். ஆனால் அங்கே அகம் குவிகிறது என்பதை வெளியில் நின்று எட்டிப் பார்க்கப் பழக்குவித்து, மேலே நின்று பார்க்கிற தோதில் சன்னலைத் திறந்து விட்டது அச்சித்திரக் குள்ளனே. சன்னலுக்குள்ளே தலையைவிட்டு இருளில் கொத்துக் கொத்தாய்த் திரியும் மின்மினிகளை இப்போது எண்ணிக் கொண்டிருக்கிறேன். எப்போதும் நான் உற்றுப் பார்த்தபடியே இருக்கும், உள்ளுக்குள் புறப்பட்டு, மேல்நோக்கிக் கிளம்பி, திரும்பவும் வழியும் நீரூற்றின் அடித்தண்டு அவர் உரமிட்ட வார்த்தைகளென அடியாழத்தில் இருந்து உணர்கிறேன்.

புற அழுத்தங்களின் நிமித்தமாக அகம் செயல்படும் அடிப்படைகள் குறித்த அறியாமைகளில் இருந்தேன். அது மட்டுமல்லாமல், ஒவ்வொன்றின் செயல்படும் விதத்தையும் பிரித்து தொகுத்துப் புரிந்து கொள்ளும் வித்தையைச் சுட்டிக்காட்டி ஆற்றுப்படுத்திய அத்தாரோவின் ஏடன் அவர்தான் என்பதை இந்த இடத்தில் சொல்கிறேன். ஒருவகையில், சுபிட்சமுருகனை இன்னொரு அகத்தினுள் அமர்ந்தெழுதிய, எனக்குக் கிடைத்த அழுக்கு

மூட்டையும் அவரே. பிரேத அறையொன்றை நெருங்கிப் பார்க்கச் சொல்கிற வார்த்தை ஒன்றின் வழியாக என்னைச் சூழ்ந்திருந்த, அதுபோலவான பெருவச்சங்கள் பலவற்றில் இருந்து அக்காலத்தில் என்னை மீட்டெடுத்த மாயக்கரமும் அதுவே. நேர்மறை அகவுணவூட்டிய கெத்தேல் சாகிப்பின் கரம்.

அகவலைச்சல்கள் கொண்ட என்னைப் போன்றவர்கள் இயல்பாய் வழிப்போக்கில் ஒழுகிச் சென்று சேரும் மடியதுவெனத் துணிந்து சொல்வேன். அதனால்தான் தந்தைமைகூடி குமரித்துறைவியை நோக்கி, அவர் கரைகிற கணங்களில் எங்களது அகமும் மிகச் சரியாக ஒட்டிச் சிலிர்க்கிறது. நாங்களும் செண்பகவல்லியம்மனின் மூக்குத்தி ஒளியை ஏந்தி வளர்ந்தவர்கள் ஆயிற்றே? அதனால்தான் எதிரேயிருக்கிற ஒன்றின், அலைச்சல்களை உருக்கி இன்னொன்றாய் மாற்றும் எண்ணெய்ச் சட்டியாகவும் அவ்வகமும் முகம் காட்டி நிற்கிறது.

இலக்கிய வட்டச் சுழற்சியில் இருக்கிற நண்பர் ஒருத்தரிடம் பேசிக்கொண்டிருக்கையில், “ஜெமோ எந்நேரமும் மிதமிஞ்சிய குற்றவுணர்விலேயே இருப்பார்” என்றார். அதை அவர் எதிர்நிலை வாதமாக முன்வைத்து நிறுவ முயன்றார். அவர் சென்றபிறகு அதுகுறித்து ஆழமாகச் சிந்தித்தேன்.

என்னைப் போன்றவர்கள் உழல்கிற எங்களுடைய தலைமுறையை முன்னோக்கி உந்திச் செலுத்துவது எது? “எதைத் தொலைத்தாலும் மீட்டுவிடலாம். குற்றவுணர்வைத் தொலைத்து விட்டால் எந்த ராட்சதக் கை வந்தாலும் மீட்டெடுக்க முடியாது" என்பதை அந்த நண்பருக்கு பதிலாக எழுதினேன். எனக்காகவும்தான்.

ஏனெனில் அவரின் அலைச்சல்கள் வழியாக, அதன் காரணமாய் பாதாளத்தில் தலைகுப்புற விழச் செய்கிற காரணிகள் பலவற்றினூடாக, எதிர்த்து நெஞ்சைக் காட்டுகிற செயலூக்கத்தை விடாமல் பற்றிக் கொண்டிருப்பதற்கு ஆதாரமே அக்குற்றவுணர்வுதான். எங்களைப் போன்றவர்களை அவரின் கீழே இணைக்கிற, தேர்ந்த கொல்லனின் கை நுனிப்பட்ட ஆணியச்சும் அதுவே. அதை நான் நேர்மறையாக அவரிடமிருந்து

பெற்ற பெருஞ் சொத்தாக, பேறாக எண்ணுகிறேன்.

அவ்வுணர்வுதான் எங்களைப் போன்றோரை அரிய செயலை நோக்கி அனுதினமும் விசையுடன் முன்னோக்கித் தள்ளுகிறது. செயலின்மையைப் போலவொரு இழிந்த நிலை இவ்வுலகில் இல்லை என்கிற நாணத்தை அவர் திரட்டித் தந்த அவ்வுணர்வின் வழியாகவே கையேந்திப் பெற்றும் கொள்கிறோம். என்னளவில் கேலரியில் அமர்ந்து போட்டியைப் பார்க்கிறவனாக உணர்வது, தற்கொலைக்கு ஒப்பானது. முடியாத காலகட்டங்களில்கூட எனக்குப் பதிலாய் என் மனம் அங்கே தலையைச் சிலுப்புகிற, வெப்போர்ச் சேவலைப் போல ஆடிக்கொண்டிருக்கும். அதுவாகவே மாறி அதுவாகவே கரைகிற இவ்வுணர்வைத் தகுதியான சொற்களின் வழியாக எங்களுக்கெல்லாம் கடத்தியது அவரே.

அவர் அடிமுடி இல்லாத, தனித்தனியாகப் பிரித்தறிய முடியாத கோடிச் சொற்களுக்கு அதிபதி. செயலூக்கம் என்கிற ஒன்று திரட்டிய உணர்வை எங்களுக்கெல்லாம் ஊட்டிய வகையில், ஒப்பில்லாத மைதானத்தின் மடி அதுவென ஆழமாக உணர்கிறேன். எனக்கு உகந்தது எதுவோ அதை அவரிடம் இருந்து பெற்றுக்கொண்டபடி இருக்கிறேன்.

‘பண்ணி வாகை’ மரத்தினடியில் அமர்ந்து, செங்காந்தளை ஒத்த நிறப் பூக்களைப் பொறுக்கியபடி, மடியின் ஈரத்தில் பச்சைத் தாவரங்கள் சில முளைக்கக் காணுகிறேன். அதுதான் அதனின் இயல்பும் நோக்கமும் அடிப்படையும். சித்திரக் குள்ளன் ஒருவனாய் ஓங்கி நின்றிருக்கும் என்றென்றைக்குமான மழை மரம் அவர்.

மனையடி

இன்றைக்கு தூரத்தில், வடக்கே பருத்தி போட்டிருந்த திருஞானம் அண்ணனிடம் அவரது காட்டில் நின்று பேசிக் கொண்டிருந்தேன். பருத்தியை வேரோடு பிடுங்கிப் போட மொத்தமாகப் பேசி விட்டிருந்தார். பிடுங்கிப் போடுவதற்கு நல்ல பதம் நிலத்தில். வேரில் ஈரமண் விடாமல் ஒட்டிக் கொண்டிருந்தது.

"இந்த வேலையைக் கூலி குடுத்து நின்னு பார்த்தா ஆகாது. மொத்தமா பேசி விட்டிரணும். உக்காந்து பீடி குடிச்சுக்கோ, இல்லாட்டி இழுத்து வச்சு முத்தம்கூட கொடுத்துக்கோ உன் சவுரியம். நேரத்துக்கு நம்ம சோலி முடிஞ்சாகணும்" என்றார்.

திருஞானம் அண்ணனின் விவசாய முறை பற்றி நெருங்கிப் பார்த்திருக்கிறேன். வருமா? வராதா? என உட்கார்ந்து யோசித்துக்கொண்டிருக்கவே மாட்டார். அடுத்து அடுத்து என நிலத்தை உழுது பயிர்களை மாற்றிக்கொண்டே இருப்பார். எனக்குத் தெரிந்து இந்தக் கொஞ்ச காலத்திலேயே தக்காளி, செடி முருங்கை, பருத்தி, இப்போது மறுபடியும் சோளம் என விதைத்திருக்கிறார்.

“விட்டோம்னா பருத்தி இன்னும் கொஞ்சம் வெடிக்கத்தான் செய்யும். இன்னும் தழவு எடுத்திருக்குல்ல. ஆனா அதுக்கு ஆசைப்பட்டு வச்சுக்கிட்டே இருக்கக் கூடாது. ஆள் கூலி எல்லாத்தையும் கணக்குப் போட்டா சில சமயம் முட்டி வலிக்குக்கூட வராது. அதான் கடவுள் புண்ணியத்தில தண்ணி இருக்கே. புதுசா ஒண்ணைப் போட்டு அதை வளர்த்து எடுத்துக்கணும். அது போய்ச் சேர்ற கட்டை. அதுமேல முதலீடு பண்ணலாமா” என்றார்.

அவரது திட்டத்தில் ஒவ்வொரு முறையுமே அவர் வெற்றி பெறுகிறார். அதை அவர் எல்லோருக்கும் சொல்லவும் செய்கிறார். அதற்குப் பல காரணங்கள் இருந்தாலும், முதன்மையான காரணம், அவர் தோட்டத்தில் அவர்தான் இறங்கிச் செய்கிறார். உண்மையில் கிராமத்தில் இருக்கும் முழு நேர விவசாயிகளில் ஒருத்தர். இங்கே பாதி ஆட்கள் பகுதி நேர விவசாயிகளாகத்தான் சுற்றிக்கொண்டிருக்கிறார்கள். கரிசலில் விதைத்து விட்டு, ஆட்களை மட்டும் வேலைக்கு அனுப்பிவிட்டு, அறுப்பு வரை போய்ப் பார்க்காதவர்கள்கூட உண்டு. “அதுவா மானாவரியா வெளஞ்சு வர்றது அது. போயி வா வான்னு கைதட்டி டான்ஸ் ஆடிக்கிட்டேவா இருக்க முடியும்” என்று ஒரு சம்சாரி என்னிடம் சொல்லவும் செய்து இருக்கிறார்.

திருஞானம் இந்த ஏழு ஏக்கரைப் பல ஆண்டுகளாகக் குத்தகைக்கு எடுத்துச் செய்கிறார். இவர் அதைப் பசுமையாக வைத்திருக்கிறார் என்பதால், உரிமையாளர்கள் இந்தப் பக்கமே வருவதில்லை. திருஞானம் விவசாயத்தில் மாறி வருகிறவைகள் குறித்து உன்னிப்பாகக் கவனிக்கிறார். வானிலை நிலவரங்களைக்கூடக் கேட்கிறார். இதுதான் முக்கியமானது என நினைக்கிறேன்.

இந்த முறை மழையை எதிர்நோக்கி விதைத்தவர்கள், சட்டென மாறிய வானிலையால், முளைப்புக்குத் தேவையான மழை இப்போது இல்லை என்பதால் கடுமையான நஷ்டத்திற்கு உள்ளாகி இருக்கின்றனர். ஆனால் இப்போதுகூட கத்திச்

சொல்லியும் கேட்காமல் விதைப்பவர்கள் இருக்கிறார்கள். "இவங்களை மாத்த முடியாது. அதான் வானிலைல்ல தெனமும் சொல்றாங்கள்ள. அதைக் கேட்காம டீக்கடையில ஒக்காந்து வெட்டி ஞாயம் பேசிக்கிட்டிருந்தா" என்றார் திருஞானம்.

வானிலை அறிவிப்புகளை விவசாயிகள் தினமும் கேட்க வேண்டிய கட்டாயத்தில் இருக்கிறார்கள். இதனை எப்படி இந்தப் பெருங்கூட்டத்திற்குப் புரிய வைப்பது? பொதுவாக மழையைப் பற்றிப் பிறகு பேசிக்கொண்டோம்.

இப்போதே பட்டிக்குளம் நிறைந்து விட்டது. சுற்றி இருக்கிற அத்தனை குளங்களும் நிறைந்து விட்டன. போதும் போதுமெனப் பெய்து விட்டது. இந்த மழையால் விவசாயத்திற்கு இடைஞ்சல்கள் ஏராளம். ஆனால் தப்பிப் பிழைத்தவைகளுக்கு நல்ல விலையும் கிடைத்தது. அதே மாதிரி பெய்யாமலும் கெடுத்தது. தேவையில்லாத நேரத்தில் பெய்தும் கெடுத்தது.

ஆனாலும் இம்மழை எங்கள் பகுதிக்கு நன்மையானதே. இதே பகுதிகள் ஐந்து ஆண்டுகளுக்கு முன்பு வறட்சியின் பிடியில் இருந்தன. தலைவிரித்து நின்ற பெருமரம் அப்படியே பழங்களோடு காய்ந்து செத்து நின்ற காட்சியைப் புகைப்படம் எடுத்து அதைப் பதிவிடவும் செய்திருக்கிறேன். பக்கத்து தோட்டத்தில் தென்னைக்கு விலைக்கு வாங்கி நீர் ஊற்றினார்கள். நாங்கள் ஒருதடவை கொய்யாவிற்கு வாங்கி ஊற்றினோம். ஒரு கோடையில் முன்னூறு செடிகளுக்குக் குடத்தில் சுமந்து ஊற்றினேன்.

"ஆமா நீ ஊத்துறதைப் பாத்திருக்கேனே. இப்படியே பெஞ்சா இன்னும் நாலைஞ்சு வருஷத்துக்கு தண்ணிப் பஞ்சம் வராது. வெறும் தட்டுல எப்படி மோந்து மோந்து குடிக்கிறது. தட்டு நிறையட்டும் முதல்ல. நஷ்டத்தை எல்லாம் இந்த நேரத்தில கணக்குப் பாத்துக்கிட்டு இருக்கக் கூடாது" என்றார் திருஞானம்.

மாட்டைப் பிடித்துக்கொண்டு அவரது மனைவி வரவே, திரும்பிச் சுற்றிக் கொண்டு வந்தேன். இந்தக் கிணறெல்லாம் காலத்துக்கும் நிறையாது என்றார்கள். அதுவுமே அப்போது

பழங்காலக் கற்குவியல் மாதிரிதான் ஊசலாடிக் கிடந்தது. தென் மேற்கில் அமைந்த கிணறு. இப்போதெல்லாம் வாஸ்து சாஸ்திரப்படி வடகிழக்கு மூலையில்தான் கிணறு தோண்டுகிறார்கள் என நண்பர் ஒருத்தர் சொன்னார். ஆனால் தமிழ்ப் பூர்வீகமான மனையடி சாஸ்திரத்தில் தென் மேற்கு திசைதான் கிணற்றுக்கு ஏற்ற மூலை எனச் சொன்னார் அந்தப் பொறியாளர். ராஜனின் கால் அளவு அடி எனச் சொல்கிற மனையடி அது. அதைப் பற்றி விரிவாக எழுத வேண்டும் என எண்ணிக்கொண்டேன்.

பாம்பு பயத்தில் மழையால் வம்பாணிக்கு வளர்ந்து நிற்கிற புதர்களைத் தாண்டிக் குதித்து வந்து, தென் மேற்கில் இருந்த அந்தப் பழங்காலக் கற்குவியலை எட்டிப் பார்த்தேன். அதன் வாயோரத்தில் செடிகள் பல பசுமையாய் வேர் பிடித்து நின்றன. ஐந்தாள் ஆழத் தண்ணீர் நிறைந்த கிணறாயிருந்தது அது. அதன் நோக்கமும் அதுதான்!

கூச்சமும் நாச்சமும்!

தொழில் முனைவு மற்றும் சிற்றூர் பொருளாதாரம், அதில் உச்சியைத் தொட்டவர்கள், அந்தச் சிற்றூரில் காலூன்றிய பிறகு வெளியூருக்கு சிறகசைத்துப் பறந்தவர்கள், அதில் வெற்றி பெற்றவர்கள் என தமிழகம் தொட்டு இருக்கிற வணிகக் குடும்பங்களின் கதைகளை நண்பர்கள் இணைந்து பேசிக் கொண்டிருந்தோம்.

தமிழ் வணிகம், அதில் இருக்கிற வணிகக் குடும்பங்கள் பற்றி ஏற்கனவே ஒரு புத்தகமாகவும் எழுதத் திட்டமிட்டிருந்தேன். அது யார் பார்வையிலும் படாத களம். நிறைய உழைப்பைக் கோருவது. ஆனாலும் இந்தச் சந்திப்பில் அதை எழுத வேண்டும் என்கிற எண்ணம் உருவானது.

வெறும் புள்ளிவிவரங்கள் போல அல்லாமல், அந்த வணிகக் குடும்பத்தின் வேர் வரை தொட்டு எழுத வேண்டும். நண்பர் ஒருவர் அவரது நண்பருடைய வணிகப் பாய்ச்சல் ஒன்றைக் குறித்துச் சொன்னார்.

நண்பரின் அப்பா பழனிக்குப் பஞ்சம் பிழைக்க வந்தவர். வீட்டிலேயே கடலை மிட்டாய் போட்டுத் தெருத்தெருவாக விற்கத் தொடங்கினார். பழனி சுற்று வட்டாரம் முழுக்க சைக்கிள் மிதித்துச் சுற்றினார். அவர் பையன் தலையெடுத்து வந்தார். கல்லூரிப் படிப்பு படித்தவர். அவருக்கு மகன் வந்தான். அவனை எனர்ஜி பார் குறித்துப் படிக்க சிங்கப்பூர் அனுப்பி வைத்தார்கள். இப்போது அந்த எண்பது வயதுப் பெரியவர்,

அவர் மனைவி, மகன், பேரன், அவனுடைய அம்மா ஆகிய ஐந்து பேர் அந்த நிறுவனத்தின் முதன்மைப் பணியாளர்கள். எல்லா வேலைகளிலும் இவர்களுடைய கை இருக்கிறது.

கடலை மிட்டாய்த் தயாரிப்பை முற்றிலும் நவீனமாக்கி விட்டார்கள். அந்த ஊரில் இருந்து வெளியே சிறகசைத்துப் பறக்கின்றனர். கடலை மிட்டாய் மட்டுமில்லாமல், கடலை சார்ந்த அத்தனை தயாரிப்புகளையும் நவீன முறையில் நுகர்வோருக்கு வழங்குகின்றனர். முற்றிலும் புதிய பேக்கிங்.

தயாரிப்பிலும் நவீன எந்திரங்களைப் பயன்படுத்தி இந்தத் துறையில் உத்வேகத்துடன் செயல்படுகின்றனர். கேரளாவில்கூட அவர்களது தயாரிப்புகளைப் பார்த்ததாக நண்பர் சொன்னார். எனக்கு நாட்டுச் சர்க்கரை போட்ட தேங்காய் பர்பி வாங்கிக் கொடுத்தார்கள், மிக நன்றாக இருந்தது. அது விமானத்தில் பறக்கிறது என்று சொன்னார்கள்.

இரண்டாம் தலைமுறையும் மூன்றாம் தலைமுறையும் கைகோத்து முதல் தலைமுறை வணிகத்தைப் பின்தொடர்ந்த கதையின் சின்ன உதாரணம்தான் தாராபுரம் சாலையில், ‘சேக்ஸ்’ என்கிற ப்ராண்ட் பெயர் கொண்ட இந்தக் கடலை மிட்டாய் நிறுவனத்தின் கதை.

மிகப் பெரிய உதாரணம் ஒன்றைச் சொல்ல வேண்டுமெனில் பழனியின் அடையாளமாகவே மாறிப்போன ஒரு நிறுவனத்தின் கதை. அது சோழவந்தானில் இருந்து ஒரு பழங்காலத்தில் தொடங்குகிறது.

சோழாவந்தானில் இருந்து அந்த மனிதர் விரிந்து கிடக்கிற நெல் வயல்களை விட்டுப் பஞ்சம் பிழைக்கப் பழனி கிளம்பி வந்தார். உடன் தன் மனைவியையும் அழைத்து வந்தார். அடிவாரத்தில் கிடைத்த அத்தனை வேலைகளையும் செய்தார். கோயில் திருப்பணிகளை அந்தக் காலத்திலேயே செய்தார். பல லட்சம் தடவை அத்தனை படிகளையும் ஏறி இறங்க வேண்டும்.

அவர் வாழ்க்கையில் ஒரு அழகான தத்துவம் நிகழ்ந்தது.

நெற்பயிரில், விளையாத நெல்லை கருக்காய் என்பார்கள். அது விளைந்து முற்றாத நெல். சோழவந்தான் படுகையில் இருந்து வந்ததாகக்கூட இருக்கலாம். உமி அல்ல. இந்தக் கருக்காயை எரித்துச் சாம்பலாக்கிய பின் வருவதுதான் விபூதி. சித்தனாதன் என்கிற பெயரையுடைய அந்த மனிதர் விபூதி தயாரித்துக் கோயில் படிக்கட்டுகளில் விற்கத் தொடங்கினார்.

விபூதி மணத்தைப் போலவே அவரது வணிகமும் தழைத்து வரத் துவங்கியது. இன்றைக்கு சித்தனாதன் விபூதி பழனியின் அடையாளம். நான்கு தலைமுறைகளாக அந்த வேரை நீர் ஊற்றிப் பாதுகாக்கிறார்கள். விபூதி, பஞ்சாமிர்தம் உள்ளிட்ட அவர்களது எல்லா தயாரிப்புகளையும் உலகத் தரத்தில் நவீனமாக்கி விட்டனர். இயந்திரமயத்தின் அத்தனை சாத்தியங்களையும் தங்களது தயாரிப்புகளில் பயன்படுத்திப் பார்க்கின்றனர்.

முதல் தலைமுறை வணிகத்தை அதன் நான்காம் தலைமுறையும் அதே பழைய உற்சாகத்தோடு தொடர்வதை இங்கே சுட்டிக் காட்டுகிறேன். அதுதான் தமிழ் வணிகக் குடும்பங்களின் அடிப்படை மனநிலை. தமிழ் வணிகத்தின் மனநிலை. தனக்குத் தெரிந்த ஒன்றையே விரிவாக்குவது. ஒருவகையில் இது குடும்பத்தை விரிவாக்குவதைப் போலத்தான்.

நன்றாக வரும் ஒன்றைச் சிக்கல் இல்லாமல் செய்வது. புதிய அகலக்கால் எதையும் வைக்காமல், இருக்கிற துறையிலேயே ஆழம் கண்டு, பின் நவீனமடைவது. இதைத்தான் இதைப் போன்ற நிறுவனங்கள் பல ஊர்களில் செய்துகொண்டு வருகின்றன. தமிழகத்தின் ஒவ்வொரு சிற்றூரிலுமே இப்படி வேர் விட்ட நிறுவனங்களின் கதைகள் கொட்டிக் கிடக்கும்.

இன்னொரு புறத்தில், வணிகக் குடும்பங்களுக்கு என தனித்த குணநலன்கள் சில உண்டு. உதாரணமாகப் பெரும்பாலும் அவர்கள் கூட்டுக் குடும்பமாக வசிப்பார்கள். அது இன்றைய காலகட்டத்தில் சிதறிக்கொண்டு வருவதையும் பார்க்கிறேன். பல ஊர்களில் இதன் காரணமாக வணிகம் துண்டாடப்பட்டு வீழ்ந்த கதைகளையும் கேட்டிருக்கிறேன்.

நகர் ஒன்றின் புகழ் பெற்ற இனிப்புக்கடை. அவர்களது பாரம்பரிய குணமான, வணிக ஒத்திசைவு குடும்பச் சண்டையால் தகர்ந்தது. ஆளுக்கு ஒரு கிளையைத் தனித்தனியாக நடத்தினார்கள். கிளைக்கு ஒரு சுவை என்பதால் மக்கள் குழம்பிப் போனார்கள். போட்டி நிறுவனம் ஒன்றிற்கு தங்களது அத்தனை கிளை வியாபாரத்தையும் விட்டுக்கொடுத்தார்கள்.

கூடவே மூன்றாம் தலைமுறையிடம் ஒரு சிக்கலும் இருக்கிறது. ஒன்று, அவர்கள் தங்களுக்குத் தகுந்த மிகை நவீனம் என்கிற பொருந்தாத சட்டையை அதற்கு அணிவிக்க முயல்கின்றனர் அல்லது குடும்ப வணிகத்தில் இருந்து தங்களைப் பிய்த்துக் கொண்டு தப்பியோட விழைகின்றனர். அதற்கு அவர்களுக்கே உரிய காரணங்கள் இருக்கின்றன என்றாலும் இது ஒரு வணிகத்தின் மரணம் அல்லவா? வயதான பறவையொன்று மடிவதைப் போல.

அதுமாதிரியான மடிதல்களைப் பல இடங்களில் பார்க்கவும் முடிகிறது. புகழ்பெற்ற சைவ உணவுச் சங்கிலி ஒன்று அதை நோக்கிப் போய்க்கொண்டிருக்கிற மாதிரிதான் தெரிகிறது. ஏனெனில் அந்த நிறுவனத்தின் அடுத்த தலைமுறை அதில் இருந்து தப்பி ஓட முயல்கிறது.

இந்த எல்லாம் கலந்த கதைகளைத்தான் அந்தப் புத்தகத்தில் எழுத வேண்டும் எனத் திட்டமிட்டிருக்கிறேன். இதைச் சுற்றியெல்லாம் பேசிக்கொண்டிருந்தபோது ஒரு கருத்து எழுந்தது. இதைப் பொதுமைப்படுத்தி விட முடியாது. நான் பார்த்த வகையில், ஊரின் அடையாளமாகவே மாறிப் போகிறவர்கள் பெரும்பாலும் வெளியூரில் இருந்து பஞ்சம் பிழைக்க வந்தவர்கள்.

என்ன காரணம்? "யாரும் தெரியாத ஊர்ங்கறதால கூச்சம் நாச்சமில்லாம எல்லா வேலையையும் இறங்கிச் செய்வாங்க. உள்ளூர்ல கூச்ச நாச்சத்தை விடறவனும் ஜெயிச்சிடுவான்" என்றது கூட்டத்தில் ஒரு குரல்.

களத்தில் இருக்கும் எல்லோருக்குமே இதில் எடுத்துக்கொள்ளச் செய்தி இருக்கிறது!

வெங்காயம்

நீண்ட இடைவெளிக்குப் பின் காட்டிற்குப் போனமுறை வந்தபோது, மூன்று ஆடுகளை சந்திரபோஸ் அண்ணன் சாலையில் பார்த்தேன். கிடாய் ஒன்றும் மருக்கி ஆடும் அதன் குட்டியும். ஆணும் பெண்ணும் தனித்தனியாக வாங்கப்பட்ட வெள்ளாடுகள் அவை.

மூன்றும் ஒன்றாகக் கொய்யாச் செடிகளுக்குள் மேய்ந்து கொண்டிருந்தாலும், கொய்யாச் செடியில் வாய் வைப்பதில்லை. அதனால் எனக்குமே புகார்கள் இல்லை. மூன்றையும் உற்றுக் கவனித்துப் பார்த்தேன். பெண் ஆடு சாந்தமானது. குட்டி படுசேட்டை. ஆனால் பாலைப் போல முழு வெண்மையானது. எம்பி எம்பி முதுகில் முட்ட வேண்டுமாம் அதற்கு. கிடா, கூடின வில்லத்தனம் கொண்டது. பார்வையிலேயே அது தெரிகிறது என நான் கற்பனை செய்து கொள்கிறேனா?

மற்ற இரண்டையும் வேறு எங்காவது, ஒரு குடும்பம் இடப்பெயர்வது போல அழைத்துச் சென்று விடக்கூடாது என்பதால், காலில் எப்போதும் தடுப்புக் கயிறைப் பின்னங்காலின் குறுக்காகப் பட்டையாகக் கிடாவிற்குக் கட்டிப் போட்டிருந்தார்.

ஆனாலும் தவ்வித் தவ்வி திறந்து கிடக்கும் வீட்டிற்குள் ஏறி விடும். யாரும் இல்லாத நேரமாகப் பார்த்து, உள்ளே இருந்த பேரீச்சை பழங்களைக் குலையோடு சேர்த்து இழுத்துக் கொண்டு போய்விட்டது. சத்தம் கேட்டு ஓடுவதற்குள் இந்தத் திருட்டுத்தனத்தைச் செய்தது. உள்ளே மருக்கையும் குட்டியும், "நாசமத்துப் போனவன். அவன் ஓடிட்டான். நாம மாட்டிக்கிட்டோமே" என்பதுபோல நின்று மலங்க விழித்தபடி மேமே என்றனர். சரி, போய்த் தொலைங்க என்பது போல விரட்டி விட்டேன். இரண்டு நாள் என்னிடம் இருந்து தள்ளியே நடந்தன. தாய் சொல்வதைக் குட்டி கேட்கிறதா என்ன?

ஆனால் கிடாய் எதற்கும் அசரவில்லை. நான் உட்கார்ந்திருப்பதைச் சட்டையே செய்யாமல், கட்டிலின் மீது தவ்வி ஏறி, சின்ன லட்டைப் போல இருந்த, சாப்பிட வைத்திருந்த, கொய்யாப் பழத்தைக் கவ்விக்கொண்டு மிதப்பாய் நடந்து போனது. ஓங்கி முதுகில் ஒன்றைப் போட வேண்டும் போல இருந்தது.

ஊருக்குக் கிளம்பத் திட்டமிட்டுக்கொண்டிருந்தபோது, அதில் கிடாயை மட்டும் வைத்துக்கொண்டு, மற்ற இரண்டை விற்றுவிட சந்திரபோஸ் அண்ணன் முடிவெடுத்தார். அதை விற்க நடந்த தரகுப் பேச்சுவார்த்தையில் உடன் இருந்தேன். "வெட்டுறவனுக்கு இல்லாம வளக்கறவனுக்குக் கொடுக்கோம். சின்ன கொம்போட அம்சமா இருக்கு தாயும் குட்டியும். ஒரு பதினாறு ரூவா குடுத்தா முடிச்சு விட்டிரலாம்" என்றார் பக்கத்து நெல்லிக்காய் தோட்டத்துக்காரர்.

இரவில் தூரத்தில் சத்தம் கேட்டதால், எழுந்து போனேன். கிடாய்தான் அப்படி பலம் கொண்டு கத்திக்கொண்டிருந்தது. தூரத்தில் ஒரு குட்டி யானை நின்றது. ஒரு தாயும் மகனும் ஆட்டையும் குட்டியையும் ஓட்டிக் கொண்டு போனார்கள்.

அப்போது சோர்வாய்ப் படுத்த கிடா அதற்கடுத்து இரண்டு நாள் இரையெடுக்க எழுந்துகொள்ளவே இல்லை. மக்காச் சோளத்தைக்கூட எடுத்துக்கொண்டு வந்து போட்டோம். திரும்பிக்கூட பார்க்காமல், சோகமாகப் படுத்திருந்தது.

"அதுக்கும் உணர்வுலாம் இருக்கும்ல" என்றார் அவர். நான் சென்னைக்குக் கிளம்பிப் போனேன்.

இந்த முறை வந்ததில் இருந்து கண்ணில் தட்டுப்படாமல் இருந்தது. அன்றைக்கு சந்திரபோஸ் அண்ணனும் நானும் கட்டிலுக்கு அருகில் நாற்காலி போட்டு அமர்ந்திருந்த போது வந்து நின்றது. "வா சாமி. என்ன விஷயம்" என்றார்.

எங்கள் இருவர் இருப்பையும் துளியும் மதிக்காமல், கட்டிலின் மீது தவ்வி ஏறி, செவ்வாழைப் பழத்தைக் கவ்விக்கொண்டு போனது. "போதுமா? போ சாமி போ சாமி" என்றார்.

"என்னண்ணே அப்புறம் எப்ப மறுபடி எரையெடுத்துச்சு" என்றேன். "நீங்க போனதுக்கு அடுத்த நாளும் அப்டீதான் கெடந்துச்சு. மறுக்கா கெடந்தா கெடன்னு நானும் கண்டுக்காம விட்டுட்டேன். குண்டில பசி எடுத்தா எந்திச்சுதானே ஆகணும். நாம எந்திரிக்கலையா? நம்மைப் போலத்தான அதுவும்" என்றார். தூரத்தில் அது தனியாக மேய்ந்துகொண்டிருந்தது.

சற்று நேரம் அமைதியாக இருந்த அவர், பின்னர் சொன்னார். "கோவிலுக்கு வெட்ட தம்பி விடச் சொல்லிட்டான். தட்ட முடியலை என்னாலயும்" என ஒரு இடைவெளி விட்டுவிட்டுப் பின், "வெட்டுற அன்னைக்கு அதோட ஒரு சப்பைக் கறியைத் தனியா நமக்கு எடுத்துட்டு வந்திர்றேன். நாம தனியா இங்க பங்ஷன் வச்சுக்குவோம்" என்று சொல்லிவிட்டு, குனிந்து வெங்காயத்தை வெட்டத் தொடங்கினார்.

பக்கவாட்டில் அமர்ந்து அவரையே பார்த்துக்கொண்டிருந்தேன். இடையில் வெங்காயக் காரத்தினால், கண்களில் படர்ந்த நீரைத் துண்டால் துடைத்துக் கொண்டார்.

அது

வானிலை சூழல் சட்டென எப்படி மாறுகிறது என்பதை ஆழமாகக் கவனியுங்கள். இதுதான் விவசாயத்துறையின் ஆதாரமான பிரச்சினை. எத்தனை தொழில்நுட்பங்கள் வந்தாலும் இந்தப் பிரச்சினையில் இருந்து விவசாயிகளை இப்போதைக்கு மீட்டெடுக்கவே முடியாது.

கணிக்க முடியாத வானிலை. பருவம் தப்புகிற மழை ஆழமான வடுக்களை உண்டு பண்ணி விடுகிறது. பருவநிலை மாற்றம் ஏற்படுத்துகிற தாக்கம் என்று சொன்னால், எள்ளி நகைக்கிற கூட்டம் ஒன்றும் இப்போது புதிதாக உருவாகியும் விட்டது.

கடந்த பதினைந்து தினங்களாக, கிழக்குக் கடற்கரை தவிர்த்து, தமிழகத்தின் மற்ற எல்லா இடங்களிலும் பரவலான கனமழை. பல இடங்களில் 20 செ.மீட்டருக்கும் மேலான மழை. "இந்தக் காலத்தில எங்கூர் ஆத்தில இப்படித் தண்ணி ஓடிப் பார்த்ததே இல்லை" என்றார் வட மாவட்ட நண்பர் ஒருத்தர். ஒகேனக்கலில் நீர் அடித்துக்கொண்டு ஓடியது. பல அருவிகளில் குளிக்கத் தடை விதித்தார்கள்.

ஆனால் இத்தனை நீரும் இந்த முறை விவசாயத்திற்கு இடரையே தந்திருக்கிறது. வடமேற்குக் காற்று வருகை, கிழக்குக் காற்று

சந்திப்பின் காரணமாகக் கிடைத்த இந்த மழையை மானாவரி விவசாயிகள் பருவம் என்று நினைத்துக்கொண்டனர்.

திடீரென உருவான இந்தக் காற்றுக் குவிப்பால் கிடைத்த மழை பல இடங்களில் அறுவடையைப் பாதித்திருக்கிறது. விலை போகாத வெங்காயத்தை விவசாயி ஒருத்தர் ஓடைக்குள் கொட்டுவதைப் பார்த்தேன். இன்னொரு பக்கத்தில் தக்காளி கிலோ அறுபதைத் தொடப்போகிறது. இந்த மழை அறுவடைச் சங்கிலியை அறுத்துப் போட்டிருக்கிறது. தக்காளி போல அதிர்ஷ்டம் எல்லோருக்கும் வாய்க்குமா என்ன?

இன்னொரு பக்கம் மானாவரி விவசாயிகள் பலரால் நிலத்தை உழ முடியவில்லை. இதைப் பருவம் எனக் கருதி ஏற்கனவே விதைத்தவர்களுக்கும் முளைப்புக்கு ஒரு மழை தேவை. ஆனால் அடுத்த பத்துப் பதினைந்து தினங்கள் தமிழகத்தில் மழை இல்லை என்பதுவே இப்போதைய வானிலை நிலவரம். சிக்கல் எப்படியெல்லாம் ஒரு களைச் செடிப் புதரைப் போல விவசாயத்தைப் போர்த்துகிறது என்று பாருங்கள்.

இப்போது விதைத்தவர்கள் ஒருமழை கிடைத்து விடக் கூடாதா என வானம் பார்த்து அலைகின்றனர். வானம் பார்த்த பூமி போன்ற சொலவடைகள் எல்லாம் இதனைக் கொண்டு உருவானதுதான். நேற்று நான் வரும்போது திண்டுக்கல் நகரச் சுற்று வட்டாரத்தில் கனமழை. ஆனால் அதற்கு ஐம்பது கிலோ மீட்டர் தூரத்தில் விவசாயி ஒருத்தன் வானத்தைப் பார்த்து இறைஞ்சுகிறான்.

மழை இப்போதைக்கு வராவிட்டால், இருக்கிற ஈரத்தைக் கொண்டு முளைத்து வந்து விட்டாலும், செடிகள் காய்ந்து போவதற்கே அதிக வாய்ப்புகள் இருக்கின்றன. தோராயமாக பதினைந்து குழி வைத்திருக்கிற விவசாயிக்கு விதைப்புக்கு மட்டும் ஒரு இலட்சம் ரூபாய் ஆகும். அந்தப் பகுதியில் விதைப்பு போட்டவர்கள் அத்தனை ஆயிரம் பேருக்கும் இழப்பு. இதுதான் பெய்து கெடுத்த கதை. கணிக்க முடியாத வானிலையால், நிலமும் அதை நம்பியிருக்கிற ஒரு கூட்டமும் எவ்வாறு கீறப்படுகிறது என்பதை உற்றுக் கவனிப்போம்.

இது ஏதோ வெறும் தமிழக நிலவரம் மட்டும் இல்லை. உலகமே இதைக் கண்டுதான் கூட்டம் போட்டுப் பதறிக் கொண்டிருக்கிறது. அங்கே இந்தியாவும் தன் பங்கிற்குக் கதறிக் கொண்டுதான் இருக்கிறது.

ஒரே ஒரு உலக உதாரணம் மட்டும் சொல்கிறேன். இந்த ஆண்டு தென்மேற்குப் பருவமழை கணிப்புகளின் போது, பாகிஸ்தானுக்கு மட்டும் இந்த முறை மழைப் பற்றாக்குறை இருக்கும் என வானிலை ஆய்வாளர்கள் கணித்தார்கள்.

ஆனால் நடந்தது என்ன? பாகிஸ்தானில் வரலாறு காணாத வெள்ளம். ஐநூறுக்கும் மேற்பட்ட சிற்றணைகள் வெள்ளத்தில் அடித்துச் செல்லப்பட்டுவிட்டன. பல்லாயிரக்கணக்கான மக்களின், கால்நடைகளின் வாழ்க்கையைக் கேள்விக்கு உட்படுத்தி விட்டது வெள்ளம். பலநூறு சாவுகள். பூமிப் பந்தில் இப்படி தினமும் ஏதோ ஒரு மூலை, கணிக்க.முடியாத மாற்றம் கண்ட வானிலையால் சிக்கலுக்கு உட்படுத்தப்படுகிறது.

உலக அரங்கில் விரைவில் இதுதான் முதன்மைப் பிரச்சினையாக மாறும் எனக் கணிக்கிறேன். ஏனெனில் கடலைத் தாண்டி அது நகருக்குள் ஏற்கனவே ஏறி வரத் துவங்கி விட்டது. கற்றோரும் நிலத்தில் கால்வைத்து நடப்பவர்களும் அதை உணர்வார்கள்.

இது எங்கோ நடப்பதல்ல. எனக்கு அருகில் ஒருவன் வானத்தைப் பார்த்து இறைஞ்சுகிறான். பட்டாம்பூச்சி ஒன்று வானில் தாழ்ந்து சிறகடித்துப் பறக்கிறது.

எள்ளுருண்டை

காலையில் என்னோடு இருப்பவர்கள், எல்லோரும் சமையலுக்கு மீன் எடுக்கலாம் என்றார்கள். "உங்க கடை மாதிரில்லாம் இருக்காது. ஏழைக்கு ஏத்த மாதிரிக்கு இருக்கும்" என்றார் சந்திரபோஸ் அண்ணன். அங்கே போய் மீன் கடை நடத்துகிறோம் என்றெல்லாம் சொல்லி, விலையைக் குறைக்கச் சொல்லி ஞாயம் பேசக்கூடாது என கண்டிஷன் பண்ணி அவரையும் உடன் அழைத்துக்கொண்டு போனேன்.

பொட்டம்பட்டி விளக்கில் ஊர் தண்ணீர் தொட்டிக்கு அடியில் தரையில் தார்ப்பாய் விரித்து, கணவன், மனைவி, மகன் அடங்கிய குடும்பம் கடை போட்டிருந்தது. "நல்ல வாகான எடமா பிடிச்சிட்டாங்க. பன்னெண்டு மணி வரைக்கும் நிழல் இருக்கும்" என்றார் பக்கத்தில் நின்றவர்.

மிர்கால் மீன்கள், ஏரி வவ்வா, திலேப்பியா மீன்கள் கிடந்தன. டன் கணக்கில் எல்லாம் இல்லை, ஒரு சாக்குப் பை அளவில். அதற்குப் பாறை அது இதுவென நிறையப் பெயர் சொன்னார்கள். அப்படியா சார் என்ற சந்திரபோஸ் அண்ணனிடம் ஆமாம் என்றேன். பெயரில் என்ன இருக்கிறது?

தைமூரில் டிங்கிரி என்பார்கள். யாருக்காவது அது என்ன மீன் எனத் தெரியுமா? அது மீன் அவ்வளவுதான். ஆனால்

அத்தனை மீன்களும் ப்ரெஷ் ஆக இருந்தன. பக்கத்தில் இருக்கிற அணை மீன்கள் என்பதால்.

அரிவாள் மனையில் அந்தப் பெண் லகுவாக வெட்டிப் போட்டார். அவரது கணவர் மொண்ணைக் கத்தியால் மீனைக் கொத்து போட்டுக்கொண்டிருந்தார். எனக்கே பன்ரொட்டி கனத்தில் ஸ்லைஸ் போட்டுத் தந்திருக்கிறார். புதிதாக அந்த தொழிலைக் கற்றுக்கொண்டு இருக்கிறார்கள் என்பதை உணர்ந்தேன்.

கைக்கு அடக்கமானது. சிறிய லாபத்திற்கு உத்திரவாதம் தருவது. கிலோக்கு எழுபது ரூபாய் வரை லாபம் வைக்கிறார்கள். அது முற்றிலும் நியாயமானது. அதிலும் அடுத்த வாரம் தருகிறேன் என ஒரு அம்மா இருபது ரூபாய் பாக்கி வைத்துப் போனது. அது திரும்பி வரவே போவதில்லை. கூட்டிக் கழித்துப் பார்த்தால் இன்று முழுநாளும் முச்சந்தியில் அமர்ந்தால் ரெண்டு கூலிப் பணம் கணக்கு. ஒரு வகையில் வெற்றிகரமான வியாபாரமும்கூட.

அங்கு வந்து நின்ற ஜனங்களைப் பார்த்தேன். இருநூறு ரூபாய் விலைக்கு மேல் திரும்பியே பார்க்க மாட்டார்கள். வைத்துக் கொண்டா வஞ்சகம் செய்கிறார்கள்? அவர்கள் பட்ஜெட் அவ்வளவுதான். அதிலும் நூறு ரூபாய்க்குள் வாங்குபவர்கள்தான் மிக அதிகம். கிராமப்புற மீன் நுகர்வு என்பது இப்படித்தான்.

அந்த வெற்றிடத்தை இந்த அணை வளர்ப்பு மீன்களே நிரப்புகின்றன. பொதுவாகவே அணை மீன்கள் குறித்து இங்கே ஒரு இளக்காரமான பார்வையே இருக்கிறது. எனக்குக்கூட கொஞ்சம் உண்டு. ஏனெனில் நான் கடல் மீன்களின் ரசிகன். ஆனால் நிறைய முள் இருக்கும் என்றாலும் கூட, கிடைக்கும் போது சாப்பிட்டுக்கொள்வேன். ஐந்து கிலோ அளவிற்கு இருக்கிற கட்லா மீனில் ஸ்லைஸ் என்றால் எனக்குக் கொள்ளை விருப்பமும்கூட.

இன்னொரு கோணத்தில், உள்ளூர் மீன் இனத்தை இவ்வகை வெளியில் இருந்து வந்த வளர்ப்பு மீன்கள் அழித்துவிட்டன

என்கிற பிராதும் உண்டு. அதில் உண்மையும் உண்டு. ஆனால் இந்த நன்னீர் மீன் வளர்ப்புத் தொழில் என்பது, வாங்கும் சக்தியற்ற மிகப் பெரிய ஜனக் கூட்டத்தின் ஆணிவேராய் நிற்பது.

கிராமப்புற மீன் நுகர்வோர்களை நோக்கி இந்தப் பண்ணை வளர்ப்பு மீன்களே முழுக்கவும் பயணப்படுகின்றன. அவை இங்கே அரசால் ஊக்குவிக்கப்பட்டு பண்ணைகளில் தொழில்முறையாக வளர்க்கப்படுகின்றன. வளர்ப்புத் தொழிலுக்கே உரித்தான சிக்கல்கள் அங்கேயும் உண்டு. ஆனாலும் விலை குறைந்த ஜனதா மீன்களைக் களத்தில் துள்ளவிடுகிறார்கள்.

உண்மையைச் சொன்னால் கடல் மீன் வியாபாரம் இப்போது நெருங்க முடியாத தொலைவிற்கு உள்வாங்கிக் கொண்டிருக்கிறது. கடலில் ஏற்பட்டிருக்கிற காற்று நிகழ்வு ஒன்றால் கடல் கொந்தளிப்பாக இருக்கிறது. உள்ளே எண்பது கிலோமீட்டர் வேகத்தில் காற்று வீசுகிறது. யாருமே கடலுக்குப் போகவில்லை. போனவர்களுக்குமே ஒன்றும் கிடைக்கவில்லை. கடந்த ஒரு வாரமாக இதுதான் நிலைமை.

மதுரையில் கடல் மீனுக்கு பயங்கரத் தட்டுப்பாடு என விக்னேஷ் சொன்னான். நான் இங்கே காசிமேட்டில் போட்டி போட்டு எடுத்தேன். இன்றைக்கு வஞ்சிரம் மீனே இல்லாமல் ஞாயிற்றுக்கிழமை வியாபாரம். இதுபோல் ஒருநாளும் நடந்ததில்லை எங்கள் கடையில்.

உண்மையிலேயே சங்கடமாக உணர்கிறேன். வஞ்சிரம் கிலோ ஆயிரத்து எழுநூறு ரூபாய் போகிறது. அதை வாங்கி அவ்வளவு விலை கொடுத்து எல்லாம் விற்கவே முடியாது. அதற்கு இல்லை என்று சொல்லிவிட்டுப் போவது உத்தமம். பொதுவாகவே என்னுடைய கஸ்டமர்களிடம் வஞ்சிரம் தவிர்த்த பிறவற்றையே அதிகமும் சிபாரிசு செய்வேன். எல்லாருமே எதற்காக ஒரே பக்கம் ஓட வேண்டும்? சிறியவற்றிலும் சிறந்தவைகள் உண்டுதானே?

இதுமாதிரியான எதிர்பாராத கடல் சார்ந்த காற்று நிகழ்வுகள், டீசல் விலையேற்றம் ஆகியவற்றால், இத்துறை கடுமையாக அடிவாங்கியிருக்கிறது. மீன்பாடு முன்னைப் போல இல்லை என்கின்றனர் மீனவர்கள். அதனால் இயல்பாகவே கடல்மீன்கள் கடுமையான விலையேற்றத்தைச் சந்தித்து இருக்கின்றன. எல்லா துறையிலுமே விலையேற்றம் இருக்கத்தானே செய்கிறது?

கீழ்மத்திய வர்க்கம் மற்றும் கிராமப்புறப் பொருளாதாரம் சார்ந்தவர்களால் நுகர முடியாத அளவிற்கு கடல் மீன்களின் விலையேற்றம் அதிகரித்தபடி இருக்கிறது. இன்றைய தேதியில் நூறு ரூபாய் விலையில் எந்தக் கடல் மீனையுமே வாங்க முடியாது. கவலை மீன் விலையே நூற்று இருபது ரூபாய். இதுதான் கடல் மீன் உலகத்தின் நிலை. இனியும் இவ்வியாபாரம் இப்படித்தான் இருக்கும். கடல் மீன்களின் விலை கூடத்தான் செய்யுமே தவிர, குறைய வாய்ப்பே இல்லை.

நிதமும் மாறும் தங்க வியாபாரம் போல ஆகிவிட்டது கடல் மீன் விலையின் ஏற்ற இறக்கம். கணிக்கவே முடியாத அளவிற்கு மாறி விட்டது கடல். தட்டுப்பாடு என்கிற வார்த்தை கடற்கரையில் நங்கூரம் போட்டு அமர்ந்திருக்கிறது.

இந்தப் பின்னணியில், இந்தப் பண்ணை வளர்ப்பு மீன்கள்தான், வெகுமக்கள் பலருடைய மீன் தேவையைப் பூர்த்தி செய்கின்றன. அந்தப் பெரிய கூட்டம் இந்த வகை வளர்ப்பு மீன்களைத்தான் புசித்துக் கொண்டிருக்கிறது. இது ஓங்கி வளர்ந்து மக்களோடு மக்களாய் பின்னிப் பிணைந்த வியாபாரம்.

ஊருக்கு ஊர் இவ்வகை மீன்களுக்கு என்னென்னவோ பெயர் சொல்வார்கள். என்னைக் கேட்டால் எல்லா மீன்களுக்கும் அந்தப் பெயரையே வைத்து விடலாம். பெயரில் என்ன இருக்கிறது? ஏழைக்கேற்ற எள்ளுருண்டை. இரண்டு கிலோ எள்ளுருண்டை மீனை வாங்கிக் கொண்டு தோட்டம் வந்து சேர்ந்தேன். மதிய சமையலில் அதன் சக்திக்கு அது மணந்து காட்டும்!

அங்கி

அண்ணன் ஒருத்தர் கேள்வி எழுப்பி இருந்தார். " சட்டை போடுவதில் நீ ஏன் அக்கறையே செலுத்துவதில்லை. கசங்கியதைக்கூட போட்டுக் கொண்டு வருகிறாயே. அது சட்டையா இல்லாட்டி கூடலிங்கம் ஸ்டோர்ஸ் மஞ்சப் பையா? இப்படிச் சுருட்டிக் கொண்டு வந்திருக்க" என்று கேட்டார். "ஏம்ணே நீங்க வேற? வருஷத்தில பாதி நாள் சட்டையே இல்லாமல்தான் சுத்துவேன். அதுக்கு இது பரவாயில்லை" என்றேன்.

இன்று இதைச் சுற்றி அடிக்கடி எண்ணங்கள் எழுந்து அடங்கின. இப்போது திரட்டி யோசித்துப் பார்த்தால், ஒருகாலத்தில் தினமொரு புதுச் சட்டை இருந்தால்கூட மகிழ்கிற ஆளாக இருந்தேன். புதுச் சட்டைகளை வாங்கிக் குவித்துக் கொண்டே இருப்பேன். அவை எல்லாம் இப்போது எங்கே இருக்கின்றன என்பதுகூடத் தெரியாது. விவசாயம் பக்கம் ஒதுங்கிய பிறகு சட்டை போடாமல் இருப்பது சுகமான பழக்கமாக ஆகி விட்டது. இரவு படுக்கையில்கூட சட்டையில் இருந்து, இவ்வளவு நாள் வீணடித்து விட்டோமே? என்றுகூடத் தோன்றியது.

தோட்டத்தில் யாராவது புது ஆள் வந்தால் எடுத்துப் போட்டுக் கொள்வேன். மற்ற நேரங்களில் நான் கழற்றிப் போட்ட ஒன்றாக, அதையே உணர்த்தி தூரத்தில் காற்றிலாடி

தொங்கிக் கொண்டிருக்கும். அதே மாதிரி குளிரடிக்கும் சமயங்களில் இரண்டைக் கூட எடுத்துப் போட்டுக் கொள்வேன். தேவைதானே எதையும் தீர்மானிக்கிறது. பெரும்பாலும் சட்டையணியாமல் வெற்று மேலோடு அலைவது சுகம் என்பதைத் தாண்டி வேறு ஒரு விடுதலை உணர்வையும் அது தருவதை உணர்ந்தேன். அதுவரை சுமந்த ஒன்றை உதறிய பறவையைப் போல இருந்தது அவ்வுணர்வு.

ஒரு அறையில் நிர்வாணமாக அலைகையில் ஒரு அமைதி கூடி வருவதைக் காண முடியும். ஒரு ஆசுவாசம் மாதிரி ஒருநிலை. உண்மையைச் சொன்னால் நிர்வாணமாக இருக்கையிலேயே அதிகப் பாதுகாப்பு உணர்வு கிட்டுவதாகவும் தோன்றுகிறது. பதற்றம் என்கிற உணர்வைக் கழற்றிப் போட்ட மாதிரி. இப்போதெல்லாம் அப்படித் தூங்கச் சொல்லி மருத்துவ உலகம்கூடப் பரிந்துரை செய்கிறது.

இதையெல்லாம் எண்ணிக் கொண்டிருந்த போது, சமீபத்தில் படித்த புத்தகம் ஒன்று நினைவில் வந்தது. சந்தியா பதிப்பக வெளியீடான நிக்கோலா மனுச்சியின் 'மொகலாய பேரரசில் எனது பயணம்' என்கிற பயண நூல் அது.

முடி சூடிய மன்னரும் பிடி சாம்பல் ஆன கதையும் அந்தப் புத்தகத்தில் இருக்கிறது என்றாலும், அதில் தொடர்ந்து வந்த இன்னொரு அம்சத்தைக் கணக்கில் கொண்டு வர விரும்புகிறேன். அதில் பக்கத்துக்குப் பக்கம் யாராவது ஒருத்தர் இன்னொருத்தரைப் பாராட்டி மேல் அங்கியைப் பரிசாகத் தந்தபடியே இருக்கிறார்கள்.

சக்கரவர்த்தி தூதர்களுக்கு மேல் அங்கி தருகிறார். அடுத்தடுத்த படிநிலைகளில் உள்ளவர்கள் கீழே இருப்பவர்களுக்கு அதைத் தந்தபடியே இருக்கிறார்கள். மேலங்கியைப் பறிக்க கொள்ளைக்காரர்கள் நடமாடுகிறார்கள். மேல் அங்கிக்காக ஒருத்தன் கொலை செய்யப்படுகிறான். அக்காலத்தில் மேல் அங்கி என்பது கௌரவத்தின் சின்னமாக இருந்திருக்கிறது.

அப்படியெனில், ஒரு பெரும்கூட்டம் மேலங்கிகூட இல்லாத

அரை நிர்வாணமாய் அலைந்துகொண்டிருந்தது என்றுதானே அர்த்தம்? அங்கேதான் காந்தி மேலங்கியைத் துறந்ததைப் பொருத்திப் புரிந்துகொள்ள வேண்டும்.

அவர் வெறுமனே அரை நிர்வாணப் பக்கிரியாய் மட்டும் அப்படி நிற்கவில்லை. மேல் அங்கியின் மீது படர்ந்திருந்த அதிகாரம் என்பதையும் மறுத்து ஒதுக்கினார். அவரைப் பொறுத்தவரை அது ஒரு ஆன்மீக விடுதலை. அச்செய்கை வழியாக இந்தியாவின் ஆன்மாவின் மையப் பகுதியைத் தொட்டார். அதனால்தான் இந்தக் கூட்டம் அவர் பின்னால் இன்னமும் பித்துப் பிடித்து அலைகிறது. இன்றைக்கு ரமணாஸ்ரமம் போயிருந்த போதும் இந்த எண்ணங்கள் என்னுடனே ஓடி வந்தன.

புகைப்படங்களைப் பார்த்தேன், நிர்வாணப் பக்கிரி ஒருத்தர் எனைப் பார்த்துச் சிரித்தார். ஒருமுறை ரமணரிடம் காந்தியைப் பற்றிக் கேட்ட போது, இருவரும் ஒரே ஆத்மாதான், ஆனால் ஆளுக்கு ஒரு வழியில் பயணமாகிறோம் என்று பதில் சொன்னார்.

என்னுடைய நினைவு சரியென்றால், காந்திக்குமே ரமணரைச் சந்திக்க வேண்டும் என்கிற நோக்கம் இருந்திருக்கிறது. அதைச் சொல்லவும் செய்திருக்கிறார். ஆனால் அந்தச் சந்திப்பு நடைபெறவில்லை.

இப்போது யோசித்தால் அவர்கள் இருவரையும் இயக்கியது ஒன்றே தான் என்று தோன்றுகிறது. இருவருமே அரை நிர்வாணமாய் அலைந்த கூட்டத்தில் இருந்து உதித்தவர்கள்தானே? அவர்கள் அங்கியை இக்கூட்டத்திற்கு எதிரான படோபகாரச் செயலாகக் கருதுவதற்கு இயல்பான இடம் உண்டுதானே?

அதனைத்தாண்டி பொதுத்தளத்தில் நிர்வாணம் என்பது இன்றளவும் இழிநிலைதானே? கோடான கோடி பேர் ஒரு காலத்தில் இந்நிலையைச் சுமந்திருக்கிறார்கள். இப்போதுகூட அணிய ஒரு சட்டையில்லாமல் அலைகிற மனிதனைத் தெருவில் பார்க்கிறேன். ஒரு சட்டைக்காக உயிரையும் கொடுப்பேன் என்று சொன்ன ஒருத்தனோடும் இருந்திருக்கிறேன். தற்கொலை

செய்து சாகும் போதுகூட உடல் தெரிந்துவிடக் கூடாது என திட்டமிட்டு கைகால்களைக் கட்டிக்கொண்டு, கிணற்றில் குதித்துச் செத்துப் போன ஒருத்தி குறித்த கோணங்கி அண்ணனின் கதை நினைவிற்கு வருகிறது. அங்கி தன் பரந்த கரங்களால் கனமான ஒன்றை நம்மீது போர்த்தி இருக்கிறது. அதை உதறுவது அத்தனை சுலபமில்லை. அதைத்தான் காந்தி, ரமணர் இருவரிடம் இருந்தும் இன்று உணர்ந்தேன்.

அதே சமயம் நிர்வாணம் என்பதற்கு இந்திய தத்துவக் களத்தில் அர்த்தம் அடர்த்தியானது. அது வெறுமனே புற நிர்வாணத்தை மட்டும் குறிப்பதல்ல. அதையெல்லாம் ரமணாஸ்ரமத்தில் நாற்பது நிமிஷம் நின்றேன் என்பதை மட்டும் தகுதியாக வைத்துக் கொண்டெல்லாம் விளக்கி விடத் துணிய மாட்டேன்.

அங்கியெனும் திரை விலக்கி உள்ளே உள்ள வெளியில் நிற்கிறவனின் நிர்வாணம் வழியாக, கேள்விகளை எழுப்பிக் கொண்டே அலையும் ஒருத்தனாகத்தான் இப்போது முதல்படிக்குச் சற்றுப் பின்னே இருக்கிறேன்.

அகவழிப் பயணம் என்பதை எல்லாம் விடுங்கள். நானிருக்கிற புறத்தில் உற்றுப் பார்க்கிறேன். என்னைத் தவிர நாய் நரி நண்டென எல்லாமுமே அங்கியைச் சுமக்கவில்லை.

நான் மட்டும் எதற்குச் சுமப்பானேன் என சட்டையை மட்டும் கழற்றிப் போடத் துணிந்து விட்டேன், அங்கே இருக்கிற சமயங்களில் மட்டும். மொத்தமாய் எல்லாவற்றையும் கழற்றிப் போடுகிற அளவிற்கு, முற்றிப் போகவில்லை என்கிற எண்ணமே இப்போது பாதுகாப்பாகவும் இருக்கிறது.

ரமணாஸ்ரமத்தை விட்டு வெளியே வந்தேன், மழை அங்கியைப் போலப் போர்த்திப் பெய்துகொண்டிருந்தது. மலையின் உச்சியை மேகக் கொத்தொன்று பற்றி இருந்தது. அக்காட்சி புகையை உமிழும் எரிமலையைப் போலத் தட்டுப்பட்டது எனக்கு.

காலின் இடையில் உரசும்...

பொதுவாகவே நடமாட்டங்கள் அருகியிருக்கிற அதிகாலைப் பொழுதுகள் விலங்கினங்களுக்கும் உரியவைதான். அந்நேரங்களில் மட்டுமே நகரங்களில் விலங்குகள் எல்லாமும் சுதந்திரமாகத் தங்களை எண்ணுகின்றன. கூர்ந்து கவனித்துப் பார்த்திருக்கிறேன், அந்நேரத்தில் அவை புதிய மனிதர்களிடம்கூட நெருங்கத் தோதாகத் தங்களை மாற்றிக்கொள்ள முயல்கின்றன. அதிலும் குறிப்பாகப் பூனைகள்.

ஒருதடவை மூத்த எழுத்தாளர் அ.மார்க்ஸ் அவர்கள் பூனைகளைப் பற்றி எழுதிய குறிப்பொன்றில், “நாய்களைப் போலப் பூனைகள் அடிமைகளாக இருப்பதில்லை” என்கிற மாதிரிப் பொருள் வரும்படி ஒருவரி எழுதியிருந்தார். அதைப் பற்றி ஆழமாக யோசித்துப் பார்த்தால், அவர் சொல்வதில் உண்மை இருக்கும் போலத்தான் தோன்றுகிறது.

பூனைகள் நாய்களைப் போல மிதமிஞ்சிச் செல்லமும் கொஞ்சுகின்றன. ஆனால் அதற்குத் தோன்றவில்லை என்றால், எத்தனை கண்ணே மணியே போட்டாலும் பக்கத்தில்கூட வருவதில்லை என்பதையும் கவனித்துப் பார்த்திருக்கிறேன்.

ஒருவகையில் ஊடலில் இருக்கும் குறிஞ்சி நிலத் தலைவியைப் போல நைச்சியமாகவே அவை நடைபோடுகின்றன. தினமுமே சுமார் நூறு பூனைகளைத் தவறாமல் பார்த்துவிடுகிறேன். அவற்றிற்குமே என்னையும் தெரியும். சிந்தாதரிப்பேட்டை மீன் சந்தையே முதலில் பூனைகளுக்கும் எலிகளுக்குமானது. பிறகுதான் எங்களைப் போன்ற வியாபாரிகளுக்கு.

தேநீர்க் கடையொன்றை ஒட்டியிருக்கிற சந்தில் இருபது பூனைகள் ஊதா நிறச் சட்டை அணிந்து வரும் ஒரு மனிதருக்காக வழிமேல் விழி வைத்துக் காத்துக் கிடக்கும். வழிமேல் விழி என்பது தேய்வழக்கெல்லாம் இல்லை இந்த விஷயத்தில். உண்மையிலேயே அவர் வரும் திசையில் கண்களை நோக்கிக் குவித்துக் கத்தியபடியே காத்திருப்பதைப் பார்த்திருக்கிறேன்.

கைநிறையக் கவலை மீன்களை அள்ளி வருகிற அவர், விநோதமான ஒலியெழுப்பி அவற்றை நோக்கிப் பிய்த்து வீசுவார். நூல் பிடித்தமாதிரி மறுநாள் அதே நேரத்தில் அப்பூனைகள் அவருக்காகக் காத்திருக்கும். ஒருதடவை பட்டர் பிஸ்கெட்டை வாங்கி நொறுக்கிப் போட்ட போது, கண்டுகொள்ளவே இல்லை. பிஸ்கெட் தின்பதற்கா மீசையை முறுக்கிக்கொண்டு அலைவது?

அவருக்கும் அவற்றிற்கும் இடையிலான உறவைத் தள்ளி நின்று பார்த்து வியந்துகொண்டிருப்பேன். சந்தையில் இன்னொரு வியாபாரி இருக்கிறார். மனைவி மகனுக்கும்கூட அவர் முசுடுதான். எந்நேரமும் யாரிடமாவது துடுக்குத்தனமாகப் பேசிச் சண்டை வளர்த்துக்கொண்டே இருப்பார். ஒருதடவை நாலைந்துபேர் அடிக்கக்கூட கிளம்பி வந்துவிட்டார்கள். ஆனாலும் அவர் வாயால் வளத்தைக் கூறுபோடும் சுருக்குமடி வலைவிரிப்பதை நிறுத்தவே இல்லை. அவருக்கு அதுவொரு நாள்பட்ட பழக்கம் என்பதைக் கண்டுகொண்டேன்.

சந்தை மந்தமாக இருந்த காலைப் பொழுதொன்றில் அவரது கடைக்குப் போனபோது, தூரத்தில் அவர் தனியாக அமர்ந்து பேசிக்கொண்டிருந்த காட்சி தெரிந்தது. அருகில் போன போதுதான் பூனைகளுடன் அவர் சிரித்துப் பேசிக் கொண்டிருந்ததைப் பார்த்தேன்.

வெள்ளை தெர்மாகோல் பெட்டிகளுக்கிடையே மூன்று பூனைகள் நின்றுகொண்டிருந்தன. “அவளுக்குப் பசிக்காம். அந்த எடுபட்ட பயலை நாலு மத்தி மீன் பிடிச்சுக் கொண்டு வாடான்னு அனுப்பினேன். எங்க போய்த் தொலைஞ்சானோ” என என்னிடம் சொல்லிவிட்டு, மீண்டும் அதையே பூனைகளிடமும் சொன்னார். மியாவ் மியாவென அவர்களுக்குள் ஒரு அந்நியோன்யம் இருப்பதைப் பார்த்துச் சிரித்துக்கொண்டேன்.

முதுகில் பெரிய காயத்தோடு நடந்து வந்த கறுப்பு நிறப் பெரிய பூனை ஒன்றைச் சுட்டிக் காட்டி, “அந்தா வராரு பாருங்க என்னை மாதிரியே சண்டியரு. இன்னொரு பூனைகிட்ட தேவையில்லாம சண்டை கட்டி கடி வாங்கிட்டு வர்றான். ஆளையும் மண்டையையும் பாருங்க. முதுகில விரல் நுழையற அளவுக்கு காயம். ரத்தம் இந்த ரோடெல்லாம் அடிச்சிக்கிட்டு போச்சு” என்றார். அதுவும் அவர் கிண்டல் அடிப்பதைப் புரிந்துகொண்ட மாதிரியே ஆடிக்கொண்டு நடந்துவந்து அவரருகில் அமர்ந்து காலைப் பிராண்டியது.

பூனை காலைப் பிராண்டினால், ஏதோ ஒரு தயவை நம்மிடம் எதிர்பார்க்கிறது என்று அர்த்தம். அதற்காக வருகிறவர், போகிறவர் கால்களையெல்லாம் அது பிராண்டி விடவும் செய்யாது. அவர் பூனைகளின் உலகத்தில் புகுந்துவிட்டார் என்பதை உணர்ந்துகொண்டேன்.

வெளியில் இருந்து பார்ப்பவர்களுக்கு அது விநோதமாகத் தோன்றலாம். உண்மையில் இதுமாதிரி விலங்குகளின் உலகத்தில் கொஞ்சம் கிறுக்குப் பிடித்தவர்களால் மட்டுமே நுழைய முடியும். அதற்கு ஆதிப் பொறுமை அவசியம். எடுத்த எடுப்பிலேயே எந்த விலங்குகளின் உலகத்திலும் நுழைந்து விட முடியாது. கோடி ரூபாய் கொட்டிக் கொடுத்தால்கூட ஒரு விலங்கு கன்னத்தில் முத்தமிட்டு விடாது. அவற்றைப் பழக்குவதாகத்தான் நாம் நினைத்துக் கொள்கிறோம். உண்மையில் அவை நம்மைத்தான் அவற்றிற்குத் தோதாகப் பழக்கப்படுத்திக் கொள்கின்றன. நானே அதற்கொரு சிறந்த உதாரணம்தான்.

தோட்டத்தில் காருக்கு எலியால் நேர்ந்த தொல்லைகள் பற்றியெல்லாம் ஏற்கனவே ஒருதடவை எழுதியிருக்கிறேன். கடித்த வயர்களை எல்லாம் செப்பனிட முப்பதாயிரம் ரூபாய் வரை செலவானது. காரை எங்கெங்கோ கொண்டு போய் மாற்றி மாற்றி நிறுத்திப் பார்த்தும் பிரயோசனமில்லை.

நெஞ்சில் அடித்துக் கதறிக் கொண்டிருந்த போதுதான் அந்த இரண்டு பூனைக்குட்டிகளையும் உரச் சாக்கிற்குள் போட்டுக் கொண்டு வந்து கொடுத்தார்கள். “கொஞ்சம் வளர்ந்த குட்டிங்க. பார்த்து பக்குவமா அவுத்து விடுங்க. பிராண்டி வச்சாலும் வச்சிரும். அது மனசு வச்சாத்தான் தங்கும். மத்தபடி அதை தடுத்து நாய் மாதிரி எல்லாம் வச்சுக்க முடியாது” என்றார் அதைக் கொண்டு வந்து கொடுத்த பக்கத்துத் தோட்டத்துக்காரர்.

அதற்கு முன்புவரை பூனை என்றாலே எனக்கு ஒருவிதமான விலகல் மனநிலை. அறைக்குள் அந்த இரண்டு பூனைகளையும் விட்டுவிட்டு, வெளியே வந்து படுத்துக்கொண்டேன். ஒரு தட்டில் பாலை ஊற்றி உள்ளே வைத்து விடுவோம்.

என்னுடைய பயணப்பைக்கு அருகில் இருந்த இருளான பிரதேசத்தில் பதுங்கிக்கொண்டன. முதல்நாள் வைத்த பாலைத் தொடக்கூட இல்லை. இடையில் ஒருதடவை உள்ளே போனபோது மிரட்சியோடு பார்த்தன. சுடர்விட்டெரிந்தன கண்கள் அப்போது. அந்தக் கண்களில் துளி சிநேகத்தைக்கூட என்னால் பார்க்க இயலவில்லை.

இரண்டாம்நாள் அது பாலைக் குடித்திருந்தது. அடுத்தடுத்த நாட்களில் அது மெல்ல அங்குலம் வேகத்தில் எங்களுடைய உலகத்திற்கு நகர்ந்து வருவதைப் பொறுமையாகப் பார்த்தேன். நானுமே அதன் உலகத்திற்கு அதே வேகத்தில்தான் நகர்ந்தும் போய்க்கொண்டிருந்தேன். இருவேறு உலகங்கள் ஒன்றையொன்று பின்னிக்கொள்ள நகர்கிற மாதிரி ஓர் உணர்வு கிடைத்தது எனக்கு.

அவை ஒருநாள் கட்டிலில் ஏறிப் படுத்துக்கொண்டன. “அவ்வளவுதான். அவுங்க வீடாயிருச்சு இனிமே” என்றார்

பொங்கிமுத்து. அவரைப் பார்த்தால் துள்ளிக்கொண்டு ஓடிவரத் துவங்கின. “சோறு வைக்கிறவங்கள எப்படி சின்ன உசுருக மறக்கும்” என்றார் என்னிடம்.

அதைக் குறித்துக்கொண்டு, ஒருநாள் அவை பார்வை படும்படி பாலைக் கொண்டு வந்து சோற்றில் ஊற்றினேன். பிறகு அவை மெல்ல என்னை நோக்கியும் வரத் துவங்கின. ஆனாலும் பொங்கிமுத்துக்குத்தான் முதல் மரியாதை எல்லாமும்.

பொங்கிமுத்து விசிலடித்துக் கொண்டே நடந்து வருகையில் எங்கே இருந்தாலும் அவரை நோக்கி ஓடி வந்துவிடும். அவர் தண்ணீர் பாய்ச்சப் போனால் இரண்டு பூனைகளும் அவரது காவலுக்குக் கூடவே போய் நிற்கும். “இங்கதான் எங்கூட துணையா வெளையாடிக்கிட்டு இருந்துச்சு. ஒரு நாயைப் பார்த்ததும் அந்தா இருக்க அந்த கள்ளிச் செடி புதருக்குள்ள புகுந்துகிட்டு கெடக்குது பாருங்க” என்பார். என்னை அவை ஏற்றுக்கொண்டிருந்தன, ஆனால் ஆரம்பத்தில் நெருங்கி ஊடாடவில்லை.

ஒருநாள் சாப்பிட்டுக் கொண்டிருக்கையில் காலில் யாரோ சுரண்டுவதைப் போல உணர்வு தட்டுப்பட்டது. ஒருபூனை மட்டும் முதலில் என்னுடைய உலகத்திற்குள் வந்து நின்றது. பிறகு இன்னொன்றும் அதனோடு இணைந்து கொண்டது. அந்த முடிவை எடுப்பதற்கு முன்பு அவை இரண்டு மாத காலம் யோசித்துக் கொண்டிருந்தன என்பதைக் கணக்கிட்டேன். அதற்குப் பிறகு நாங்கள் எல்லோரும் ஒரேதட்டில் சாப்பிடவில்லை, அவ்வளவுதான்.

தோசையென்றால் சிக்கன் குழம்பில் முக்கிப் போட வேண்டும். ஆம்லெட்டை சிறு துண்டுகளாகப் பிய்த்துப் போட வேண்டும். தினமுமே புதுப் பால்தான் ஊற்ற வேண்டும். எலும்போடு கறியைப் போட்டால்தான் சிறப்பு, அதிகாலை நான்கரை மணிக்கு முதல் பாலை ஊற்றி விட வேண்டும் என்றெல்லாம் அவற்றிற்கு தோதாக என்னைப் பழக்கப்படுத்தின என்றுதான் இந்நேரத்தில் சொல்ல வேண்டியிருக்கிறது. பசியடங்கியதும் எதிரே இருக்கிற பேரீச்சை நிழலில் தஞ்சம். காட்டுக் கத்து

கத்தினாலும் அதற்குப் பிறகு திரும்பியே பார்ப்பதில்லை.

மீண்டும் தனக்கு வேண்டும் என்கிற போது மட்டும் அன்னநடை போட்டு வந்து கால்களுக்கு இடையில் நின்று உரசுவது. "இரு காலின் இடையிலே உரசும் பூனை போல், வாழ்க்கை" என கார்த்திக் நேத்தா ஒருபாடலில் எழுதியதைப் போல. அவற்றிற்குமே மனிதர்களைப் போலவொரு கணக்கீட்டு ரீதியிலான சிந்தனை இருக்கிறதோ என்கிற சந்தேகம்கூட உண்டு எனக்கு.

அதில் ஒரு பூனை நாயோடு சண்டையிட்டு வீரச் சாவு அடைந்து விட்டது என்கிற செய்தி வந்த நாள் முழுவதுமே வருந்திக் கொண்டிருந்தேன். இதைப் போல் நிறையச் சாவுகளைப் பார்த்துவிட்டேன். மனிதர்கள் மறைவது மட்டுமா இழப்பு? நானும் பொங்கிமுத்துவும் ஒருவார காலம் வரை அதைப் பற்றிப் பேசியே புலம்பிக்கொண்டிருந்தோம். என்னைவிட அவருக்குத்தானே பேரிழப்பு அது? மிச்சமிருக்கிற பெண் பூனை நான்கு குட்டிகளைப் போட்டதாகச் செய்தி வந்தது. நான்கையுமே நாய் தூக்கிக்கொண்டு போய்விட்டதாகவும் செய்தி வந்தது.

இப்போதெல்லாம் விலங்குகள் உலகத்தில் இதைப் போன்ற செய்திகளை எல்லாம் ஒரே மாதிரியாக எடுத்துக் கொள்ளப் பழகிவிட்டேன். ஈசல்கள் பிறக்கின்றன, இறக்கின்றன. மூத்த இலைகள் உதிர்ந்து மெல்ல மண்ணில் சரிந்து விழுகின்றன. காலக் கணக்குகள் எதுவுமே இல்லை அங்கே.

ஒருவகையில் நிச்சயமின்மையை நம்மைவிட அதிகம் எதிர்நோக்கி இருப்பவை விலங்குகள்தான். எந்நேரம் வேண்டுமானாலும் பிறவற்றிற்கு உணவாகலாம் அல்லது மண்ணிற்கு உரமாகலாம் என்கிற மாதிரியான சூழலே. ஆனாலும் அதைப் பற்றிய கவலைகள் எதுவும் அவற்றிற்கு இருக்கிற மாதிரியும் தெரியவில்லை.

நேற்று பொங்கிமுத்துவுக்கு அழைத்து பூனை இருக்கிறதா? எனக் கேட்டேன். "என்ன இப்படிக் கேட்டுட்டீங்க? எங்க போகப் போகுது? இங்கதான் தண்ணிப் பாய்ச்சுக்கிட்டு

இருக்கிற எடத்தில என்கூட நிக்குது. நீங்க பயக்காம காரை எடுத்துக்கிட்டு வாங்க” என்றார்.

பூனை இருந்தால் கார், இல்லாவிட்டால் ரயில் என்றுதான் யோசித்து வைத்திருந்தேன். ஏனெனில் பூனைச் சத்தம் இருக்கிற இடத்தில் எலிகள் வாசம் செய்வதில்லை. இதில் இன்னொன்றும் இருக்கிறது.

என்னுடைய காரின் அடிப்பாகம்தான் அப்பூனைகளுக்கு சொர்க்கம். சாப்பிட்டு முடித்தவுடன் எந்நேரமும் அங்கே போய்ப் பதுங்கிக்கொள்ளும். நாய்களாலும் அந்த நேரத்தில் விரட்டிப் பிடிக்க முடியாது என்கிற வகையில் அவற்றிற்கு இது நல்ல ஒரு பாதுகாப்பான ஏற்பாடும்கூட. ஆகவே, முல்லைக்குத் தேரைக் கொடுத்ததைப் போல காரை அதற்குக் கொடுத்து விடலாமா எனவும்கூட யோசித்துக்கொண்டிருக்கிறேன்.

என் முதுகின் மீது உரசும் கால்களைப் போல வாழ்க்கை போகும் அடடா என அது மகிழ்ச்சியாகப் பாடக் கூடச் செய்யலாம். யார் கண்டது? மியாவ்!

லிப்ட்

எப்போதுமே டெலிவரிக்குப் போவது எனக்குப் பிடித்தமான பணி. இரண்டு காரணங்கள். ஒன்று, கடையில் இருந்தால் அடிக்கடி எதைப் பற்றியாவது பேசிக்கொண்டே இருப்பார்கள் என்பதால், அதிலிருந்து தப்பித்து, சிலநேரங்களில் எதையாவது யோசித்துக் கொண்டே சந்துபொந்துகளில் புகுந்து வண்டி ஓட்டிக் கொண்டு போவது பிடிக்கும்.

இரண்டாவது, புதிய புதிய அனுபவங்கள், முகங்கள், பூக்கள் உதிர்ந்து கிடக்கிற தெருக்கள், நீச்சல் குளம் கொண்ட குடியிருப்புகள், அதற்கு வெளியே லாண்டரிக் கடைக்காரர்கள், இளநீர் விற்கிற வண்டி, வேப்பமர நிழல், முழங்கால் அளவிற்கு கால்சட்டையை மடித்துவிட்ட வயதான வாட்ச்மேன், கேட்டில் ஏற முயற்சிக்கும் சீன முகம் கொண்ட குழந்தைகளை ஏதோவொரு மொழியில் அதட்டுகிற வட இந்திய வாட்ச்மேனின் மனைவி, பொன்மாலைப் பொழுது எனச் சத்தமாக பாடும் கறுப்புநிற பழைய பட்டன் போன்... என அதுவொரு தனி உலகம்.

திடீரென பார்சலை எடுத்துக் கொண்டு, ஹெல்மெட்டை மாட்டிக்கொண்டு கிளம்புகையில் ஞேவெனப் பார்ப்பார்கள்

தம்பிகள். “கவலைப்படாதீங்கடே. கிடைக்கிற டிப்ஸை உங்களுக்குத் தந்திடறேன்” என்பேன். ஒப்புக்கொண்டபடி, சுழற்சி முறையில் அவன்களிடம் தந்தும்விடுவேன்.

டெலிவரிக்குப் போகாத தொலைபேசியில் ஆர்டர் எடுக்கிற கடைப்பெண்ணிற்குமே இதில் பங்குண்டு. நான் போகிற சமயங்களில் சில நேரங்களில் அவசரமான டெலிவரிகளை அவர்களிடம் தந்துவிடுவதற்கும் அச்சமாக இருக்கும். ஏனெனில், “மச்சான் வீட்டு விருந்தை சிறப்பிக்கப் போயிருந்தேன் மன்னா” என்பார்கள் வந்து நின்று. அதற்கு முன் கஸ்டமர் இன்னும் பொருள் வந்துசேரவில்லை எனப் பலதடவை கடைக்கு அழைத்திருப்பார். அதெல்லாம் தெரிந்த கதைதானே?

நான் வேலை பார்த்த காலங்களில் நானெல்லாம் இந்த விஷயத்தில் தலைசிறந்த ஒற்றன். என்னுடைய உயரதிகாரி, “சரவணா நீ என்ன பண்றீன்னா எங்கயாச்சும் லேண்ட் லைன் இருக்கும்ல. அதில இருந்து எனக்கு போன் அடி” என்று சொல்லி நான் இருக்கிற இடத்தைச் சோதித்துக் கொள்வார் என்றால் பார்த்துக் கொள்ளுங்களேன். வாழையடி வாழை என்பது இங்கும் பொருந்தத்தானே செய்யும்? “தம்பி நீ போற வழியில ரெண்டு மூணு டீக்கடை இருக்கு. அதைப் பார்த்து நிதானம் தவறிடக்கூடாது. கஸ்டமர் சட்டுனு வேணும்னு கேட்டிருக்காங்க. தயவு செஞ்சு உன்னோட வழக்கமான வேலையைக் காட்டிடாதடா. சீக்கிரமா வந்து சேரு. கெஞ்சிக் கேட்டுக்கறேன். சாயந்திரமா உனக்கு பப்ஸ் வாங்கித் தர்றேன்” என்றெல்லாம் சொல்லித்தான் டெலிவரிக்கு அனுப்ப வேண்டிய துர்பாக்கிய நிலைமை.

டெலிவரியில் கிடைக்கிற அனுபவங்கள் அத்தனையையும் வெளிப்படையாகச் சொல்லி விடவும் முடியாது என்கிற இக்கட்டும் உண்டு. என்ன இருந்தாலும் கஸ்டமர் என்றால் கடவுள் எனக் காந்தியே சும்மா இராமல் சொல்லி வைத்துப் போய்விட்டார். அப்படித்தான் ஒருதடவை அவசரமான டெலிவரி மூன்றைக் கையில் வைத்துக் கொண்டு அந்த வீட்டிற்குப் போனேன். பொருளை வாங்கிவிட்டு உள்ளே

போன அந்த அம்மாள் நீண்ட நேரமாக வெளியே வரவில்லை.

பொறுத்துப் பொறுத்துப் பார்த்துவிட்டு, இன்னொரு இடத்திற்குப் போகவேண்டும் என்கிற அவசரத்தில் மீண்டும் காலிங் பெல்லை அழுத்தினால், வெளியே வந்து பார்த்த அவர், "அய்யோ தம்பி நீங்களா. அவ்வளவு நேரமாவா நிக்கறீங்க. மறந்துட்டு அப்படியே கிறக்கமா இருந்துச்சுங்கறதால போய் செத்த நேரம் கண்ணசந்திட்டேன்" என்றார். எங்கள் பிராந்தியத்தைச் சேர்ந்த வட்டார மொழி என்பதில் அப்படி ஒரு பெருமை எனக்கு.

இன்னொருத்தர் ஆர்டர் கொடுக்கையிலையே தெளிவாகச் சொன்னார். "என்ன ஆனாலும் காலிங் பெல்லை அடிக்காதீங்க. குழந்தை தூங்கிக்கிட்டு இருக்கும். வெளிய வந்து நின்னாலே எங்களுக்குச் சத்தம் கேட்கும்" என்றார்கள். அதுவும் கிழக்குக் கடற்கரைச் சாலையில் இருக்கிற தனித்த பங்களா. சற்றேறக்குறைய இருபது நிமிடங்கள் கத்தி ஓய்ந்த பிறகு வந்து நின்ற அந்த மேடம், "அச்சச்சோ. ஆர்டர் கொடுத்ததை மறந்துட்டு பின்னாடி துணியைத் துவைக்கப் போடப் போயிட்டேன். அய்யோ பாவம் ஜூஸ் குடிக்கீறீங்களா" என்றார் சிரித்துக் கொண்டே. அவர் சொன்ன விதத்தைப் பார்த்தபோது எனக்குமே சிரிப்பு வந்துவிட்டது. அவர் மனசுக்காகக் கொடுத்ததைக் குடித்துவிட்டு வந்தேன். சொல்லலாம் என்கிற வரையறைக்குட்பட்ட அனுபவங்கள்தான் இவை என்பதால் சங்கடங்கள் எதுவுமில்லை. ஏதாவது சினிமாவிற்கு இதைப் பற்றி எல்லாம் எழுதினால், அதைவிட பயங்கரமா இருக்கும் என்கிற மாதிரிச் சிரிக்கச் சிரிக்க எழுதிக் கொடுக்கலாம்.

இன்றைக்கு அப்படித்தான் டெலிவரி போயே ஆகவேண்டிய கட்டாயம். வெந்துபோய்விட்டேன் என்றுதான் சொல்ல வேண்டும். அக்கினிப் பிழம்பாய் விரிந்து கிடந்தது வானம். சிக்னல்களில் நிற்கவே முடியாமல் உடலே கொதித்தது. ஆரம்பத்தில் சென்னைக்கு வந்து சுற்றிய காலத்தில் இப்படி ஒரு வெயிலை இருசக்கர வாகனத்தில் ஒருதடவை கடந்தது நினைவிற்கு வந்தது.

நானும் என்னையொத்த சீருடைகள் பலவும் கொதிக்கிற கலனொன்றிற்குள்தான் இன்றைக்கு நீந்தினோம். வந்த பிறகிலிருந்து தண்ணீர் பாட்டிலே கதியென்று கிடக்கிறேன். “என்ன சார் காட்டு காட்டுன்னு காட்டுதா? சத்தத்தையே காணோம். இல்லாட்டி அந்தக் காலத்திலன்னு எதையாச்சும் போயிட்டு வந்தவுடனே ஆரம்பிப்பீங்களே” என்றான் ஒருத்தன் இடையில் வந்தபோது. அவனிடம் பேசக்கூடத் தெம்பில்லை என்பதால் இரு வச்சிக்கறேன் உன்னை எனச் சைகை மட்டும் காட்டினேன்.

அடுத்து டெலிவரி போன அடுக்குமாடிக் குடியிருப்பின் லிப்ட் வேலை செய்யவில்லை. நான்காவது மாடிக்குப் போகவேண்டும். ஆயிரத்து இருபத்து ஒன்பது ரூபாய் பில் வந்திருந்தது. எழுபத்தொரு ரூபாய் சில்லறையையும் கையோடு கொண்டு போயிருந்தேன். கதவைத் திறந்து வந்த அந்த முதிய அம்மாளால் நடக்கவே இயலவில்லை. தாங்கித் தாங்கி வந்து நின்ற அவர், பார்சலை வாங்கிக் கொண்டு உள்ளே போனார். போகையிலேயே என்னிடம் சில்லறை இருக்கிறது என உரக்கச் சொன்னேன்.

வந்து நின்ற அவர் இரண்டு ஐநூறு தாள்களையும் ஒரு நூறு ரூபாய்த் தாளையும் தந்தார். நான் மீதிச் சில்லறையை எடுத்து அவரிடம் கொடுத்து விட்டுத் திரும்பி, படிக்கட்டை நோக்கி நகர முற்பட்டேன். என்ன நினைத்தாரோ? அமைதியாய், வினோதமான உளவோட்டங்களுடன் உற்றுப் பார்த்துவிட்டு, கையில் இருந்த ஒரு ரூபாய் நாணயத்தை என்னை அழைத்துக் கொடுத்தார்.

படியிறங்குகையில், அந்த ஒற்றை நாணயத்தை எனக்காக வைத்துக் கொள்ள வேண்டும் எனத் தீர்மானித்தேன். ஏனெனில் அதன் மதிப்பறிவேன். கீழே நிழல் போர்த்திய சாலையில் மஞ்சள் பூக்கள் சிதறிக் கிடந்தன!

மொய் விருந்து

போன வாரம் கடையில் வேலை பார்க்கும் தம்பியொருத்தன் தன்னுடைய வீட்டின் மொய் விருந்திற்கான பத்திரிகையைக் கொண்டு வந்து கொடுத்தான். கையில் வாங்கிப் பார்த்தேன், நான்கு குடும்பங்கள் சேர்ந்து அதை நடத்தினார்கள். மறைந்த அவனுடைய அப்பாவின் பாஸ்போர்ட் அளவு கறுப்பு, வெள்ளைப் படத்தைப் பத்திரிகையில் போட்டு, "என் அப்பா பெயரில் இருக்கும் மொய். எங்களால் ஒரு சிலருக்கு நாலைந்து முறை வரைக்கும் செய்யப்பட்டிருக்கிறது" என அச்சடிக்கப்பட்டிருந்தது.

இன்னொரு படத்திற்குக் கீழே, "நான் மறுபடியும் 2000 வருடத்திற்குப் பிறகு இப்போதுதான் உங்களைச் சந்திக்கிறேன். அதனால் மொய் நோட்டை முறையாகத் திருப்பிப் பார்த்துவிட்டு வரவும்" என அச்சடிக்கப்பட்டிருந்தது. அவனுடைய அப்பாவின் படத்தைச் சுட்டிக் காட்டி, "அவரு இருக்கற வரைக்கும் பின்னாடி எனக்கு ஆத்திர அவசரத்துக்கு ஆகும்னு நிறைய மொய் செஞ்சு வச்சிருக்காரு. ஏதோ அஞ்சு லட்சம் ரூபாய் வரை வரும்னு எங்கம்மா சொல்லிச்சு" என்றான்.

தம்பிக்குப் புதுக்கோட்டைக்குப் பக்கத்தில் ஒரு கிராமம். அங்கே பத்து செண்ட் அளவில் நிலமொன்றை வாங்குகிறான். அது அவனது பூர்வீகக் கோயிலை ஒட்டிய நிலம் என்பதால்,

நிலம் பிறருடைய கைக்குச் சென்றுவிடக் கூடாது என்பதால், ஊரே சேர்ந்து அவனை வாங்கச் சொல்லி வற்புறுத்துகிறது. அதனால் தன் சக்திக்கு மீறி அந்த நிலத்தை வாங்குவதென்று முடிவெடுத்துவிட்டான். பிற்காலத்தில் தன்னுடைய பெண் பிள்ளைக்கு அந்த நிலம் உதவிகரமாக இருக்கும் என்பதும் ஒரு காரணம்.

கையில் சுற்றிமுற்றிப் புரட்டியவகையில் ஒன்றரை லட்சம் தேறியது. இன்னும் அவனுக்கு ஆறு இலட்சம் ரூபாய் பணம் வேண்டும். கடந்த மூன்று மாதங்களாகவே நிலத்தை விற்பவர்கள் சீக்கிரம் கிரயம் பண்ணச் சொல்லி நச்சரித்துக் கொண்டிருந்தார்கள். அவர்களை வைகாசி மாதம் வரை காத்திருக்கச் சொல்லி இப்போது மூன்று பேரோடு இணைந்து அந்த மொய் விருந்தை வைத்திருக்கிறான்.

அதற்கான பத்திரிகையைத்தான் என்னிடம் வந்து கொடுத்தான். மொய் விருந்து என்றதுமே என்னை முதலில் ஈர்த்தது, மட்டன்தான். கடா விருந்துக் குழம்புகளின் மகிமை அப்படி. முதலில் அதைப் பற்றியே சுற்றிச்சுற்றி விசாரித்துக் கொண்டிருந்தேன். ”நூத்தம்பது கிலோ மட்டன் சார். முன்னூறு கிலோ அரிசி. வெட்டுறவரே திருச்சிக்கு வந்து ஆட்டைப் பிடிச்சுத் தர்றேன்னு சொல்லிருக்காரு. சிக்கன் போட மாட்டோம். மட்டன் சாப்பிடாதவங்களுக்கு மட்டும் சைவச் சாப்பாடு” என விவரித்தான். கடந்த ஞாயிற்றுக்கிழமைதான் அந்த மொய் விருந்து என்பதால் நேற்று அதிகாலை அழைத்துக் கேட்டேன்.

கொஞ்சம் சோர்வாக இருந்தான். “என்னத்த சொல்ல? வீட்டுக்கே குழம்பு கிடைக்கலை. ஆயிரத்து ஐநூறு பேர்கிட்ட வந்திட்டாங்க. மொய் செய்யாதவங்களும் சாப்பிட வருவாங்கள்ள. வர்றவங்களை எப்படி வராதீங்கன்னு சொல்ல முடியும் சார். நிறையப் பேருக்குக் காணலை. கொஞ்சம் மனவருத்தம் வேற சிலருக்கு” என்றான்.

அவனுக்கு ஆன வசூல் நிலவரம் பற்றிக் கேட்டேன். “நேத்து மொய் விருந்தில மூணு நாற்பது கலெக்ட் ஆச்சு சார்.

இன்னைக்கு காலையில வர முடியாதவங்க வந்து செஞ்ச வகையில ஒரு முப்பதாயிரம் ரூவா வந்திருக்கு. மிச்சத்தை இனிமே போய்க் கேட்டு வாங்கணும். எனக்குத்தான் அதிகத் தொகை வந்திருக்கு. என் கூட நடத்துன மிச்ச ஆள்களுக்கு என்னைவிடக் கம்மிதான்” என்றான். “இப்ப வீட்டுக்கு வர்றவங்களுக்கு என்ன செய்வீங்க” என்றேன். “வெறும் கலர் வாங்கித் தருவோம். அம்புட்டுதான்” என்றான் பதிலுக்குச் சிரித்துக்கொண்டே.

இதே மொய் விருந்தைப் பற்றி என் பத்திரிகையுலகக் காலத்தில் எதிர்மறையான பார்வையே எனக்கு இருந்தது. எதையும் எதிர்மறையாகப் பார்த்துப் பரபரப்படைவதே ஒரு பத்திரிகையாளனின் அடிப்படைக் குணம் என அப்போது எண்ணிக்கொண்டிருந்தேன். ஆனால் இன்றைக்கு இந்தக் கதையோடு மொய் விருந்து என்கிற ஒரு நிகழ்த்துதலை நினைத்துப் பார்க்கையில் வேறு ஒரு பார்வை கிடைக்கிறது.

மொய் விருந்து என்றால் என்ன என்பது குறித்து அதைப் பற்றித் தெரியாதவர்களுக்காகச் சுருக்கமாகச் சொல்லிவிடுகிறேன். தமிழகம் முழுக்கவே மொய் வைக்கும் பழக்கம் இருக்கிறது. என்னுடைய சின்ன வீட்டில் அதற்கென ஒரு ரெண்டு கோடு போட்ட நோட்டை வைத்திருப்பார்கள். ஒரு கல்யாணத்திற்கோ சடங்கிற்கோ சென்று வந்தவுடன் அந்த வீட்டின் பெயரை எழுதி, இருபத்தொரு ரூபாய், பதினொரு ரூபாய், ஆறு ரூபாய் என்றெல்லாம் எழுதி வைப்பார்கள்.

அதைப் போல நமக்குச் செய்தவர்கள் பெயரையும் எழுதி ஒரு நோட்டாக்கிப் பத்திரப்படுத்தி வைப்பது வழக்கம். அடுத்து அவர்கள் சம்பந்தப்பட்ட விழா நடக்கையில் மொய் நோட்டை எடுத்துப் பார்த்துவிட்டு, அதே பணத்தையோ அதற்குக் கொஞ்சம் மேலோ போட்டுத் திருப்பிச் செய்வது வழக்கம். சிலநேரங்களில் திருப்பி வாங்க முடியாமலேகூட போய்விடும், ஆனால் அதைப் பற்றி யாரும் கவலைப்படுவதில்லை. தன் வீட்டில் இனி விழா நடத்த வழியில்லை என்றால், பாய்ந்து பாய்ந்து மொய் செய்வதை நிறுத்திக்கொள்வார்கள், அவ்வளவுதான்.

அதே மொய் எழுதும் பழக்கம்தான், ஆனால் இங்கே அது வேறுமாதிரி தொழில்முறையாக நடக்கிறது. நான் அந்த பிராந்தியத்தைச் சேர்ந்தவனில்லை என்பதால் அதைப் பற்றிக் கூடுதல் தகவல்கள் எதுவும் எனக்குத் தெரியாது. ஏதோ ஆங்காங்கே கொறித்த வகையில் இதைச் சொல்கிறேன். முதலில் இந்த மொய்விருந்து பேராவூரணி பக்கம் துவங்கியதாகச் சொல்கிறார்கள்.

இது இப்போது தஞ்சை, புதுக்கோட்டை மற்றும் மதுரை மாவட்டத்தின் சில பகுதிகள் வரை பரவிவிட்டது. சில இடங்களில் இதற்குப் பெயர் வசந்த விழாவாம். தொழிலுக்கோ இன்னபிற காரணங்களுக்காகவோ நிதி திரட்ட விரும்புபவர்கள் இதுபோன்ற மொய் விருந்தை வைக்கிறார்கள். அவருடைய சொந்தங்கள், தெரிந்தவர்கள் அவ்விருந்தில் வைக்கும் மொய்யைக் கொண்டு தனது நிதியைத் திரட்டுகிறார்கள். ஒருத்தர் ஐந்து வருடங்களுக்கு ஒருதடவையே மொய் விருந்து வைக்க முடியும்.

இடைப்பட்ட ஐந்து ஆண்டுகளில் அவர் தனக்கு மொய் வைத்தவர்களுக்குத் திரும்பிச் செய்ய வேண்டும். ஆயிரம் ரூபாய் வைத்திருந்தால் அதற்குக் கொஞ்சம் மேலே போட்டு ஆயிரத்து ஐநூறு என்றோ, இரண்டாயிரம் என்றோ வைக்க வேண்டும். இதைப் புதுநடை என்று சொல்வார்கள். ஆயிரத்து ஒரு ரூபாய் வைத்தால் தங்களுடைய மொய் உறவுக் கணக்கை அத்தோடு முறித்துக்கொள்வதாக அர்த்தம். இதைப் பற்றி எல்லாம் இணையத்தில் நிறைய இருப்பதால் மேற்கொண்டு தேடிப் படித்துக்கொள்ளுங்கள். அதிலும் இந்த மொய் விருந்து வைபோகத்தில் நம்முடைய சொந்தங்கள் அடிக்கிற கூத்துக்கள் எல்லாம் வேற லெவல் என்கிற மாதிரி இருக்கிறது.

உதாரணமாகச் சொல்கிறேன். ஒருத்தர் தனது பேத்திக்குக் காது குத்து என மொய் விருந்து வைக்கிறார். அடுத்த நாள் காலையில் ஊரெங்கும் போஸ்டர் ஒட்டப்பட்டிருக்கிறது. அவரது மருமகன் ஒட்டியிருக்கிறார். “என் பொண்டாட்டிக்கும் எனக்கும் சண்டை. அவளது அம்மா வீட்டில் இருந்து நடத்துகிற மொய்

என்பதால் என்னுடைய மொய்தாரர்கள் யாரும் அங்கே சென்று எழுதி என் கணக்கில் ஏற்ற வேண்டாம் எனப் பணிவோடு கேட்டுக் கொள்கிறேன்". அவ்வளவுதான் முடிந்தது கதை. அதேமாதிரி ஊரே கூட்டமாக நிற்கையில், "ரமேஷ் வீட்டில இருந்து இன்னமும் மொய் வரலை. இத்தனைக்கும் ரெண்டு தடவை வச்சிருக்கேன். சீக்கிரம் வந்து பதில் மொய்ய செய்ப்பா" என ஒலிபெருக்கியில் அழைத்து அசிங்கப்படுத்துபவர்களும் இருக்கிறார்கள்.

பத்திரம் எழுதிக் கொடுத்து வாங்குகிற தொகை இல்லை இது. ஆனாலும் சத்தியத்திற்குக் கட்டுப்பட்ட மாதிரி ஒரு கூட்டம் இந்த மொய் விருந்தை நடத்துகிறது. இதில் திருப்பிச் செலுத்த இயலாமல் போனவர்கள்தான் இருப்பார்களே தவிர, மொய் வாங்கிவிட்டுத் திருப்பிச் செய்யாமல் ஏமாற்றி அலைகிறவர்கள் என்று யாரும் இருக்கவே முடியாது. உலகின் எந்த மூலையில் இருந்தாலும் நீந்திக்கொண்டு பதில் மொய் இலைக்குக் கீழே வந்துவிடும். இது முழுக்கவே மதிப்பும் மரியாதையுமான ஒரு சடங்கு. இல்லாமல் பட்டவர்களைக் கைதூக்கி விடுவதற்காகத்தான் இது ஆரம்பிக்கப்பட்டது. ஆனால் அது இப்போது சென்று நிற்கும் உயரம் மலைப்பைத் தரக்கூடியது.

பொதுவாக ஆடி, ஆவணி மாதங்களில் நடத்தப்படும் மொய் விருந்தில் ஒவ்வொரு வருடமும் சுமார் இருநூறு கோடிக்கும் மேல் திரள்வதாகச் சொல்லப்படுகிறது. இப்போது மொய் விருந்து என்பது முற்றிலும் நவீனமயமாகி விட்டது. ஒரே ஒருத்தரே நான்கு கோடி ரூபாய் திரட்டிச் சாதனைகூட படைத்திருக்கிறார். மொய் விருந்திற்கென மென்பொருள்களோடு தொழில் முறை பட்டதாரிகள் வரிசையில் அமர்ந்திருக்கிறார்கள். வங்கிகள் தனி ஏ.டி.எம் வசதிகளைச் செய்து தருகின்றன. வங்கிக் கணக்கில் நேரிடையாக மொய்யைச் செலுத்தும் வசதிகள் வந்துவிட்டன.

பணப் பரிமாற்றம் சார்ந்த அத்தனை நவீன தொழில்நுட்ப வசதிகளும் மொய் வைக்கிற நாற்காலிக்கே வந்து விட்டன.

பூத் ஸ்லிப் மாதிரி சீட்டு தந்து விடுகிறார்கள். மென்பொருள் வழியாக வைத்த மொய்யை ஞாபகப்படுத்திக் குறுஞ்செய்திகளும் அனுப்புகிறார்கள். மொய் விருந்து வைபவம் முழுக்கவே மண்டபங்கள் நிரம்பி வழிகின்றன. சமையல்காரர்களுக்குத் தொய்வில்லாத அளவிற்கு வேலை திகட்டத் திகட்டக் கிடைக்கிறது. ஆடு, அரிசி விற்பனையென இதற்குள் ஒரு பொருளாதாரமும் சுழல்கிறது.

அதைப் பற்றித்தான் கடந்த இரண்டு தினங்களாக யோசித்துக் கொண்டிருந்தேன். மேலூர் பக்கத்தில் இருந்து தம்பி ஒருத்தன் அழைத்து இருந்தான். அவனுடைய பக்கத்தில் இதுபோன்ற மொய் விருந்து வழக்கமெல்லாம் இல்லை. அதற்குப் பழக்கப்படாதவர்கள் அவர்கள். அவனுடைய தொழிலுக்கு அவசரமாக மூன்று லட்சம் ரூபாய் தேவை. அந்தப் பக்கமெல்லாம் குறைந்த வட்டியே பத்துக்குக் கீழே தருவதில்லை. “இங்க பத்து வட்டி பதினைஞ்சு வட்டின்னு மிரட்டுறாங்க. எங்கயாச்சும் மூணு வட்டிக்கு கிடைச்சா சொல்லுங்கண்ணே” என்றான். அவனுடைய பக்கத்தில் மொய் விருந்து இருந்திருந்தால், தப்பித்திருப்பான் என்றுதான் கடைத் தம்பி கதையைக் கேட்டபிறகு தோன்றியது.

திரும்பச் செய்கிற தொகைதான் அது. ஆனாலும் பிய்த்துப் பிய்த்துச் செய்து விடுவதால் அதன் சுமை தெரியாது. தவிர தாங்கள் வாங்கும் தொகைக்கு வட்டி கிடையாது. கூடுதலாகச் செய்வது மேலும் கூடுதலாக வந்துவிடும் என்பதுமே நல்ல ஏற்பாடுதான். பொருளாதாரம் என்கிற வகையில் இதுவொரு மிகச் சிறந்த பணச் சுழற்சி நடவடிக்கை. அதனாலேயே தொண்ணூறுகளில் தோன்றிய இம்மொய் விருந்துப் பழக்கம் என்பது இப்போதும் உயிர்ப்போடு இருக்கிறது.

ஒரு கூட்டம் தங்களுக்குள் ஒரு பொருளாதாரச் சுழற்சியைத் தங்களுக்குத் தேவையான விதத்தில் நிகழ்த்திப் பார்க்கிறது என்கிற வகையில் சொல்கிறேன். மொய் விருந்து என்பதிலும் சர்ச்சைகளும் சண்டைகளும் வரத்தான் செய்கின்றன.

ஒவ்வொரு ஆண்டுமே வாங்கிய மொய்யைத் திருப்பிச் செய்ய

முடியவில்லை என்று சொல்லி யாரோ ஒருத்தர் அவமானத்தில் தற்கொலை செய்து கொள்கிறார். “கூடுதலா செய்யாட்டியும் பரவாயில்லை. வச்ச மொய்யையாவது வைங்கன்னு போயி வீடு வீடா கேட்கணும்” என்று அந்தத் தம்பி சொல்வதைப் போலவும் சம்பவங்கள் நடக்கத்தான் செய்கின்றன. திரண்ட தொகையைக் கொண்டு வட்டியைக் குட்டி போட வைப்பவர்களும் உண்டு. இவ்வாறான பிசிறுகளையெல்லாம் தாண்டி, பெருமிதம், மதிப்பு, மரியாதை, பொறுப்புணர்வு, அவமானம் என எல்லா அடிப்படை ஆதார உணர்வுகளும் கலந்ததுதான் மொய் விருந்து.

ஒருகூட்டம் தனக்குள் உதவிக்கொண்டு பொருளாதாரத்தில் முன்னேறத் துடிக்கிறது என்கிற அம்சத்தை மட்டும் எடுத்துக் கொண்டால் இது மிகச் சரியானது என்கிற எண்ணமே எனக்கு இப்போது வருகிறது. அந்தக் காலத்தில் ஒருசாதியினர் இடையே மகமை என்கிற பழக்கம் இருந்தது. சம்பாதிப்பதில் ஒரு குறிப்பிட்ட தொகையைத் திருப்பி இனத்திற்கு அளிப்பது. அந்த மகமைத் தொகையை அக்கூட்டம் கல்வி உள்ளிட்ட நற்காரியங்களுக்குப் பயன்படுத்தியது. இந்த மகமை என்கிற வழக்கத்தைக் கைக்கொண்டு இன்னொரு சாதி மிகச் சில ஆண்டுகளிலேயே இந்தப் படிநிலையின் உச்சத்தில் போய் அமர்ந்த கதையெல்லாம் வரலாறு.

ஒருவகையில் மொய் விருந்து என்பதுமே அப்படியான ஏற்பாடுதான். இதையே ஒரு ஆய்வாய் உலகப் பொருளியல் அரங்கில் முன்வைக்கவும் இயலும். தமிழ்ச் சிந்தனையில் இருக்கிற மகமை என்கிற வழக்கமே தனி ஆய்வுக்குரியது. வேறு எந்த நாட்டிலாவது மொய்விருந்து போன்ற வழக்கம் இருக்கிறதா என்பதைத் தேடிப் பார்க்க வேண்டும் எனத் தோன்றியது.

கிராமம் என்றாலே அங்கே நெருஞ்சி முட்களும் பரவித்தான் கிடக்கும். ஆனால் அதையெல்லாம் மீறி ஆட்டுக்கறி கொதிக்கிற காட்சி, முந்திக்கொண்டு வந்துவிடுகிறது சிலநேரங்களில். முதன்முதலில் நடந்த அந்த மொய் விருந்தைக் கற்பனையில் நிகழ்த்திப் பார்க்கிறேன். சிகப்பரிசிச் சோறு வெந்த மணம் மேலெழுகிறது!

விளையாட்டெனும் மாயம்

விளையாட்டு ஒரு மனிதனை எவ்வாறெல்லாம் மாற்றுகிறது என்பதை சமீபத்தில் கண்கூடாகப் பார்த்தேன். எங்கள் ஏரியாவில்... அப்படிச் சொல்லக் கூடாது. அதை ஊர் என்றுதான் சொல்ல வேண்டும். சென்னையின் மையப் பகுதியில் அவ்வாறிருக்கும் தெருக்களைத்தான் அவர்கள் ஊர் என்று சொல்கிறார்கள். தப்பித் தவறிக்கூட தெரு என்று சொல்லி விடக்கூடாது. அக்கணமே ஊர்மக்கள் தயவு தாட்சண்யம் இல்லாமல் உறவை முறித்துக்கொள்வார்கள்.

இந்தப் பக்கம் ஐம்பது வீடுகள், அந்தப் பக்கம் ஐம்பது வீடுகள் அடங்கிய தெரு. எல்லா ஊர்களிலும் முட்டுகிற இடத்தில் ஒரு கோவில் இருக்கும். எனக்குப் பக்கத்து ஊரில் செங்கழனி அம்மன். இன்னொரு ஊரில் வேறொரு அம்மன். எல்லா ஊர்களுமே அடுத்தடுத்து அமைந்தவை. ஒவ்வொரு ஊரிலும் ஆண்டுதோறும் கோவில் திருவிழாக்கள் நடக்கும். இந்த ஊர்ச் சொந்தங்கள், அந்த ஊர் மக்கள் என அந்த நேரத்தில் சாலையே ஒளி வெள்ளத்தில் மிதக்கும். அதேபோல் இழவு என்பதைக்கூட ஊர்ச் சடங்காய்க் கூடி நிகழ்த்துவார்கள்.

அந்த நேரத்தில் ஊரை ஒட்டியுள்ள சென்னையின் பரபரப்பு மிகுந்த மையச் சாலை அவர்களுடைய கட்டுப்பாட்டிற்குள்

வந்து விடும். பெரிய பட்டாலியனையே கொண்டு வந்து குவித்தாலும் அவர்களிடம் அப்போது பருப்பு வேகாது. அவர்கள் பல ஆண்டுகளாக அங்கே குடியிருப்பவர்கள், தங்களைப் பூர்வீகக் குடி என்று ஆழமாகக் கருதுகிறார்கள். ஒவ்வொரு ஊருக்குமே ஒரு ஊர்த்தலைவர் இருக்கிறார். அங்கே சட்டங்கள் தன்னளவில் உருவாக்கப்படுகின்றன. அதனால் திருவிழா போன்ற நேரங்களில், நாட்டின் உயரிய நீதி வழங்கும் அமைப்பின் தலைவர்கள்கூட மௌனமாய் நின்று நிதானமாக சாலையைக் கடப்பார்கள். அவர்களது காரை உரசிக்கொண்டு மாடொன்றும் ஊர்ந்து செல்லும்.

அப்படியான திருவிழா ஒன்றில்தான் அவரைப் பார்த்தேன். அவரது பெயரை எக்ஸ் என்று வைத்துக்கொள்வோம். எக்ஸ் முழு போதையில் அந்தக் கூட்டத்தின் மையத்தில் வைத்து ஒருத்தனை அடித்துக்கொண்டிருந்தார். எதற்காக என்றெல்லாம் தெரியவில்லை. அச்சம் துளியுமின்றி நடுச்சாலையில் ஒருத்தனைப் போட்டு அடிக்கிற காட்சி, அதுவும் செல்வாக்கானவர்கள் தங்கியிருக்கும் பகுதியிலேயே என்பதால் வியப்பாகப் பார்த்துக் கொண்டிருந்தேன்.

அதற்கடுத்து அவரைக் கூர்ந்து பார்க்கத் துவங்கினேன். விடைத்துக் கொண்டு ஒரு சண்டைக் கோழியைப் போலவே ஊருக்குள் வலம் வருவார். சின்னப் பையன்கள் அவருக்கு வணக்கம் வைத்துப் பயந்தொடுங்கி ஒதுங்குவார்கள் ஒருதடவை காவல்துறையில் பணிபுரியும் எனது நண்பர் ஒருத்தர் எக்ஸை அழைத்து வந்து, “உங்க ஏரியாவில ஏதாச்சும் பிரச்சினைன்னா இவர்ட்ட சொல்லுங்க. பெரிய கையி இவரு” என எனக்கு அறிமுகமும் செய்து வைத்தார்.

அதற்குப் பிறகு எங்கேயாவது பார்த்தால், உடலை முறுக்கிக் கொண்டு முன்னால் வந்து நின்று, “வஞ்சிரம் தலை இருக்கா” என்பார். நான் பெரும்பாலும் அவரிடம் பதில் எதுவும் பேசாமல் தலையை மட்டும் ஆட்டி இல்லை என்பேன். நான் யார் என்பது தெரியுமாதலால், எதுவும் பேசாமல் நகர்ந்து போய் எதிரே இருக்கும் சாலையோர மேடையில்

அமர்ந்து கொள்வார். “அந்த அண்ணா எங்க ஏரியாவில பெரிய டெரரு சார். அவருக்கு ஏன் குடுக்க மாட்டீங்கறீங்க” என்பான் கடையில் வேலை செய்யும் தம்பி.

சமீபத்தில் அவரை தேநீர்க்கடையில் நெருக்கமாகச் சந்தித்தேன். பார்த்தவுடனேயே முழுமாற்றம் என்பது கண்ணில் தட்டுப்பட்டது. முடியை ஒட்ட நறுக்கி இருந்தார். கழுத்தில் கிடந்த சங்கிலிகளில் பல காணாமல் போயிருந்தன. உடல் முறுக்கு தளர்ந்து நெகிழ்வாகி, நிற்கும் போதே அது தெரிந்தது. அவரது முகத்தை உற்றுப் பார்த்தேன், சாந்தமான மாடொன்றினைப் போல இருந்தது. நெருங்கி வந்து “ஹலோ சார்” என்றார்.

அவருக்குள் நிகழ்ந்த அந்த உருமாற்றத்தை உள்வாங்கி நானும் பதிலுக்கு, “வஞ்சிரம் தலை வேணும்னா ஞாயித்துக் கிழமை சாயந்திரம் போல வாங்க” என்றேன். பிறகு அவர் இன்னொருத்தரோடு டென்னிஸ் ராக்கெட்டை கையில் சுமந்தபடி இருசக்கர வாகனத்தில் ஏறிப் போவதைப் பார்த்தேன். ஒருத்தரை அழைத்து வந்து, “என்னோட கோச்சுங்க சார். முன்னாடி ஸ்டேட் வரைக்கும் விளையாடி இருக்கார்” என்றார். ஒரு பெருவெடிப்பைப் போல பெருமாற்றம் ஒன்று அவருடைய உடலை ஒட்டிக் கொண்டு விட்டது என்பதை உணர்ந்தேன். குறுகிய காலத்திற்குள் எப்படிச் சாத்தியமானது இது?

அங்கேதான் விளையாட்டெனும் மாயம் தன் வித்தையை நிகழ்த்துகிறது. எப்பேர்ப்பட்ட கொம்பன் யானையையும் மைதானம் தனக்குத் தோதாகப் பழக்கப்படுத்தி விடும். முதலில் மைதானம், நம்முள் எப்போதும் சுழன்றடிக்கும் எண்ணங்களை அடித்துத் துவைத்து இல்லாமல் ஆக்குகிறது. மைதானத்தின் நடுவே நிற்கையில் எண்ணங்கள் எல்லாம் தூள் தூளாகி காட்டு முயலொன்றைப் போல ஓடிப் பதுங்கிக் கொள்ளும். எங்கோ பதுங்கி நின்று மீண்டும் தாவச் சுடர் விடும் கண்களையாட்டிப் பார்த்துக் கொண்டிருக்கும். உண்மையில் இப்படி உற்றுக்கூடக் கவனிக்க முடியாது அங்கே. அக்கணத்தில் முழுமையாய்க் கரைந்து மைதானத்தில் உருளும் பந்தாயிருக்கும் மனம்.

ஒரு மைதானமானது, அதற்குள் புகும் மனிதனை ஒரு முழுமைக்குள் ஆழ்த்துகிறது. கிட்டத்தட்ட நிறைவான தியானம் போலத்தான் விளையாட்டும். எதிரே நூற்று அறுபது கிலோ மீட்டர் வேகத்தில் பந்து தன்னை நோக்கி வருகையில், எதைப் பற்றிச் சிந்திப்பது? எண்ணங்களுக்கு அங்கே வேலையே இல்லை. அவற்றை உற்பத்தி செய்யும் கிடங்கான மனம் கூர்மையாக அந்தப் பந்தை மட்டும்தான் அப்போது பார்த்துக் கொண்டிருக்கும். மைதானம் எண்ணங்களை அடக்குகிற வித்தையை இயல்பாக அதில் நுழைபவனுக்குப் பயிற்றுவிக்கிறது. இந்தச் சுழற்சியில் இருக்கும் ஒருவனின் செயலில் இயல்பாகவே ஒரு நளினம் கூடியிருக்கும். மைதானம் ஒத்திசைவு என்கிற ஆழமான உணர்வை அதனுள் இருப்பவனுக்குள் விதைக்கிறது.

விளையாட்டு என்றால் விறைப்பு என்று யார் சொன்னது? அது தன் உச்சியில் ஒரு கூர்மையான நளினத்தைத்தான் பொத்தி வைத்திருக்கிறது. மிகச் சிறந்த குத்துச் சண்டை வீரன் மைதானத்திற்கு வெளியே சண்டையிடுவதில்லை.

அதுவொரு அடிப்படைப் பயிற்சி. அதை மீறுகிறவனுக்கு அங்கே இடமே கிடையாது. அப்படி மீறி தன் வாழ்வையே தொலைத்த எத்தனையோ பேருடைய கதைகள் எனக்குத் தெரியும். எக்ஸ் மைதானத்தின் கரங்களுக்குள் தன்னை ஒப்படைத்து விட்டார் என்பதை ஆழமாகப் புரிந்துகொண்டேன். இனி அவர் தன் பழைய உலகத்திற்கு ஒருநாளும் மனதால் கூடத் திரும்ப முடியாது.

சமீபத்தில் அமிதாப் நடித்த ஜுஂகுந்த் என்கிற இந்திப் படத்திலும் இவ்வாறான காட்சிகள் இருக்கின்றன. அதன் மையக் கதையே இதுதான். குற்றச் செயல்களில் ஈடுபடும் ஒரு குறிப்பிட்ட பகுதியைச் சேர்ந்த இளைஞர்கள் கால்பந்து என்கிற கயிற்றைப் பிடித்து, அதுவரை தங்களைப் பின்னே இழுத்துக்கொண்டிருந்த ஒன்றை உதறிவிட்டு எப்படி முன்னோக்கி ஓடிவருகிறார்கள் என்பதைப் பற்றிய கதை. அரைகுறையாக எடுக்கப்பட்ட படம்தான் அது என்ற போதிலும், வன்முறை தணிந்து அவர்கள் கனிகிற இடத்தை மிகச் சரியாகக் காட்சிப்படுத்தி

இருப்பார்கள். நெகிழ்வான தருணங்களாக அவை தன்னளவில் மசிந்து திரண்டு வந்திருந்தன.

அது அப்படித்தான் அமையும். ஏனெனில், எண்ணங்களைத் தூள்தூளாக்கி மனமற்ற தூய நிலைக்கு இட்டுச் செல்லும் ஒரு பெருங்கொண்டாட்டக் களிப்பே விளையாட்டு என்பது. அது இயல்பாகவே கணிக்கவியலாத அபூர்வங்களை உருவாக்கியபடியே முன்செல்லும்.

அதனால்தான் அது ஆதி காலத்தில் இருந்து தவிர்க்கமுடியாத செயலாகவும் நம்மோடு தொடர்கிறது. நிதமுமே அதிகாலைகளில் நாய்க்குட்டிகள் ஓடியாடி உடற்பயிற்சி செய்வதைப் பார்த்திருக்கிறேன். சுணங்கிக் கிடக்கும் குட்டி நாயின் வயிற்றில் செல்லமாய்க் கடித்து பெரிய நாய்கள் அதைத் துள்ளிக் குதிக்க வைக்க முயலும் காட்சியைப் புரிந்துகொள்ள முயன்றிருக்கிறேன். ஒருவகையில் சூரிய உதயத்தில் எல்லா உயிர்களுமே தங்களது உடலை ஆட்டிச் சோம்பல் முறித்துக் கொள்வதைப் பார்க்கிறேன்.

இத்தகைய ஆதி உணர்வொன்றை மையமாக வைத்திருப்பதாலேயே விளையாட்டு என்பது ஒரு இணை தியானச் செயலாகவும் இருக்கிறது. போருக்கு இணையாகவும் வைத்து அது போற்றப்படுகிறது. சற்றே சும்மாயிரு எனச் சொல்லி இறுதி வினையென்று எதை எதிர்பார்க்கிறோம்? எண்ணங்கள் இல்லாத தூய மனம் என்கிற மனமற்ற நிலையைத்தானே? அதைத்தான் சும்மாயிராதே ஓடு எனச் சொல்லி விளையாட்டும் செய்கிறது. ஆகவே தங்களுக்குத் தெரியாத சட்டம் ஒன்றுமில்லை...

எண்ணங்களின் திரளான மனம் என்பதையும் உடலையும் ஒரே நேர்கோட்டில் நிறுத்திப் பயிற்சியளிக்கிற மைதானம், அதற்குள் நுழைபவனைத் தனக்குத் தோதாக வளைத்து, தன் மாயக் கரங்களால் அவனுக்கு வேறு வேடத்தைப் புனைந்து, அவனைப் பூரண உற்சாகம் கொண்ட ஒருவனாக மாற்றுகிறது. உடலில் வெப்பத்தை உருவாக்கி அவனுக்குள் அதுவரை இருந்ததை உருக்கி வெளியே எடுத்துவிடுகிறது. அதைத்தான் எக்ஸ் விஷயத்திலும் நான் உணர்ந்தேன்.

ஏற்கனவே தெரிந்ததுதான் என்ற போதிலும், முழுமையாக ஒருவனின் மாற்றத்தை அருகில் இருந்து பார்ப்பது தித்திப்பான அனுபவமாக இருந்தது. என்னுடைய பழைய அனுபவங்களையெல்லாம் கோத்து இதைப் பற்றி நிறுத்தாமல் ஒரு மாரத்தான் ஓட்டத்தைப் போல எழுதிக் கொண்டே போக முடியும். ஆனாலும் இதுமாதிரியான கதைகளையெல்லாம் சொல்லிவிட்டுக் கடைசியாக, என்னோடு இருக்கும் நண்பர்களிடம் எப்போதும் இப்படிச் சொல்வேன், விளையாட்டை விளையாட்டாக மட்டும் எடுத்துக் கொள்ளாதீர்கள்!

இருந்தால் நான்கடி!

சமீபத்தில் பழனி போயிருந்தபோது, இந்தக் கதையை நண்பர் பாவேந்தன் எனக்குச் சொன்னார். அவருடைய வாடிக்கையாளர்களின் வழி வந்து சேர்ந்த ஒரு தடுப்புச் சுவர் பற்றிய கதை இது. பழனி நகரக் குடியிருப்புகள் பகுதியில் இருக்கிறது அந்த வீடு. புறாக்கூண்டு அளவுதான் என்றாலும், அதன் உரிமையாளர் ஏகப்பட்ட கடன்களை வாங்கி அதைக் கட்டியிருக்கிறார். அவருடைய மனைவியும் பதினொராம் வகுப்புப் படிக்கும் மகளும் ஆசையாய் புது வீட்டிற்குக் குடி போய் இருக்கிறார்கள். போன நாள் முதலாக பக்கத்து வீட்டில் இருப்பவருடன் சண்டை.

இருவரது வாசலுக்கும் பொதுவில் இருக்கும் நாற்பது சதுர அடிகள் யாருக்குச் சொந்தம் என்பதில் தகராறு துவங்கியிருக்கிறது. எதிர் வீட்டில் இருந்தவர் கட்சி செல்வாக்கு உடையவர். தவிர அந்தக் குடியிருப்பில் அவரது சொந்தங்களே அருகருகே குடியிருந்தனர். புதிதாய் வந்தவர் இந்த விவரமெல்லாம் தெரியாமல் அந்தக் கூட்டத்திடம் வந்து மாட்டிக்கொண்டார். சிதைத்து நொறுக்கிவிட்டனர் அந்தக் குடும்பத்தை.

தினமும் வீட்டு வாயிலில் போய் சிறுநீர் கழிப்பது, இரவில் வீட்டுக்குள் கல்லெறிதல், அந்தப் பெண் சைக்கிளை

எடுத்துக்கொண்டு போனால் மிரட்டுவது, வெளியில் நின்று ஆபாசமாகப் பேசுவது எனப் பலவகைகளிலும் அந்தக் குடும்பத்தின் மனநிலையைச் சிதைத்திருக்கின்றனர். ஒருகட்டத்தில் அந்தப் பெண் பள்ளிக்குச் செல்ல மாட்டேன் என மறுத்துவிடுகிறார்.

பள்ளியில் இருந்து ஆசிரியர்கள் கிளம்பி வந்து என்ன எதுவென விசாரித்துவிட்டுப் போகிறார்கள். யார் சொன்னாலும் பள்ளி செல்வதில்லை என அந்தப் பெண் முடிவெடுத்தார். அந்தப் பெண்ணின் அம்மா திடீரெனத் தன் இயல்பை மீறி கடுமையாக நடந்துகொள்ள ஆரம்பித்தார். “நீயெல்லாம் ஆம்பிளையா? சும்மா இப்படிக் கிடந்து வீட்டைக் காப்பாத்த முடியாம சுத்திக்கிட்டு இருக்க” என தினம்தோறும் மூர்க்கமாகப் பேசி இருக்கிறார். இவருக்குமே புத்தி பேதலித்து விட்டது. எங்கே போய் நின்றாலும் அவர்களை ஒன்றும் செய்ய முடியவில்லை.

இத்தனைக்கும் அந்த இடம் அவருக்குச் சொந்தமானது என நீதிமன்றத்தின் ஆணையையும் வாங்கி வைத்திருந்தார். ஒரு சின்ன தடுப்புச் சுவரைப் போட்டுவிட்டால் நிம்மதி ஆகி விடுவார். ஒருதடவை காவல்துறை உதவியுடன் சுவர் எழுப்பப் போயிருக்கிறார்கள். ஒட்டுமொத்த குடியிருப்பும் வந்து நின்று ஆடைகளைக் களைந்து ஆர்ப்பாட்டம் செய்து மறித்தனர். அவர்களைத் தடுக்கவியலாத காவல்துறை, இவர்களிடம் இந்த வீட்டை அவர்களுக்கு விற்றுவிட்டுக் கிளம்பி விடுங்கள் என யோசனை சொல்லி இருக்கிறது. அப்படி முயன்றால் அடிமாட்டு விலைக்குக் கேட்கிறார்கள். சரி சும்மா இருக்கலாம் என வீட்டுக்குள்ளேயே இருந்தால் வெளியிலிருந்து சாணியை உள்ளே எறிகிறார்கள்.

மனம் கலங்கி நண்பரின் முன்னே வந்து நின்றிருக்கிறார். அப்புறம் அரசு அதிகாரிகளைப் பிடித்து, காவல்துறையிடம் எடுத்து விளக்கி, பல்வேறு ஆர்பாட்டங்கள் இடையே அந்த வீட்டின் சுவரை நீதிமன்ற ஆணைப்படி எடுத்துக் கட்டி இருக்கிறார்கள். அப்புறம் சில தினங்கள் கழித்து அந்தப் பக்கமாக பாவேந்தன் போன போது அந்தப் பெண்ணைப்

பார்த்திருக்கிறார். முடியைத் தூக்கி வாரிக் கட்டி அங்கிள் நல்லாருக்கீங்களா எனக் கேட்டதாம். "நான் முதல் தடவை பார்த்தப்ப அந்தப் பொண்ணு முகம் இருண்டிருந்திச்சு சரவணன். ஆனா அப்புறம் அது மலர்ந்து சிரிக்கிறதைப் பார்த்தப்ப மனசுக்கு நல்லா இருந்துச்சு" என்றார்.

ஒரு சின்ன ஆக்கிரமிப்பு சாமானியனின் புலத்தில். ஒரு நாற்பது சதுர அடிதான். ஆனால் அவரது வாழ்வையே அந்தத் துண்டு நிலம் உலுக்கிப் போட்டது. இதேமாதிரி பத்திரிகைப் பணியில் இருந்த போது ஒரு அனுபவம். வேலூருக்குப் பக்கத்தில் இருந்தது அந்த கிராமம். அதன் நுழைவாயிலில் வேற்றூர்க்காரர் ஒருத்தர் நிலம் வாங்கி வீடு கட்டுகிறார்.

ஒரு ஊரே சேர்ந்து கொண்டு அவரது நிலத்தின் அருகில் இருந்த வேப்பமரத்தில் தற்காலிகக் கோயில் ஒன்றை உருவாக்கி அவரை நிலைகுலைய வைத்தனர். வேறு வழியில்லாமல் அடிமாட்டு விலைக்கு அந்த நிலத்தை விற்று விட்டு வெளியேறினார். அப்போது அந்தப் பிரச்சினையைப் படம் பிடிக்க அங்கே போனேன். ஒரு ஊரே அசிங்கமாகக் கைலியை அவிழ்த்துக் காட்டி படம் காட்டியது. ஊரே சேர்ந்து ஒருத்தனை ஏமாற்றுவதை ரசித்துச் செய்தார்கள் அங்கே.

இவை சில உதாரணங்கள்தான். இதுபோல் தமிழகம் முழுக்க சின்னதும் பெரிதுமான ஏராளமான ஆக்கிரமிப்புகள் இன்னமும் இருக்கின்றன. பல்வேறு ஊர்களுக்குச் செல்லும் போது இதுபோல அரசியல் நில ஆக்கிரமிப்புத் தகவல்களை நண்பர்கள் வாளியில் இருந்து கொட்டுகிற மாதிரிக் கொட்டுகிறார்கள். வந்து விழுந்துகொண்டே இருக்கின்றன கண்ணீர்க் கதைகள். தலைக்கு மேல் ஒரு கூரை என்கிற அடிப்படையில் தன் கூட்டைக் காக்க எத்தனையோ பேர் களத்தில் கண்ணீர் மல்கப் போராடிக்கொண்டிருக்கின்றனர்.

இந்த ஆக்கிரமிப்பு விஷயத்தில் அநேகமாக கம்யூனிஸ்ட் கட்சிகள் தவிர மற்ற எல்லா கட்சிகளுமே சம்பந்தப்பட்டிருக்கின்றன. ஊரில் போய் விசாரித்துப் பார்த்தால் தெரிய வரும். முழுக்கவும் அரசியல் பின்னணியோடு மேற்கொள்ளப்படும் இம்மாதிரியான

ஆக்கிரமிப்பு நடவடிக்கைகளால் ஒருகூட்டம் நொந்து வெந்து கொண்டிருக்கிறது. அரசு அலுவலகங்களில் கண்ணீர் உகுத்து கடிதத்தோடு வரிசையில் நிற்கிறது ஒரு பெருங்கூட்டம்.

அது மூச்சு முட்ட வானத்தைப் பார்த்து யாசிக்கிறது. யாராவது வர மாட்டார்களா? என திக்கெங்கிலும் அது குரல் எழுப்புகிறது. ஏற்கனவே இந்த அரசுக்கு ஒரு கட்டுப்பாடும் இருக்கிறது. முன்னர் செய்த வினையொன்றிற்குப் பிராயச்சித்தமும் செய்ய வேண்டியிருக்கிறது. அந்த அடிப்படையில் நிலம் சம்பந்தப்பட்ட இதுமாதிரியான திருட்டு வேலைகளை விசாரித்து விரைந்து முடிக்க திட்டமொன்றினைத் தொடங்க வேண்டும். பல்லாயிரம் மக்களின் பெருமூச்சுக் காற்றுச் சத்தம் அரசின் செவிகளை எட்ட வேண்டும். என் தலைக்கு மேல் உள்ள கூரைக்குப் பங்கமில்லை என்கிற எளியவன் ஒருத்தனின் வாழ்த்தும் இவ்வரசிற்குப் போய்ச் சேரட்டும்!

டைல்ஸ் கொத்தனார்

டாணாக்காரன் படத்தை நேற்றுப் பார்த்தேன். அதனாலேயே இதை எழுதத் தோன்றியது. படம் நல்ல அனுபவத்தை எனக்கு அளித்தது. பொதுவாகவே சமீப காலங்களாக நான் மலையாளப் படங்களையே அதிகமும் பார்த்து வருகிறேன். ஏனோ எனக்கு அது பிடித்திருக்கிறது. ஒரு கதை சொல்கிறவனாக எனக்கு எங்கே முழுமை கிடைக்கிறது எனத் தேடியபடி இருப்பேன். அது யாருடைய கதையாக வேண்டுமானாலும் இருக்கலாம், என்ன வடிவமாக வேண்டுமானாலும் இருக்கலாம். ஆனால் அதில் முழுமை இருக்கிறதா? அதில் எல்லாம் திரண்டு கூடி மசிந்து வந்திருக்கிறதா? எனப் பார்ப்பேன்.

எழுதுபவர்கள் பொதுவாகவே தன்னை அடுத்ததை எழுதத் தூண்டும்படியாக ஒரு கலைப்படைப்பு அமைகிறதா எனப் பார்ப்பார்கள். அது இயல்பான ஒரு மனநிலை. ஏற்கனவே கதைகளின் உலகத்தில் புழங்குவதால், புதிதாக நுகர்வது அசைத்துப் போடுகிற மாதிரி இருக்க வேண்டும், அல்லது புதிய அனுபவம் ஒன்றை வழங்க வேண்டும் என்கிற தேடல் அதில் இயல்பாகவே இருக்கும். அந்த வகையில் எனக்கு மலையாளப் படங்கள் பல, முழுமையான அனுபவத்தை வழங்கின.

ஒரு பரந்து விரிந்த தளத்தில் இதைச் சொல்கிறேன். இன்றைக்குப் புதிய இளைஞர் கூட்டம் ஒன்று உருவாகி இருக்கிறது. அக்கூட்டம் விரல் நுனியில் உலகத்தின் அத்தனை தகவல்களையும் வைத்திருக்கிறது. அந்தக் காலத்தில் யாரோ ஒரு சிலரால் மட்டுமே டிக்டாக் வீடியோ கடைக்குப் போய் உலகப்படங்களை வாங்க முடியும். இப்போது அப்படியா? உலகத்தில் எங்கோ ஒரு குக்கிராமத்தில் எடுத்த திரைப்படம்கூட இணையத்தில் வந்து விடுகிறது. அடுத்த நிமிடத்தில் அது எந்தப் படத்தின் கதை என வெளியே தூக்கிப் போட்டு விடுகிறார்கள். இவர்களைத் திருப்திப்படுத்துவது எப்படி?

அடிப்படையில் ஒரு விஷயத்தைப் புரிந்து கொள்ள வேண்டும். இந்தக் கூட்டம் புதிய அனுபவம் ஒன்றைத் தேடித்தான் புல்லட்டை வாங்கிக் கொண்டு ஹிமாலயா நோக்கி ஓடுகிறது. வனங்களுக்குள் புகுந்து பாம்பைக் கையில் எடுத்துக்கொண்டு சுற்றுகிறது. கிராமம்/நகரம் என எல்லைகள் கடந்து இந்தக் கூட்டம் எதிர்பார்ப்பது, புத்தம் புதிய அனுபவம் ஒன்றை. அதைக் கொடுக்கிற கலை வடிவம் எதுவாக இருந்தாலும், அதை தலையில் தூக்கி வைத்துக் கொண்டாடத் தவறுவதில்லை. தான் அறியாத புதிய புதிய களங்களை அது திறந்து வைக்கச் சொல்லிக் கோருகிறது என்பதை ஆழமாகப் புரிந்துகொள்ள வேண்டும்.

மலையாளத்தில் இந்தக் கூட்டத்தின் எதிர்பார்ப்பை மிகச் சரியாகப் பல ஆண்டுகளுக்கு முன்பே புரிந்துகொண்டு விட்டனர். புதிய களங்களைத் தேடித் தேடி அதில் அவர்களுக்கு ஒரு லயம் கூடிவந்து விட்டது. இப்போது அவர்கள் எந்தக் கதையை வேண்டுமானாலும் எங்களால் சுவாரசியமாகச் சொல்ல முடியும் என்கிற புள்ளியில் வந்து நிற்கிறார்கள். கதைக்களம் என்று வருகிறபோது அங்கே எதுவுமே விலக்கம் இல்லை. எல்லா மனிதர்களுமே கதையின் நாயகர்களாக வந்து போகிறார்கள்.

புதிய அலையில் புறப்பட்டு வந்த இளைஞர் கூட்டம் தன் மண்ணில் இருந்து தனக்கான கதைகளைத் தோண்டி எடுக்கத்

துவங்கிவிட்டது. ஒரு கதையை எல்லா வகைகளிலும் அங்கே சொல்லிப் பார்க்கிறார்கள். அது முழுமைகூடி வந்து நிற்கும் போது நிகழ்கிற அதிசயம். அங்கேயும் குப்பைகள் உண்டு. ஆனால் துறையே மாற்றத்திற்கு உட்பட்டு வருவதால், பெரும்பாலானவை மிகச் சிறந்தவை என்கிற எல்லையில் நிற்பவை.

தமிழில் அப்படியில்லை என்ற போதாமை என்னளவில் இருந்தது. பெரும்பான்மையான பணம் இங்கே துப்பாக்கியும் புல்லட்டும் வாங்கவே செலவாகிவிடுகிறது. ஆனால் என் வாழ்க்கையில் நான் துப்பாக்கியைத் தொட்டுப் பார்த்ததே இல்லை. என் பத்திரிகை அனுபவத்தில் துப்பாக்கிச் சூடு சம்பவங்களை எழுதியதே இல்லை. மண்ணில் இருந்து அந்தரத்தில் பறக்கிற மாதிரி இருப்பதால் பெரும்பாலும் நான் அப்படியானவற்றைப் பார்ப்பதே இல்லை. எல்லா துறைகளிலுமே துயரங்கள் இருப்பது இயல்பே என்பதால், அதைப் பற்றி விரிவாகப் பேசுவதைத் தவிர்த்துவிடலாம்.

இங்கே இப்போது மொட்டுவிடத் துவங்கி இருக்கிற புதிய அலையொன்றைக் கவனப்படுத்துவது மட்டுமே என் நோக்கம். சினிமா மற்றும் ஓடிடி தளங்களில், தனித்துவ தமிழ்த் தன்மையுடன் அது மெல்ல வேர்விடுவதையும் காண்கிறேன். மிகச் சமீபத்தில் பார்த்த ஒரு சிலவற்றை மட்டும் இங்கே சொல்கிறேன். விடுபட்டவைகளும் இருக்கலாம். கடந்த ஒரு வருடத்தில் வெளியானவை எனப் புரிந்துகொள்ளுங்கள். அதன் அரசியல் எல்லாவற்றையும் ஒதுக்கி விட்டு ஒரு கலையாகப் பார்த்தால் ஜெய்பீம் திரைப்படம் ஒரு புதிய அனுபவத்தை வழங்கியது. இதுவரை திரையில் பார்க்காத மனிதர்களை அது காட்சிப்படுத்தியது. அந்த வகையில் டாணாக்காரன் திரைப்படமும் அதற்கு முன்பு வெளிவந்த ரைட்டர் திரைப்படமும் நல்ல காட்சியனுபவங்களைத் தந்தவை எனச் சொல்லலாம்.

மூன்று படங்களுமே தன்னளவில் இன்னொரு உள்ளடக்கத்தை பார்வையாளர்கள் மத்தியில் முன்வைத்தன. அதில்

நிறைகுறைகள் இருக்கலாம். ஆனால், புதிய ஒரு களத்தை, கதையை வேறு ஒரு மாதிரி சொல்லிப் பார்க்க முடியும் என்பதில் வெற்றி கண்டவை. அதேமாதிரி குதிரை வால் படத்தை நான் பார்க்கவில்லை. ஆனால் துறை சார்ந்தவர்கள் சிலர் அம்முயற்சியை வெகுவாகப் பாராட்டினர். கடைசி விவசாயி படம் எனக்கு முழுமையான அனுபவத்தைத் திரண்டு வந்து தரவில்லையெனினும், அது பலருக்குப் பிடித்திருந்தது. ஒரு மென்மையான அனுபவத்தை அது பலருக்குள் விதைக்கும் என்பதை ஆழமாகப் புரிந்துகொண்டேன்.

அதேமாதிரி ஓடிடி தளத்திலும் தமிழில் நல்ல வெப்சீரிஸ் இல்லையே என்கிற குறை இருந்தது. சமீபத்தில் ஆட்டோ சங்கர் தொடர் பார்த்தேன். மிகச் சிறப்பாக உருவாக்கப்பட்டு இருந்தது. அதில் ஜெயில் வார்டன் கதாபாத்திரம் உச்சமான ஒன்று. அவரைப் போலவே இயல்பான மனிதர்கள் அந்தக் கதை முழுக்க நிறைந்திருந்தனர். மேதைமையான பல காட்சிகள் அதில் இருந்தன. 2019ஆம் ஆண்டிலேயே அது வெளிவந்திருக்கிறது என்பதை அறிந்தபோது, தவறவிட்டுவிட்டோமே என்கிற உணர்வு எழுந்தது.

விலங்கு வெப்சீரிஸும் பார்த்தேன். சிறு நகரொன்றில் இருக்கிற காவல்நிலையத்தின் கதை அதில் ஆர்வமூட்டும் வகையில் சொல்லப்படுகிறது. அந்தக் கதையில் வரும் மனிதர்கள் அத்தனை பேரும் முற்றிலும் புதியவர்கள். அதைச் சொன்ன விதத்தில் அந்தத் தொடர் ஈர்க்கிறது. இப்படியான மனிதர்களைத் திரைகளின் வழியே பார்க்கையில், புதிய அலை தொடங்கப்போவதற்கான ஆயத்தங்கள் தெரிகின்றன. தரத்தின் அடிப்படையில் இந்தி, ஆங்கிலம் என இன்னும் போகவேண்டிய தூரம் இருக்கிறது இப்பாதையில். ஆனாலும் எடுத்த எடுப்பில் எதுவும் கூடிவந்து விடாது. அது மெல்லத்தான் பழுத்துக் கனியும். நானுமே இந்த அலையில் சில தென்னம்பிள்ளைகளை நட்டிருக்கிறேன். காயெடுக்க அதற்கான காலத்தை எடுத்துக்கொள்ளும்தானே?

நேற்றுகூட சினிமாவிற்குச் சம்பந்தமே இல்லாத தம்பி கதையொன்றை எனக்குச் சொன்னான். அவர்களது ஊரில்

இருந்த டைல்ஸ் கொத்தனார் ஒருத்தரைப் பற்றிய கதை. ஒரு மனிதனின் எழுச்சியும் வீழ்ச்சியும் என ஒரு நாவலுக்கான விரிந்த களம் அது. கபடி, சீட்டு, சண்டை என அதிரடிகளும் அதில் கலந்திருந்தன. அந்தக் கதையை சினிமாவுக்கான கதையாக எனக்குச் சொன்னான். டைல்ஸ் கொத்தனார் ஒருவரை சினிமாவில் நாயகனாகக் காட்சிப்படுத்துவது என்கிற அவனுடைய விழைவை நான் ஆழமாகப் புரிந்துகொண்டேன். அவன் பார்க்க விரும்புகிற சினிமாவில் அப்படியான ஒரு மனிதனை உலவ விட விரும்புகிறான் என்பது விளங்கியது.

இந்த மனநிலையைத்தான் இங்கே கூர்மையாகக் கவனப்படுத்த விரும்புகிறேன். டவுசரில் ஒட்டியிருக்கிற மண்ணை உதறிவிட்டு, எதிரே தெரிகிற திரைக்குள் குதிக்க விரும்புகிறார் டைல்ஸ் கொத்தனாரும்!

கனவின் விலை!

தமிழகத்தில் தொழில் முனைவிற்கு உகந்த மாதிரியான ஒரு மனநிலை சமீப காலமாகத்தான் உருவாகி வந்தது. கடந்த பத்திருபது ஆண்டுகளுக்கு முன்பெல்லாம் தொழில் தொடங்கப் போகிறேன் எனச் சொன்னால், "பரம்பரையா தொழில்தானே செஞ்சீங்க. உருப்படவா செஞ்சிட்டீங்க. கால் காசுன்னாலும் கவர்ன்மெண்ட் காசு" எனச் சுற்றி இருப்பவர்கள் எல்லாம் ஒரு நிமிடம்கூட யோசிக்காமல் சொல்லிவிடுவார்கள். நான் தொழில் ஆரம்பித்தபோது என்னுடைய மூத்த அதிகாரி, "சுய தொழில் ரொம்ப ரிஸ்க். சில சமயம் வொர்க் அவுட்ஆகும். ஆகலைன்னா என்ன பண்ண? பேசாம இப்படி ஒரு வேலையில உக்காந்து நல்ல சம்பளம் வாங்கிடறது பெட்டரு" என்றார். அதையெல்லாம் மீறித்தான் பலர் ஆரம்பித்தார்கள். இங்கே அதுவல்ல கதை.

தொழில் முனைவிற்கான ஒரு ஏற்பு தமிழ்ச் சமூகத்தில் மெல்ல மெல்ல உருவாகி வந்தது. அதன் அடிப்படையில் வெற்றி கண்டவர்களின் கதைகளைப் பற்றி எல்லாம் எல்லோருக்குமே தெரியும். இந்த கொரோனா ஊரடங்கிற்குப் பிறகு ஒரு மனநிலை, பூச்சியொன்றின் சிறகசைவினைப் போல, உருவாகி வருவதை சமீபமாக உற்றுக் கவனித்துக்கொண்டிருக்கிறேன்.

ஊரடங்கு, தொழில் உலகத்தை ஒரு உலுக்கு உலுக்கி இருக்கிறது. சமீபத்தில் பாண்டிச்சேரிக்கு நண்பர்களுடன் செல்கையில், நல்ல மீன் உணவகம் ஒன்றிருக்கிறது என அழைத்துப் போனேன். கொரோனா காலத்திற்கு முன்பு இரண்டு தடவை அங்கே சாப்பிடுவதற்காகவே சென்றுள்ளேன். அந்த ஞாபகத்தில் இப்போதும் அங்கே போனபோது, அந்தக் கடை மூடப்பட்டிருந்தது. இதுமாதிரி நகரில், சிற்றூரில் பல கடைகள் மூடப்பட்டிருக்கின்றன. எங்களுக்குப் பக்கத்தில் தொழில் தொடங்கிய பலர், ஆசையாசையாய் தொடங்கிய கடையை மூடிவிட்டு, கனத்த இதயத்தோடு, வெறும் கை துழாவி, பரிசில் கிடைக்காத யானையொன்றைப் போலப் போவதை வேடிக்கை பார்த்திருக்கிறேன்.

ராமநாதபுரத்தில் இருந்து வந்த, கணவன், மனைவி, மகன் அடங்கிய சிறு குடும்பம் டீக்கடை ஒன்றை தின வாடகைப்படி பிடித்து, டீ, வடை, உணவு என விற்கத் துவங்கினார்கள். முதல் நாள் திறப்பின்போது பக்கத்துக் கடை என்பதால் என்னையும் அழைத்து ஒரு தம்ளர் பால் கொடுத்தார்கள். ஐந்து மாதங்களுக்கு முன்பு கடையை இன்னொருத்தர் கையில் ஒப்படைத்துவிட்டு ஊர் திரும்பிய அன்றைக்கு அந்த முதலாளி நெடுநேரமாக என்னுடைய கையைப் பிடித்துப் பேசிக்கொண்டிருந்தார். “முட்டுற மட்டுக்கும் முட்டிப் பாத்திட்டேன் சார். இனி அவம் விட்ட பாடு. தூக்கித் தூக்கிப் போட்டு உலுக்குனாலும் இனி தூசிகூட பேறாது எண்ட்ட. ஜெயிச்சுட்டு ஊக்கமா ஊருக்குப் போலாம்னு பார்த்தேன். விதிச் சனியன் இப்படி விளையாடுது” என்றார். நகரெங்கும் அவரைப் போலவே பலர் இக்காலத்தில், செய்த வியாபாரத்தை நிறுத்திவிட்டு கசந்து வெளியேறி இருக்கிறார்கள்.

ஒரு ரூபாய்கூட வாடகையில் கழிக்கமாட்டேன் என்று சொன்ன வீட்டு உரிமையாளர்கள்தான் இங்கே அதிகம். நானே அப்படி களப் பலியானவன்தான். தாளமுடியாத வாடகைச் சுமை பலரைத் தொழிலைவிட்டே வெளியே அனுப்பிவிட்டது. இனி புதிதாகத் தொடங்கவும் கைமுதல் இல்லை என்கிற நிலையில்

மறுபடியும் மாத வேலைக்கே திரும்புபவர்களை அனுதினமும் பார்க்கிறேன். வேலையுமே நிரந்தரமில்லை என்கிற போதிலும், ஏதோ ஒட்டிக்கொள்ள அவரவர் சத்திற்கு இடம் கிடைக்கும் என்கிற அடிப்படையில் மாத வேலைக்கு உகந்த மனநிலை மெல்லத் தலைதூக்கி இருக்கிறது.

என்னிடம் தொழில் தொடங்க வேண்டும் என்று வந்து நின்ற சிலரின் பின்னணி பற்றி விசாரித்துவிட்டு, ஒழுங்காக மாத வேலைக்குச் செல்லுங்கள் என நானே பரிந்துரைத்திருக்கிறேன். அவர்கள் சூழ்நிலையில் அப்படியான மனநிலை உருவாவதைத் தவறென்றும் இந்த நிமிடத்தில் சொல்ல இயலவில்லை. இது எப்போது மறுபடியும் தலைகீழாக மாறும்? உண்மையிலேயே தெரியவில்லை. தினமும் புதிய புதிய வைரஸ்கள் பற்றிய செய்தி என தலைக்கு மேல் ஒரு கத்தி தொங்கிக்கொண்டிருப்பதை என்னளவில் உணரவும் செய்கிறேன்.

பழனியில் பக்கத்துத் தோட்டத்து தம்பி ஒருத்தன் இருக்கிறான். அவனைப் பற்றி ஏற்கனவே எழுதியிருக்கிறேன். கல்லூரிப் படிப்பு முடித்திருக்கிற அவனுக்கு நாய்க்குட்டிகள் வாங்கி வளர்த்து விற்க வேண்டும் என்றும் ஆசை. அதேமாதிரி பந்தயக் கோழிகள் வளர்ப்பும். பொதுவாகவே பிராணிகளுடன் அவன் நெருங்கிப் பழகுவதைப் பார்த்திருக்கிறேன். அவையோடு ஒன்றிணைந்து இவனுமே ஒரு குட்டியைப் போலப் புரண்டு கொண்டிருப்பான். கொரோனா நிலவரத்திற்கு முன்பு அவனுடைய அப்பா அவனுக்குத் தொழில் தொடங்க உதவி செய்கிறேன் என என்னிடம் வாக்களித்திருந்தார். அவனுமே கனவுகளோடு காத்திருந்தான்.

சமீபத்தில் ஊருக்குச் சென்றிருந்தபோது, அவன் பக்கத்து ஊர் சிகரெட் கம்பெனி ஒன்றில் சப்ளை வேலைக்குப் போவதாகச் சொன்னார்கள். காலையில் ஐந்து மணிக்கே எழுந்து கிளம்பிவிடுகிறான். இரவு பத்து மணிக்குத்தான் வருவதாகச் சொன்னார்கள். இரண்டு நேரம் கம்பெனியில் சாப்பிட்டுக்கொள்ளலாமாம். ஞாயிறு மட்டும் விடுமுறை. அவனுக்காகவே ஒரு ஞாயிற்றுக்கிழமை காத்திருந்து

பேசிக்கொண்டிருந்தேன். தொழில் சம்பந்தமாகக் கேட்ட கேள்விகள் எல்லாவற்றிற்கும் சுரத்தில்லாமல் பதில் அளித்துக் கொண்டிருந்தான். ஒரு கட்டத்தில் “அதை விடுங்கண்ணே” என்றான். மேற்கொண்டு பேசாமல், தலையைத் தாழ்த்தி உணவைத் துழாவிக்கொண்டிருந்த அவனது கைகளையே பார்த்துக்கொண்டிருந்தேன்.

அவனுடைய அப்பாவிடம் பொதுவாகப் பேசிக்கொண்டிருந்த போது, “இப்பத்தாங்க மனசுக்கு திருப்தியா இருக்கு. கொரோனா மாறி இன்னும் நெறைய வரப்போகுதாம். நம்மளால எல்லாம் தொழில் பாக்க முடியுமாங்க. அதான் தம்பிய அவனோட மாமன வச்சு கண்டிஷன் பண்ணி வேலைக்கு அனுப்பிட்டோம். மாசச் சம்பளம் மாறி வருமாங்க. விக்கறதும் விக்காதது எல்லாம் முதலாளிங்க பாடு. அது பிடிக்காட்டி இன்னொண்ணு. வண்டிமாட்டு மனநிலைக்குப் பழக்கிட்டா போதும். மறுபடி கோழி, நாய்னு போய் நிக்க மாட்டான்” என்றார்.

கிளம்புவதற்கு முன்பு தம்பியிடம் கேட்கக் கூடாது என்று நினைத்து வைத்திருந்த அந்தக் கேள்வியை அவரிடம் கேட்டேன். “எவ்ளோ சம்பளம்ணே”. “ஐயாயிரம் ரூவாங்க” என்றார்.

அதுவொரு கனவின் விலை!

குட்டுகளால் நிமிர்ந்த தலை!

நடுவீட்டின் இடது மூலையில் இருந்த மரப் பரணின் படிக்கட்டிற்குக் கீழே அமர்ந்து இருந்தேன். மஞ்சள் நிற குண்டு பல்பின் ஒளி எல்லோர் மீதும் படர்ந்திருந்தது. ஒரு பொந்தில்கூட உடலை மடக்கி அமர்ந்துவிடலாம் என்பது போன்ற வயது எனக்கு. வீட்டில் எல்லோரும் அவரவர் இடத்தில் அமர்ந்து பேசிக்கொண்டிருந்தனர்.

மேலே இருந்து யாரோ தலையில் நங்கெனக் குட்டிய வலி விண்ணென வலித்தது. எதற்காக? யார்? கொட்டினார்கள் என நிமிர்ந்து பார்த்தேன். என் சித்தப்பா ஒருத்தர் மேலே இருந்து, "காலாட்டுற சொகுசு கேட்குதால. இன்னும் நாலெழுத்துப் படிச்சு முடிக்கலை. அதுக்குள்ள பேங்க் ஆபிசரு மாதிரி கால்மேல் கால் போட்டு ஸ்டைலா ஆட்டுறது" என்றார் கோபமாக. எனக்கு அழுகை முட்டிக்கொண்டு வந்தது.

பேச்சு சுவாரசியத்தில் கால் மேல் கால் போட்டுச் சுகமாக ஆட்டிக் கொண்டிருந்திருக்கிறேன். அது ஒரு கொலை பாதகச் செயலா? ஆம், ஒருகால கட்டத்தில் அதற்கு நிகரான செயல்தான் அது. பெரியவர்கள் முன்பு அவ்வாறு செய்வது மரியாதைக் குறைவு.

இந்த மாதிரி செய்கிற புதுப் பணக்காரனை ஊரே எளிதில் கண்டுபிடித்து விடும். "ஆட்டற சைஸே சரியில்லை. சனியன் வந்து இடுப்பில ஏறி உக்காந்திட்டார்" என்பார்கள். எதற்காகச் சொல்கிறேன் எனில், அச்சிறு செய்கைக்கு ஊருக்குள் இருக்கிற பிரதி மதிப்பைச் சொல்ல வேண்டும் என்பதற்காகத்தான். அச்செயல் ஒரு குறியீடு, அவ்வளவுதான்.

கண்ணுக்குத் தெரியாத ஒரு படிநிலையை உருவாக்கி அதற்கு மரியாதை கொடுக்க, நாய்களைப் போல எங்களைப் பழக்குவித்தார்கள். எழுந்து நிற்க வேண்டும், வேட்டியை மடித்துக் கட்டக் கூடாது, தலைமுடியை ஒட்ட வெட்ட வேண்டும்... என இன்னபிற. அவர்கள் உண்பது உடுப்பது, பெண் பிள்ளைகளோடு பேசக் கூடாது என எல்லா விஷயங்களிலுமே எங்கள் மீது ஆதிக்கம் செலுத்தினர்.

நாங்கள் அவர்கள் சொல்வதைச் செய்கிறோமா என்பதைப் பின்பற்றி நோட்டம் விட்டுக் கொண்டும் அலைந்தனர். தம்வீடுதான் என்றில்லை. பக்கத்து வீட்டு ஆச்சிகள், தாத்தாக்கள், அத்தாச்சிகள், அண்ணன்கள், பெரியப்பா வகையறாக்கள், பேன்ஸி ஸ்டோர் வைத்திருக்கிற அண்ணன்கள், சூப் கடை போட்டிருக்கிற மாமாக்கள் என ஒரு பெரிய கண்காணிப்பு வளையமே எங்களைப் போர்த்தியிருக்கும். சர்க்கஸில் எல்லாம் காட்டக் கூடிய உக்கிரமான நெருப்பு வளையம் அது.

கடையில் நிம்மதியாய் நின்று ஒரு டொரினா குடிக்க முடியாது. நாம் போய்ச் சேர்வதற்குள் செய்தி வீட்டிற்குப் போய்ச் சேர்ந்து விடும். சிகரெட் கடையில் நின்று டொரினா குடித்தேன் என்று சொன்னால் நம்பவா போகிறார்கள்? ஒருபத்து நாளைக்கு தெருவே கூடிப் பேசும். “அவங்க குடும்பத்து கௌரவத்தைக் கெடுக்க இப்டீ ஒரு புள்ளை. அவங்கப்பாரு குனிஞ்ச தலை நிமிர மாட்டாரு” என்ற ஒரு அத்தையைப் பார்த்து, "ஏட்டி டொரீனாதான குடிச்சேன். ஏதோ சாரயம் குடிச்ச மாதிரி பில்டப் தர்றீயே" எனக் கத்தியிருக்கிறேன்.

டொரினாவிற்கே இந்தக் கதி என்றால் வேறு விஷயங்களைப் பற்றிக் கேட்க வேண்டுமா என்ன?

வந்து இருக்கிறோம். எங்களுக்கு அடுத்த தலைமுறையை மேலே இருந்து உற்றுக் கவனிக்கிறோம். உண்மையிலேயே பதற்றமாக இருக்கிறது. எல்லா கண்காணிப்பு வளையங்களையும் மோதி உடைக்கிற தலைமுறையைப் பார்த்தால் இன்னொரு கோணத்தில் வியப்பாகவும் இருக்கிறது.

சமூக சுழற்சியின் படிநிலையில் குழந்தைகளை அடிக்கக் கூடாது என்கிற மேம்பட்ட புள்ளியில் வந்து நிற்கிறோம். குழந்தை வளர்ப்பு என ஏதோ ஒன்றைக் கற்றும் கொண்டிருக்கிறோம். இதைக் கொண்டுதான் இன்னொரு புதிய தலைமுறையை உருவாக்கியும் கொண்டிருக்கிறோம்.

அந்தத் தலைமுறையின் பிரதிநிதிகளைத் தொடர்ந்து நான் சந்திக்கிறேன். அங்கே என்ன நடக்கிறது என்பது குறித்த செய்திகளையும் பெறுகிறேன். எங்களுடைய குழந்தைப் பருவம் போல இக்காலமில்லை என்பதைச் சட்டென உணர்கிறேன். பிற்போக்குத்தனமாக சிலநேரங்களில் சிந்திக்கக்கூடத் தலைப்பட்டு விடுகிறோம்.

ஆனால் நிதானமாக இந்தப் புதிய காலத்தை உள்வாங்கிக் கொள்ள வேண்டுமென எண்ணுகிறேன். எங்களுடையதைப் போல இங்கும் ஒரு பெரிய மைதானம் இருக்கிறது. ஆனால் இங்கு எவரும் எவர் விளையாட்டையும் பார்ப்பதில்லை. ஒழுங்காக விளையாடுகிறவனுக்கான பெறுமதிகளும் இங்கே கொட்டிக்கிடக்கின்றன. தவறான ஆட்டம் வாழ்க்கையின் இன்னொரு முனைக்குத் தள்ளிவிடும் என்பதற்கு உதாரணங்களும் இருக்கின்றன.

புதிய தலைமுறை தொடும் வெற்றியின் உச்சங்கள் உள்ளத்தை மகிழ வைக்கின்றன. அதேசமயம் அவர்கள் வாழும் காலத்தின் பொல்லாத்தனங்களையும் அவர்கள் கடந்துவர வேண்டுமென்கிற பதற்றமும் எழுகிறது.

புதிய தலைமுறையைச் சேர்ந்த பையன் ஒருத்தனை சமீபத்தில் சந்தித்தேன். அவன் நண்பர்களில் ஐந்து பேர் கடந்த சில மாதங்களில் மிகையான போதையின் காரணமாகச் செத்துப்

போயிருக்கிறார்கள். அத்தனை பேரும் மத்திய வர்க்கத்தினர். ஐந்து பேரில் ஒருத்தர் இளம்பெண்.

போதையின் உச்சத்தில் அம்மாவைக் கொல்பவர்கள், குழந்தைகளைக் கொல்பவர்கள், செயினை அறுப்பவர்கள் என ஒரு இளைஞர் கூட்டம் பெருகியிருக்கிறது. எல்லா குடும்பங்களைச் சேர்ந்த இளைஞர்களும் இதில் இருக்கிறார்கள். சில விஷயங்கள் சொல்லும் போது சங்கடத்தைத் தரும். ஆனால் விளைவுகளைச் சுட்டிக்காட்ட சொல்லித்தான் ஆக வேண்டி இருக்கிறது.

நெஞ்சைத் தொட்டுச் சொல்ல வேண்டுமெனில், புதிய காலம் கொஞ்சம் பொல்லாததுதான். கொஞ்சம் அசந்தால் வாழ்க்கையை வாரிச் சுருட்டி வேறு திக்கில் போட்டுவிடும். ஆனால் இதையெல்லாம் வெளிப்படையாக உரக்கக் கேட்டு விட முடியாது? ஏனெனில் இந்த வகைப் பதற்றங்களின் சாயலில் பிற்போக்கின் நிறமும் ஒட்டியிருக்கிறது.

வேறு என்னதான் செய்வது? குழந்தை வளர்ப்பில் எங்கே பிசகுகிறோம்? ஆற அமர, நிதானமாக இதைச் சுற்றி யோசிக்க வேண்டிய காலம். கண்காணிப்பின் எல்லை எதுவரை என ஊர்ஜிதப்படுத்த வேண்டிய நேரம்.

பொதுவாகவே இங்கு சூழல் முழுக்கவே சாம்பல் மணம் படிந்திருக்கிறது. பள்ளிகள் துவங்கி கல்லூரிகள் வரை எல்லாமும் மீறல்களை அனுமதிக்கும் இடமாக மாறி இருக்கின்றன. அந்த அமைப்புகளின் கண்காணிப்பு வளையமே தவிடுபொடியாகி இருக்கிறது. எதிரே சீனப் பெருஞ்சுவரை வைத்தால்கூட உடைத்து எறிந்துவிடும் இந்தத் தலைமுறையை வைத்துக்கொண்டு என்னதான் செய்வது?

நாங்கள் ஒரு காலத்தில் தலைப் பிரட்டைகளாக இருந்தோம். இப்போதுள்ள தலைமுறை வந்து சேர்ந்திருக்கும் நுட்பமான இடத்தையும் உற்றுநோக்கினேன். காது என்கிற உறுப்பு இல்லாத தலைமுறையாகப் பரிணாமத்தில் வளர்ந்திருக்குறது. காதே இல்லாத தலைமுறையிடம் எதைச் சொல்வது? எப்படிச்

சொல்வது? திக்கித் திணறுகிற பெற்றோரை வழிப்பாதை எங்கும் சந்திக்கிறேன்.

காட்டுக் கோழிகள் நாட்டுக் கோழிகளாகி பிராய்லர் கோழிகளின் யுகம் துவங்கி இருக்கிறது. பிராய்லர்தான் இப்போது எல்லோராலும் விரும்பப்படுவதும். ஆனால் அந்தக் கோழிக்கே உரிய அத்தனை சாதக பாதக அம்சத்துடன் புதிய தலைமுறை ஊடாடிக்கொண்டு இருப்பதைப் பார்க்கிறேன்.

அதிலிருந்து மூச்சுமுட்டி வெளியே வந்து விழுபவர்களையும் அருகில் இருந்து பார்த்திருக்கிறேன். சிறு பிழையொன்றின் வழியாக ஜெயில் கம்பிகளுக்குப் பின்னால் நிற்பவர்களையும் கண்டிருக்கிறேன். எல்லா காலத்திலும் இக்காட்சி இருந்திருக்கிறதுதான். ஆனாலும் இன்றைக்கு அப்படியான காட்சிகளை நிகழ்த்துவதற்கு காலம் ஏதுமானதாகி இருக்கிறது. ஏனெனில் இது காட்சிகளின் காலம். எல்லாவிதமான காட்சிகளையும் மௌன சாட்சியாக நாம் உற்றுநோக்கத்தான் வேண்டும்.

ஏனெனில் இந்தப் புதிய தலைமுறை உலவும் வெளியைப் படைத்து அளித்தது நாம்தான். காற்று தொடங்கி கல்வி வரை ஒரு சீரழிந்த அமைப்பையே உருவாக்கிக் கையளித்து இருக்கிறோம். பாதுகாப்பில்லாத, நிச்சயமில்லாத, பதற்றங்கள் சூழ்ந்த வெளியை உருவாக்கியது நாமல்லாமல் வேறு யாராம்? நவீன தொழில்நுட்ப உலகில் நிறைய கால் மேல் கால் ஆட்டங்கள். என்ன செய்வது? குழப்பத்தில் திகைப்பில் மறைந்திருந்து உற்றுப் பார்க்கின்றன, கண்கள்!

பருவமடைதல்

இன்று அதிகாலை நான்கரை மணிக்கெல்லாம் எழுந்து விட்டேன். வெளியே மூட்டம் புகையாய் வானத்தைப் போர்த்தி, பனிக் கத்தியாய் மாறிக் குத்திக் கிழித்தது. நான் எழுந்து கொண்டதைப் பார்த்த பெரியவர், சற்றே போர்வைக் குவியலுக்குள்ளேயே திரும்பிப் படுத்து வெறும் குரலை மட்டும் புகையைப் போலப் பரவ விட்டார். “இன்னைக்கு மீறுன பனி”. நடை போகலாம் எனத்தான் எழுந்தேன். வெளியே நிற்கவே முடியவில்லை. செம்பைத் தூக்கி மிச்சமிருந்த தண்ணீரை வாய்க்குள் விட்டேன். குளிர்ச்சியான ஆறொன்று நெஞ்சுக்குள் கூராய் இறங்கியது.

மறுபடி ஓடிவந்து கம்பளியைப் போர்த்திக்கொண்டு படுத்து விட்டேன். என் கால்கள் சில்லிட்டுக் குளிர் பரவுவதை உணர்ந்தேன். கதகதப்பு உருவாகட்டும் என உடலைக் கவனித்தபடி படுத்துக்கொண்டேன். அப்போது என் மனம் விழித்தது. பனியைப் பற்றி யோசித்தேன்.

நானொரு வெப்ப மண்டலத் தாவரம். வெயிலை உடல்முழுக்க வாங்கி நாள் முழுவதும் செங்காட்டில் நிற்கிற கள்ளிச் செடியை ஒத்தவன். கோவில்பட்டியை எல்லாம் இப்போதுகூட கந்தக பூமி என்றுதான் சொல்வார்கள். வெயில், எங்கும் நீக்கமற

நிறைந்து உருகிக்கொண்டிருக்கும். இமயமலையை ஒத்த பனி மலையைக் கொண்டு வந்து வைத்தாலும் நிமிட நேரத்தில் உருக்கி நீராய் ஆக்கிவிடும் வெயில் நிலத்தைச் சேர்ந்தவன்.

பனியென்றால் சின்னவயதில் அரிசிச் சாக்கைப் போர்த்திக் கொண்டு உறங்கும்போது உணர்ந்திருக்கிறேன். மார்கழிக் காலை வேளைகளில் சுண்டல் வாங்க கோயில்களுக்குப் போகையில் வெண்மூட்டம் இருப்பதைக் கண்டிருக்கிறோம். ஆனால் ஆளை அடித்துப் போடும் பனியைக் கண்டதில்லை. அதுவொரு சிறு காலம் என்பதைப் போலக் கடந்துவிடுவோம். ஆனால் பனிக்கட்டிகளைப் பற்றிய பேச்சு எங்களுக்குள் எப்போதும் ஓடிக்கொண்டிருக்கும். உடல் தாங்காது. ஆனால் மனதை மட்டும் குளிர்விக்கிற கதைகள் அவை.

வெக்கை எண்ணெய்யைப் போலக் கொப்பளிக்கிற வடைச் சட்டிக்குப் பக்கத்தில் நின்று உப்பரிந்த தடத்தை உடலில் தேக்கி தூரத்தில் சைக்கிளில் கட்டிக்கொண்டு போகிற சேமியா ஐஸ் பெட்டியைப் பார்த்துக்கொண்டிருப்போம். “இமய மலைல எல்லாம் ராணுவ வீரங்க குளிக்கவே மாட்டாங்க. ஆனா காலை மட்டும் சுடுதண்ணி வச்சு டெய்லி கழுவுவாங்களாம். இல்லாட்டி காலையே வெட்டி எடுத்துருவாங்களாம். எல்லாம் அழுகிடுமாம்” என என்னுடைய இளம்வயதில் நண்பன் ஒருத்தன் சொன்னான். அதை உண்மை என்று நம்பி நானும் பல பேருக்குக் கடத்தினேன்.

அப்புறம் பனி படர்ந்த மலைகளில் மனிதர்கள் உலவுவதைக் காட்சிகள் வழியாகத் தேடித் தேடிப் பார்ப்பேன். ஒரு பெரிய பனிப் பாலைவனத்தில் பனிக்கட்டிகளைக் கோடரி கொண்டு வெட்டி அதைக் கொண்டு சிறு தங்குமிடத்தை உருவாக்கும் வித்தையை வாய்பிளந்து பார்ப்பேன். அந்தச் சின்னப் பனிப் பொந்திற்குள் ஒரு மனிதன் உள்நுழைந்து படுத்துக்கொண்டு, வாயைத் திறந்து புகையை வெளியிடுகையில் வியந்திருக்கிறேன். எப்படி ஒரு மனிதனால் இவ்வளவு குளிரைத் தாங்க முடிகிறது?

நானாக இருந்தால் அந்த இடத்திலேயே விறைத்துப் போயிருப்பேன். எவ்வளவு சூட்டை வேண்டுமானாலும் தாங்கிக்

கொள்வேன். இவ்வளவு பனியை என் வாழ்நாளில் தாங்கிவிடவே முடியாது என்று தோன்றும். உண்மையும் அதுதான். ஆனால் இடமும் காலமும்தான் எதையும் தீர்மானிக்கிறது என்பதை உணர்ந்தேன். ஒருவேளை அப்பனி மலையில் உலவும் மயிரடர்ந்த ஆட்டுக்குட்டியாக இருந்திருந்தால்?

அப்போதுதான் பருவமும் நிலமும் எப்படி ஒரு மனிதனை, விலங்கை தீர்மானிக்கின்றன என்ற சிந்தனைக்குள் நுழைந்தேன். பனி தழுவும் மலையுச்சிக் கிராமங்களில் இருந்திருக்கிறேன். அங்கே மனிதர்கள் தங்களுக்குள் எதுவும் பேசிக் கொள்ளாமல் மௌனமாய் அமர்ந்திருப்பதைக் கண்டிருக்கிறேன். அவர்கள் தங்களது உள்ளுக்குள் இருக்கும் சூட்டை அடைகாக்கிற நெருப்புக் கோழியைப் போலக் குறுகி அமர்ந்திருப்பார்கள். அந்த இயல்பு அவர்களது எல்லாச் செயல்களிலும் தொடர்வதையும் உற்றுநோக்கி இருக்கிறேன்.

என்னுடைய நண்பன் ஒருத்தன் பேசத் துவங்கினால் அறைச் சுவரே உடைந்துவிடும் அளவிற்குச் சத்தம் வரும். நிறையப் பேருக்கு அவன் எதனால் அப்படி இருக்கிறான் என்பது புரியவில்லை. ஒருதடவை நண்பனின் கடற்கரை ஊருக்குச் சென்றபோது மற்றவர்களிடம் சுட்டிக் காட்டினேன். அங்கே கடலின் இரைச்சலை மீறி ஒருவருக்கு ஒருவர் இரைந்து பேசிக் கொண்டிருந்தார்கள். கடலுக்குள் இருப்பவனைக் கரையிலிருந்தவன் கூக்குரலிட்டு அழைக்கும் காட்சியைப் பார்த்தபிறகே அவர்களுக்கு என்னுடைய நண்பனின் இயல்பு புரிந்தது.

கடற்கரையில் நிற்கிற செடியொன்றைக் கொண்டு போய் மலை முகட்டில் நட முடியாது என்கிற யதார்த்தத்தை உணர்ந்தேன். அந்த விதை அந்நிலத்திற்கு மட்டுமே பழக்கப்பட்டிருக்கிறது. முற்றிலும் இன்னொரு முளைப்பாய் அது மாற இன்னொருமுறை பிறக்க வேண்டும் என்றுகூட தோன்றியது. ஏனெனில் பருவமும் நிலமும் நம்முடைய இயல்பை வடிவமைக்கின்றன.

முதலில் இதைப் பற்றி எல்லாம் வேறு மாதிரியான புரிதலில்தான் இருந்தேன். என்னுடைய நண்பன் காதல் திருமணம் செய்து

கொண்டான். எந்நேரமும் பனி கொட்டும் நாடொன்றில் கைநிறைய சம்பளத்துடன் வேலை. அவன் மனைவியோ வெப்ப மண்டலத்தைச் சேர்ந்தவள். அவளால் அங்கே வேர்பிடிக்க முடியவில்லை. இவனால் அந்த வேலையை விட முடியவில்லை. காதலை எல்லாம் தூக்கி எறிந்துவிட்டு தன் வெப்பத்திற்கே மீண்டும் திரும்பினார் அந்தப் பெண்.

ஏன் அவன் இல்லையா? எனக் கேள்வி எழலாம். அது அல்ல கேள்வி. அந்தப் பெண்ணின் பிரிவிற்குப் பின்னால் பருவத்தைத் தவிர வேறு எதுவும் நிற்கவில்லை என்பதைச் சுட்டுவதற்காக இந்த உதாரணத்தைச் சொல்கிறேன்.

சம்பந்தமில்லாத வெவ்வேறு நிலங்களில் மனிதர்கள் முட்டி மோதிக்கொண்டுதான் இருக்கிறார்கள். ஆனால் அவர்களது அடியாழம் எங்கோ தொலைவில் இருக்கிற இன்னொரு பருவத்தை யாசித்துக்கொண்டிருக்கிறது என்பதற்காகச் சொல்கிறேன்.

அந்த அடியாழத்தை அடித்துத் துவைத்து முற்றிலும் இன்னொரு பருவத்திற்கு ஒப்புக்கொடுக்க முடியுமா என ஆழமாக யோசித்தேன். அது தன்னையே ஒப்புக்கொடுக்கிற பெரிய சுழற்சி எனத் தோன்றியது. மனம் பல நேரங்களில் சட்டென சில உச்சங்களை எட்டிவிடுகிறது. ஆனால் அதற்குத் தோதாய் மாற உடல்தான் சண்டித்தனம் செய்கிறது.

உடல் வழியாகத்தான் மனம் பனியை உணர்கிறது. பனியின் குளிர்ச்சியை மனம் உதறும்போது உடலும் உதறி விட வேண்டும். ஆனால் அது நடப்பதில்லையே ஏன்? மனதைத் தாண்டி குளிர்ச்சியை ஒரு செய்கையாய் உடல் வரித்துக் கொண்டிருக்கிறது. அதற்கு அதுவொரு ஆழமான பழக்கம்.

சில பழக்கங்களை மனம் கற்றுக்கொடுத்துவிட்டு, பின்னர் தனக்குச் சம்பந்தமில்லாததைப் போல ஒதுங்கிக்கொள்கிறது. உண்மையில் ஆழமாகச் சொல்ல வேண்டுமெனில், உடலை மனதால் பின்னோக்கி இழுத்துப் பழக்குவித்துவிட முடியும். அதற்கு முன்னே மனதின் அடியாழம் அவ்வாறாகவே ஆக வேண்டும்.

முற்றிலும் பனிக்கட்டிகளைப் போலக் கரைந்து போனாலொழிய இந்நிலை சாத்தியம் இல்லை என்றே தோன்றுகிறது. எங்கே போனாலும் பிறந்த நிலம் ஒரு வேட்டை நாயைப் போலத் துரத்துமோ? என்னைத் தவிர மற்றவைகளுக்கு இக்கேள்வி இருக்குமா? புகைமூட்டம் சூழ்கிறது எண்ணங்களில்!

சத்குருவின் கதை!

நேற்று சிவராத்திரி. அழுக்கு மூட்டை சமாதிக் கோயிலுக்குப் போய்விட்டு வரவா எனப் பொங்கி முத்து அண்ணனிடம் கேட்டேன். “இதென்ன கூத்தா இருக்கு. நாளை நைட் வரை அழுக்கு மூட்டை நம்ம கையில இல்லை” என்றார். அவர் சொன்னதின் அர்த்தம் எனக்கு நன்றாக விளங்கியது.

ஏனெனில் கடந்த முறை வந்திருந்த போது பௌர்ணமி. தெரியாத்தனமாக எக்ஸ். எல். சூப்பரை எடுத்துக் கொண்டு போய் விட்டேன். பத்தடி தார்ச் சாலையில் போய் பத்தடி மண் சாலையில் இறங்க வேண்டும். முன்பெல்லாம் அந்தச் சாலை முக்கில் வண்டியை நிறுத்தி அமர்ந்திருப்பேன். அன்றைக்குப் பார்த்தால் அந்தச் சாலைக்குள் வண்டியைத் திருப்பவே முடியவில்லை.

டீக்கடை வைத்திருக்கிற பையன் பகுதி நேர ஆட்டோக்காரராக மாறியிருந்தான். “சரவணண்ணே இருங்க. ஒரு கேப்பு பிடிச்சுத்

தர்றேன்” என்று சொல்லி வண்டிகளை மறைத்து வழி ஏற்படுத்தி தந்தான்.

உள்ளே போனால் கட்டுக்கடங்காத கூட்டம். ஆயிரத்திற்கும் மேற்பட்ட இருசக்கர வாகனங்கள். சுமார் நூறு கார்கள் வெற்று நிலத்தில் நின்றன. அழுக்கு மூட்டை சமாதியை நெருங்கக் கூட முடியவில்லை. சமாதியைச் சுற்றிலும் மக்கள் மாலையைப் போலப் போர்த்தி நின்றனர், பெருங்கோயில் ஒன்றினைப் போல. பக்கத்தில் நின்ற ஒருத்தர் விபூதியை நீட்டினார். சமாதிக்குப் பக்கத்தில் போய் எல்லாம் விபூதி வாங்கவே முடியாது.

அவரிடம் வாங்கும்போது, “சத்குரு தரிசனம் கெடைக்குறதுக்கு குடுத்து வச்சிருக்கணும். உங்களுக்கு அந்த அம்சம் கூடி வந்திருக்கு” என்றார். எனக்குச் சட்டெனச் சிரிப்பு வந்துவிட்டது. கோயில் முழுக்க “ஏயேப்பா அழுக்கு மூட்டை உனக்கு வந்த வாழ்வப் பாரேன். சத்குருவாம்” என்பதை மீள மீளச் சிரித்தபடி சொல்லிக்கொண்டே அலைந்தேன்.

ஏனெனில் அழுக்கு மூட்டைக்கும் எங்களுக்குமான உறவு அத்தகையது. பெரிய துரையான் கோயிலுக்குப் போகையில் கோகுல்பிரசாத் அழுக்கு மூட்டை மீதான என் நம்பிக்கை குறித்துக் கேட்டார். “அதை எப்டீ விளக்கிச் சொல்றதுன்னு தெரியலை. விளக்கிச் சொன்னா கொஞ்சம் அதீதமாகூட தெரியும். அதனாலயே அந்த நம்பிக்கைய யாருக்கும் விளக்கிச் சொல்றது இல்லை. அது ஒருவிதமான அனுபவம். அப்படியே உள்ளுக்குள்ளயே அது நீடிக்கட்டும்னு விட்டுட்டேன்” என்று சொன்னேன்.

அழுக்கு மூட்டை இன்றளவும் என் அனுபவமாகத்தான் தொடர்கிறார். சுபிட்ச முருகன் நாவலில் அதனாலேயே ஒரு நாயகனாகவும் ஆனார். நான் வாழும் ஊரைச் சேர்ந்தவர்தான் அவர். பிறந்த போது எடுத்துக் கொஞ்ச நாதியில்லை. கஷ்ட ஜீவனம். பின்னர் அவர் அழுக்கு மூட்டை சாமியாக அறியப்பட்ட பிறகும் ஊரில் அவ்வளவு செல்வாக்கு இல்லை. ஆனால் வெளியூர்க்காரர்கள் எல்லாம் வந்து பார்க்கின்றனர் எனப் பேசிக்கொள்வார்கள்.

ஊரில் பெண்கள், “அக்குருவமா வாய்க்கு வந்ததைப் பேசுவாருப்பா” என்பார்கள். பிறகு வருகிற கூட்டத்தைப் பார்த்துவிட்டு மெல்ல மெல்ல ஏற்பு பரவிவிட்டது. சினிமா நாயகன் ஒருத்தர் வந்தார், அந்தா அங்க இருக்க கல்லைத் தூக்கி அப்படிப் போடு என்றிருக்கிறார் அழுக்கு மூட்டை. சென்னை போன கையோடு உச்சத்துக்குப் போய்விட்டார் நடிகர்.

எப்படியோ சடசடவென இப்படியான கதைகள் பரவிவிட்டன. காட்டு மேட்டில் அழுக்கு மூட்டையைச் சுமந்தபடி தனக்குள் பேசிக்கொண்டு அலைந்தவர்தான். ஆனாலும் அவரைச் சுற்றி ஒரு ஒளிவெள்ளம் பெருகிவிட்டது. நம்பிக்கையின் வட்டப் பாதையில் அமைந்து நின்றார்.

அவர் செத்தபோது ஊரே சேர்ந்து இங்கே கொண்டு வந்து அடக்கம் செய்தது. அது சம்பந்தமான பிரச்சினைகளும் அதிகார மட்டத்தில் பேச்சுவார்த்தைகளும்கூட நடந்தன. மக்கள் வெள்ளமெனத் திரண்டிருந்தனர்.

அங்கே சிறு கோயில் மாதிரி ஏற்பாடு. நான் நீண்ட வருடங்களாக அங்கே சென்று வருகிறேன். ஒரு பத்துப் பேர் அங்கேயே தங்கியிருந்தனர். மூன்று நேரமும் அன்னதானம் உண்டு. பாவப்பட்ட ஏழை ஜனங்கள் கண்களில் நம்பிக்கை மினுங்க மஞ்சள் பையுடன் அமர்ந்திருப்பார்கள். வழியற்றவர்களின் கூடாரமாகவும் இருந்தது அந்த சின்னக் கோயில்.

ஒரு டீக்கடை. ஒரு பூக்கடை. டாலர் விற்கிற கடையொன்று. காலார நின்று வேடிக்கை பார்த்துவிட்டு வருவேன். அன்றைக்கு கூட்டத்தைப் பார்த்து திகைத்து விட்டேன். ஸ்டிக்கர்களில், சிறு மணிபர்ஸ் படங்களில் என எங்கெங்கும் அழுக்கு மூட்டை நிறைந்திருந்தார். பெருந் திருவிழா கூட்டம். சிறு பிள்ளைகள் பலூன் கேட்டு அழுது ஆர்ப்பாட்டம் செய்து கொண்டிருந்தன. சட்டென எனக்கு எங்கள் பால்ய காலக் கோயில் பொங்கல் விழாக்கள் நினைவிற்கு வந்தன.

வண்டியை நிறுத்திய கையோடு சமுத்திரக்கனி அண்ணனிடம், “எண்ணே அழுக்கு மூட்டைக்கு வந்த வாழ்வைப் பாத்தீங்களா”

என்றேன். அவர் முகத்தைத் தீவிரமாக வைத்துக்கொண்டு, “ஏங்க சார். ஒலகம் புல்லா இருந்து கூட்டம். அன்னைக்கு மலேசியாகாரவுக ஒரு பஸ் பூராம் வந்து எறங்குனாங்க. அழுக்கு மூட்டையை இனிமே நாம டச் பண்ண முடியாது” என்றார்.

அழுக்கு மூட்டை கோயிலை ஒட்டி நிலம் வைத்திருக்கிறவரிடம், “எழுதி வச்சுக்கோங்க. இங்க திருப்பதி மாதிரி கூட்டம் இன்னும் கொஞ்ச வருஷத்தில வந்திடும். உங்க நிலம் எவ்ளோ விலைக்குப் போகப் போகுதுன்னு பாருங்க” என்றேன் சிரித்தபடி. கோடி புண்ணியம் என அவர் கும்பிடுபோட்டார். நிச்சயம் அது நடந்துவிடும் என்றுதான் தோன்றுகிறது.

சிறிய ஒன்று பெரிதாவதை தூர நின்று பார்க்கிறோம். நமக்குத் தெரிந்த ஒருத்தர் மெல்ல நம்முடைய கையைவிட்டு வேறொரு கையில் சேர்கிறார். இனி அவருக்கு அலங்காரங்கள் நடக்கத் துவங்கும். இது இப்படித்தான் நிகழும். அழுக்கு மூட்டை கோவிலுக்குச் சாலை போட்டு அதில் கண்காணிப்பு கேமரா பொருத்த வேண்டும். பள்ளி, மருத்துவமனை தொடங்க வேண்டும் என்றெல்லாம் ஊருக்குள் இப்போது கோரிக்கை வைக்கிறார்கள்.

ஒருகாலத்தில் கோயில் பக்கமே தலைவைத்துப் படுக்காதவர்கள் கூட இப்போது சிநேகபாவம் காட்டுகிறார்கள். கோயில் நிர்வாகம் என்ன செய்யக் காத்திருக்கிறதோ? அதன் சுழற்சியில் ஏதோ நல்லது நடந்தால் சரிதான்.

அழுக்கு மூட்டை கோயிலுக்கு நுழைவதற்கு முன்பு இருக்கும் அந்த முச்சந்தியில் இன்று அதிகாலை கொட்டுகிற பனியில் நனைந்தபடி நின்று யோசித்தேன். ஒருதடவை பக்கத்து ஊரில் பன்றிக்கறி எடுக்கப் போயிருந்தேன். அங்கே விற்பனையில் இருந்த வயது முதிர்ந்த பெண், தன்னை அழுக்கு மூட்டையின் மருமகள் என்றார். வறுமை கரிய நிறம் போர்த்தி ஒடுங்கி நின்றார்.

“எங்க தாய்மாமாதான் சார் அவரு. ஆனா இப்ப எங்களுக்கும் அதுக்கும் சம்பந்தமில்லை” என்றார். தனித்து முட்பாதைகளை

ஊடுருவி, பனியை கிழித்துக்கொண்டு பழைய அழுக்கு மூட்டை நடந்து செல்கிற மாதிரி ஒரு காட்சி கிடைத்தது எனக்கு. ஊரில் இருந்து சிறுவன் ஒருத்தன் கிளம்பி, வயதாகி நடைபோட்டு இன்னொரு இடத்திற்குச் சென்றான். அம்முழுக்காட்சி எனக்குள் ஓடியது. சத்குரு என்று சொன்னால் ஒருபோதும் அவர் திரும்பிப் பார்க்க மாட்டார் என்பதை அகம் அறிந்தே இருந்தது.

தேவகன்னியர் உருண்டால் புயல்!

கடந்த நாலைந்து தினங்களாக வானிலை அறிவிப்புகளையும் அது சார்ந்த கணினி முன்மாதிரிகளையும் உற்றுநோக்கிக் கொண்டிருந்தேன். வரும் மார்ச் (2022) ஒன்றாம் தேதி தொடங்கி பதினெட்டாம் தேதிவரை இடையில் மூன்று நாட்கள் மட்டும் இடைவெளி விட்டு, தமிழகத்தின் பல இடங்களில் மழைக்கூறு இருப்பதாகக் கணிப்புகள் காட்டின. எனக்கு உடனடியாக சத்திரப்பட்டி சந்திரபோஸ் அண்ணனை அழைக்க வேண்டுமெனத் தோன்றியது.

ஏனெனில் போன வருடம் காய்ந்தும் கெட்டவர், பெய்தும் கெட்டவர். முன்னோர்கள் அவருக்குக் கடத்திய, தன்னுடைய பாரம்பரிய அறிவை முன்னிறுத்தி மழைப் பட்டத்தை எதிர்நோக்கி தன்னுடைய வானம் பார்த்த, மானாவாரி பூமியில் முதலில் மக்காச்சோளம் போட்டார்.

கணுக்கால் உயரத்திற்கு விளைந்து நின்றபோது, எதிர்பார்த்த மழை பொய்த்தது. நாணலைப் போல இளைத்துச் சிறுத்த சோளப் பயிர்களின் தலை வாடுவதை அருகில் இருந்து பார்த்தேன். மூன்று மாதக் குழந்தையொன்று சவலைப் பிள்ளையாய் உருமாறி, அது தன் அந்திமத்தைக் கண்களில்

காட்டுவதைப் போல உணர்ந்தேன். சோளப் பயிரின் உயிரடங்கி அதன் ஒளி மங்குவதைக் காணச் சகிக்கவில்லை.

மழையில்லாததால் காயத் தொடங்கிய சோளத் தோட்டத்தினுள் இறுதியாய் அவர் தனது மாடுகளை மேயவிட்டார். சண்டித்தனம் செய்யும் காங்கேயம் மாடு, குழந்தையொன்று பிஸ்கெட்டைக் கடிப்பதைப் போல அவக் அவக்கென பச்சையம் உதிர்ந்த இலைகளை மென்றுகொண்டிருந்தது. தனலட்சுமி என்கிற பெயரையுடைய அது தன்னளவில் மகிழ்ச்சியாய் உணர்ந்திருக்கக் கூடும்.

“மாடு மேய்றதுக்கு ஒழைச்சமேரிக்கு ஆயிப்போச்சு. எனக்கு மட்டும் சொளையா விதை, பூச்சி மருந்து, களைமருந்து, உரம்னு போட்ட வகையில ஒண்ணேகால் லட்சம் ரூபாய் பஸ்பமாயிடுச்சு. இந்தப் பகுதில இதுமாரி பலகோடி ரூபா நஷ்டம் ஆயிடுச்சு. ஏதோ மாட்டுக்கு பத்துநாள் தீவனம் கிடைச்சதுங்கற அளவில சந்தோஷப்பட்டுக்க வேண்டியதுதான்” என்றார் கண்களில் மஞ்சள் படலத்தைத் தேக்கி. தனலட்சுமி அவர் பேசியதை ஓரக்கண்ணால் உற்றுநோக்கியதைப் போலத் தோன்றியது எனக்கு.

அவர் சொன்னபிறகு வண்டியை எடுத்துக்கொண்டு அந்தப் பகுதி முழுவதையும் சுற்றி வந்தேன். நீரின்றி விதைத்தவை அத்தனையும் காய்ந்து சருகாய் காற்றிலாடிக்கொண்டிருந்தன. மறுபடி மழைக்கூறு தொடங்கியது. அந்தமுறை சோளத்தை எடுத்துவிட்டு சூரியகாந்தி போட்டார் சந்திரபோஸ் அண்ணன்.

விடாது பெய்த பெருமழையால் சூரியகாந்தியும் அவரை நோக்கி மலர்ந்து சிரிக்கவில்லை. அழுகிப் போய் தலைதொங்கிய சூரியகாந்திப் பூக்கள் அந்தப் பகுதி முழுவதும் நின்றிருந்ததையும் கனத்த இதயத்தோடு இன்னொரு முறை சுற்றிப்பார்த்தேன். அப்போது அந்தப் பகுதி நிலங்களைச் சேர்ந்த அத்தனை சந்திரபோஸ்களும் என் கண்முன்னே நிழலாடினர்.

இந்தமுறை சந்திரபோஸிற்கு சோளம் நன்றாக விளைந்துவிட்டது. இப்போது அதை அறுவடை செய்யும் முனைப்பிலும்

இருக்கிறார். அதனால்தான் மார்ச்சில் வரப்போகும் மழை குறித்த செய்தியை அவசரமாக அவரிடம் கடத்த வேண்டிய கட்டாயத்தில் இருந்தேன்.

செய்தியைக் கேட்டவுடன் உடனடியாகவே திகைத்துப் போனார். "என்னங்க காலக் கொடுமையா இருக்கு. மச்சைப் பிளக்கிற மாசிப் பனிம்பாங்க. பங்குனி மழை பாழ்மழைன்னு சொல்வாங்க. இப்ப எல்லாமே இங்க மாறிப் போயிடுச்சே" என்றார் கலக்கமாக.

இதேமாதிரி சிலவருடங்களுக்கு முன்பு ஒரு பங்குனி மாதத்தில் தோட்டத்துச் சாலை வீட்டின் வெளியே, விடாது பெய்து கொண்டிருந்த மழைக் குளிருக்கு இதமாய்க் கம்பளியைப் போர்த்திக்கொண்டு நான் தூங்கியதையும், அப்போது வந்து நின்று அவர் இதே வார்த்தைகளை என்னிடம் சொன்னதையும் மறுபடியும் ஞாபகப்படுத்தினேன். அவரிடம் சொல்வதற்கு அச்சமயத்தில் வார்த்தைகளே இல்லை. தொலைபேசியின் அந்தப் பக்கத்தில் நெடிய மௌனம் ஒன்று மட்டும் மூச்சு வாங்கிக் கொண்டிருந்தது. கையறுநிலையில் வீசிய கனத்த அகக்காற்று அது.

இனிமேல் சொல்லப்போவதும்கூட காற்றின் கதைதான். பஞ்சபூதங்களில் என்னளவில் காற்றிற்கே முதலிடம் தருவேன். வானையும் கடலையும் தொட்டுத் தடவிச் செல்லும் மூச்சுக்காற்றுதான் எல்லாவற்றையும் தீர்மானிக்கிறது.

எல்லாவற்றையும் எனப் பொத்தாம் பொதுவாய்ச் சொல்வதைவிட, மழையைத் தீர்மானிக்கிறது என நேரிடையாகவே குறிப்பிட்டு விடலாம். கடலில், காற்று ஏதாவதொரு சித்து விளையாட்டினை மேற்கொள்ளவேண்டும், அப்போதுதான் நிலத்திற்கு மழை என்பது பாலபாடம்.

கடலில் ஒன்றுமே நடக்கவில்லையெனில், நிலக்காற்று என்பது வெற்றுக் காற்றுதான். அது வெற்றுக் காற்றா? மழைக்குறி கொண்ட காற்றா? என்பதை ஒருகாலத்தில் அத்தனை துல்லியமாகக் கணித்தவர்கள் இப்போது எங்கே போயினர்?

ஒரே வடகிழக்குக் காற்றுப் பருவம்தான். ஆனால் எதிரெதிர் முனையில் நின்று பெய்தும் காய்ந்தும் கெடுத்தது எப்படி? ஏனிந்த மாற்றம்? நம் தொன்மரபு அறிவு பொய்த்துப் போனது எப்படி? என அதுகுறித்துப் பிரண்டைக் கொடியைப் போல பலவாறு சுற்றிச் சுற்றி, சிந்தித்துப் பார்த்தேன்.

முதலில் நாம் வாழும் நிலத்தைப் போர்த்தி பசுமை கொள்ளச் செய்யும் மழை என்கிற மாமருந்திற்கு தமிழ் வாழ்வு தற்சமயம் கொடுத்திருக்கிற இடம் என்ன என்பதில் இருந்து அந்தக் கொடியைப் படரவிட்டேன்.

குறிப்பில் இருக்கும் சங்க இலக்கிய காலம் தொட்டு மழையை எவ்வாறெல்லாம் கொண்டாடியிருக்கிறார்கள்? அதற்குத்தான் எத்தனையெத்தனை பெயர்கள்? எத்தனையெத்தனை விவரணைகள்? ஆனால் இன்றைய அன்றாட வாழ்வு அவை அத்தனையையும் நினைவின் குப்பைமேட்டில் ஒரு சாணியைப் போல இப்போது அள்ளித் தூக்கி எறிந்துவிட்டது.

சமீபத்தில் மலையாளப் படமொன்றைப் பார்த்தேன். வெளிப்புற அரங்கில் திருமணம் செய்யக் காத்திருக்கிறது ஒரு இணை. அப்போது மழை வலுத்துப் பெய்கிறது. “அதெப்படி ஏப்ரலில் இப்படி மழை பெய்கிறது” எனக் கேட்கிறது ஒருகுரல். “ஏதோ வங்கக் கடல்ல ஒரு சிஸ்டம் ஒன்று உருவாகியிருக்காம். அதான் மழை” என பதில் வசனம் வருகிறது. சாதாரணக் காட்சிதான் அது. ஆனாலும் மழைகுறித்த கூருணர்வு அக்காட்சியில் மிதந்த வசனத்தில் இருப்பதைக் கண்டபோது மகிழ்ச்சியாக இருந்தது.

ஒருநிலம் எவ்வாறு இயற்கையோடு இன்னமும் தன்னை ஒட்டி வைத்திருக்கிறது என்பதற்கான கட்டியங் கூறலாகவும் இருந்தது.

பதிலுக்கு இன்னொரு ஒப்பீட்டையும் சேர்த்துச் சொல்கிறேன். நாவலொன்றைப் படித்துக் கொண்டிருந்தேன். அம்மனுக்கு ஆடிமாசக் கூழ் ஊற்றுகிறார்கள். அப்போது காலையில் இருந்து மாலைவரை விடாமல் அடித்துப் பெய்கிறது மழை என ஒரு வரி ஊடே வருகிறது. தலையில் அடித்துக்கொள்ளலாம் போலவிருந்தது எனக்கு.

ஆடிமாதத்தில் இப்படி அடித்துப் பெய்யுமா மழை? என உள்ளுக்குள் கேள்வி ஓடியபோதே, ஏன் பங்குனியில் பெய்யும் போது, ஆடியில் பெய்யாதா? என்கிற பதில் கேள்வியும் கூடவே எழுந்தது. ஆனால் ஒன்றுமட்டும் நிச்சயம், மழை எவ்வாறு செயல்படுகிறது என்பது குறித்த அத்தனை அறிவையும் தற்காலம் இழந்துவிட்டது. ஒரு குறிப்பிட்ட காலம் வரை தற்காலத்தில் அடக்கமான நானுமே அதற்குச் சாட்சியாகவும் இருந்தேன்.

எப்போதிருந்து நான் மழையைக் கவனிக்கத் தொடங்கினேன்?

எனக்கு நன்றாக ஞாபகம் இருக்கிறது. பசுபதி அத்தையுடன் கோவில்பட்டி ராமசாமித் தியேட்டரில் மாவீரன் படம் பார்க்கக் குடும்பத்தோடு மதியக் காட்சிக்குப் போயிருந்தோம். மாலையில் படம் முடிந்து வெளியே வந்தபோது, என்னுடைய இடுப்பு வரை மழைநீர் சாலையில் பெருக்கெடுத்து ஓடிக் கொண்டிருந்தது. அதுதான் நான் பார்த்த முதல் மழைவெள்ளம்.

அதற்கடுத்து திருநெல்வேலி விளையாட்டு விடுதியில் படித்துக் கொண்டிருந்தபோது மாலையில் மழை வந்துவிடக்கூடாது என வேண்டிக் கொண்டே வந்தது ஞாபகத்தில் இருக்கிறது. ஏனெனில் மழை வந்தால் மைதானத்தில் விளையாட முடியாது, வேறு உடற்பயிற்சிகள் செய்யச் சொல்லி வலியுறுத்தி விடுவார்கள்.

எங்களது வேண்டுதல்களை மீறி அடித்துப் பெய்த மழையை அண்ணா விளையாட்டரங்க படிக்கட்டுகளில் அமர்ந்து வெறுப்போடு நோக்கியிருக்கிறேன். கோவில்பட்டி சாலையில் சாரலடிக்கையில், "என்ன நைனா குத்தாலத்துல சீசன் துவங்கிருச்சு போல. நைட்டு கடையைச் சாத்திட்டுப் போலாமா" என லோடுமேன் அண்ணன்கள் குசுகுசுப்பாய்ப் பேசிக் கொள்கிற காட்சி இப்போதும் நினைவில் எழுகிறது.

அதேபோல் சென்னை கிறித்துவக் கல்லூரி வளாகத்தினுள் முதன்முதலாக அடியெடுத்து வைத்தபோது, அந்தக் காலைநேரத்தில் மரங்களை எல்லாம் இருள்மூடி அடர்மழை பெய்து கொண்டிருந்தது. கந்தக பூமியில் இருந்து வந்தவனுக்கு

அதனாலேயே அந்த வளாகம் அவ்வளவு பிடித்தும் போனது. அதற்கடுத்து வேலைநிமித்தமாக தெருத் தெருவாகச் சுற்றி அலைந்தபோது நடுச் சாலையில் நனைந்துகொண்டே அழுதது நினைவில் தங்கியிருக்கிறது உப்புக் கரிப்பாய்.

இந்தியா டுடேவில் வேலை பார்த்தபோது கடலூர் மழை வெள்ளத்தை நேரில் பார்த்த அனுபவத்தை வாழ்நாளில் மறக்கவே முடியாது. ஊழிக் காலம் என்றால் இவ்வாறுதான் அமையுமோ எனக்கூட எண்ணத் தோன்றியது.

எனக்கு முன்னே கடல் போல் நீர் எழுந்து ஓடிக்கொண்டிருந்தது. நீருக்கடியில் ஒரு கிராமம் மூழ்கியிருப்பதாகச் சொன்னார் உடனிருந்தவர். அப்படியே அதற்குள் குதித்தால் என்ன? என ஒரு மின்னல்வெட்டு எண்ணமும் அப்போது வந்துபோனது. சென்னையைப் புரட்டிப் போட்ட டிசம்பர் மழை வெள்ளத்தில் படகொன்றில் ஏறிப்போன வரைக்கும்தான் மழைக்காட்சிகள் என் மனதுள் பதிந்திருக்கின்றன.

ஆனால் அவையெல்லாம் எந்த மாதத்தில் பெய்தவை? தமிழ் நிலத்தைச் சுற்றிப் படர்ந்திருக்கும் முக்கடலில், எக்கடல் பிரசவித்த மழையது? பருவ மழையா? காற்று சுழற்சி மழையா? தாழ்வுநிலை மழையா? புயல் சின்ன மழையா? வெப்பச் சலன மழையா? என எந்த வேறுபாடுகளும் எனக்கு உறைத்ததே இல்லை.

அதைவிட முக்கியமானது என்னவெனில், இப்படியெல்லாம் வரையறைகள் உண்டெனக் கிஞ்சித்தும் தெரியாதெனக்கு. வானில் இருந்து பொத்துக்கொண்டு ஊற்றுவது எல்லாமே ஒரேமழை என்கிற எளிமையான புரிதலே இருந்தது எனக்கு. இயற்கை சார்ந்த வாழ்வியலுக்கு நுழைந்த பின்னரே எனக்குள் இருந்த மேகமூட்டம் மெதுவாய் விலகியது.

நான் வாழ்கிற நிலத்தை உற்றுப் பார்க்கத் துவங்கிய பிறகே வானும் கடலும் எனக்குப் படிப்படியாகப் பிடிபட ஆரம்பித்தன. வானை நோக்கி வாய்பிளந்து காத்திருக்கிற ஒரு பச்சையிலையாய் உற்றுநோக்கிக் காத்திருக்கையில், இலையெல்லாம் உதிர்ந்து

நிற்கிற வேம்பு துளிர்க்க, தவறாமல் பெய்துவிடும் ஒருமழையைப் போல என் அகம் அச்செயலோடு ஒட்டி உறவாடத் துவங்கியது.

அச்சூழற்சியில் நானுமே ஒரு மழையாய் மாறியிருந்தேன். மழைப்பேச்சு என ஒன்று இல்லாத நாளே இல்லை என எப்படி நான் மாறிப் போனேன் என்பதில் எனக்கே இன்னமும் வியப்புண்டு.

வங்காள விரிகுடா, இந்தியப் பெருங்கடல், அரபிக் கடல் மூன்றும் என்வாழ்வில் தவிர்க்க முடியாத அங்கமாக மாறிப் போனதே, இன்னொரு கை உருட்டிய சோழிகளின் விளையாட்டு.

மூன்றிற்குள்ளும் சுழலும் கடல்சார்ந்த காற்றின் போக்கை, வானியல் கணிப்புகளின் வழியாகக் கூர்ந்து நோக்கத் துவங்கினேன். நாற்திசையில் இருந்தும் மாறி மாறி அடிக்கிற காற்று எப்படியான வித்தைகளைக் காட்டுகிறது என்பதை பள்ளி மட்டத்தில் இருந்தே பாடமாகச் சொல்லித்தர வேண்டும் என்கிற கருத்தும் எனக்குள் வலுப்பட்டது.

இப்போது தனியார் வானிலை அறிஞர்கள் பலர் இதுகுறித்து விரிவாய் இணையத்தில் வகுப்பெடுக்கிறார்கள். தினமும் விவசாயிகளுக்காக இதை ஒரு சேவையைப் போலச் செய்கிறவர்களும் இருக்கிறார்கள். தகடூர் ந.செல்வக்குமார் போன்றவர்கள் தன்னலம் கருதாமல் இவ்வானியல் அறிவுப்பு சேவையைப் பல ஆண்டுகளாகத் தொடர்ந்து செய்கின்றனர். அவர்கள் வழியாக நுனிப்புல் மேய்ந்ததை இங்கே சொல்கிறேன், அவ்வளவே.

பொதுவாகவே தமிழகத்தைப் பொறுத்தவரை வடகிழக்குப் பருவமழை மட்டுமே மழை ஆதாரம். தென்மேற்குப் பருவமழையைப் பொருத்தவரை முக்கடலும் சங்கமிக்கிற கன்னியாகுமரி மற்றும் கேரளாவை ஒட்டிய மேற்குத் தொடர்ச்சி மலைப் பகுதிகளில் மட்டுமே பெய்யும்.

தமிழகத்தையும் மேற்கே உள்ள அரபிக்கடலையும் குறுக்குவெட்டாக மேற்குத் தொடர்ச்சி மலை பிரிப்பதாலேயே

இவ்வியற்கைச் செயல்பாடு என்பதையும் புரிந்து கொண்டேன். ஒருவேளை மேற்குத் தொடர்ச்சி மலையென ஒன்று இல்லாமல் போயிருந்தால், மேற்கே அரபிக் கடலில் உருவாகும் கடல்சார்ந்த காற்று நிகழ்வுகள் தமிழக நிலப்பரப்பிற்கும் தென்மேற்குப் பருவமழையைக் கொண்டுவரக்கூடும். எனவேதான் வாயகன்ற வடகிழக்கிலிருந்து மட்டும் மழை தமிழகத்தைப் போர்த்திப் பெய்கிறது.

தென்மேற்குப் பருவ மழை காலத்தில் தமிழகத்தில் பெய்வது வெப்பச் சலனமழை என்பதை வானியல் அறிஞர்களின் வழி அறிந்தேன். அக்காலகட்டத்தில் பெய்யக் கூடிய வெப்பச் சலனமழையுமே அதிகபட்சம் ஒரு மணிநேரத்தில் இருந்து இரண்டு மணிநேரம் மட்டுமே தொடர்ச்சியாகப் பெய்யக் கூடியது.

அதிலும் வெப்பச் சலன மழை என்பது எல்லா இடங்களிலும் ஒரே நேரத்தில் பெய்கிற வலிமையுடையதும் இல்லை. என்னுடைய நண்பர்கள் சிலர், “கோடம்பாக்கத்தில பெஞ்சது. ஆனா தாம்பரத்தில பெய்யலை. நான் மழைபெஞ்சதுன்னு சொன்னா நம்ப மாட்டேங்குறாங்க. தாம்பரத்துக்கு போனா வெயில் வாட்டியெடுக்குது” என தென்மேற்குப் பருவ மழை காலகட்டங்களில் சொல்வதைக் கேட்டிருக்கிறேன்.

முன்பெல்லாம் அப்படி அவர்கள் சொல்கையில் நானுமே வாய் பிளந்து கேட்டிருக்கிறேன். ஆனால் இப்போதெல்லாம் அவர்களுக்கு விளக்கத் தலைப்பட்டுவிட்டேன். அதிலுமே இன்னொரு முக்கியமான காற்று சார்ந்த சிக்கலுமுண்டு. நான் வாழ்கிற தாராபுரம் சுற்றுவட்டாரப் பகுதி பாலக்காடு கணவாய் காற்று நுழைகிற பகுதி.

பாலக்காடு கணவாயைக் கடந்து அக்காற்று என்னுடைய ஊரான கணக்கன்பட்டியைக் கடந்து மணப்பாறை திருச்சி வழியாக தஞ்சாவூரை அடைந்து அப்படியே வங்கக் கடலில் இறங்குகிறது. மேற்கிலிருந்து கிழக்கு நோக்கி கடலில் இருக்கிற ஏதோவொரு சுழற்சியை நோக்கிப் பயணிக்கிறது காற்று. அதேபோல் செங்கோட்டை கணவாய்ப் பகுதியில் இருக்கிற ஊர்க்காரர்களுக்குமே இச்சிக்கல் உண்டு.

இருக்கிற நிலத்தில் தரை வெப்பம் உயர்ந்து புழுக்கம் இருக்க வேண்டும். ஊரில் கொடி ஆடாமல், காற்றாடி சுற்றாமல் கப்பென வானம் இருக்கிற போதுமட்டுமே காற்றுப் பகுதிக்கு மழை. மேற்கில் நாங்கள் இருக்கிற ஊரில் உயரக்கூடிய வெப்பத்தைக் காற்று தள்ளிக் கொண்டு போய் கிழக்கில் குவிக்கும். அந்த மாதிரியான நேரங்களில் வங்கக் கடலோரத்தில் இருக்கிற ஊர்களில் வெப்பச் சலனமழை பொழியும். ஊரில் இருந்து எனக்குத் தொலைபேசி செய்யும்போது, “பொங்கிண்ணே காத்தடிக்குதா? கப்புன்னு வானம் இருந்தா நமக்கு மழைண்ணே. தெக்க இருந்து சாயந்திரம் போல குளிர்காற்று வந்தா நமக்கு மழைண்ணே” எனச் சொல்லக் கற்றுக்கொண்டேன்.

பொதுவாக இந்த மாதிரியான வெப்பச் சலன மழைக்காலத்தில் துளியளவு மேகம் வானில் இருந்தாலே போதுமானது. ஒரு இடத்தில் இடியுடன் துவங்கும் மழைக்குத் தோதாக வானம் மேகங்களை உடனடியாகவே தன்னளவில் உற்பத்தி செய்து கொள்வதையும் அருகில் இருந்து பார்த்திருக்கிறேன். அதனால்தான் வெறித்து வெயில் சுட்டெரிக்கிற வானத்தைப் பார்த்து டெல்டா விவசாயிகள் ஏமாந்து போய், தங்களது அறுப்பை மழைக்கு நனையக் கொடுத்துவிடுகிறார்கள். நெல்மூட்டைகள் திடீர் மழையில் நனைந்து நாசம் என்பது போன்ற செய்திகளுக்கெல்லாம் பின்னணி இதுதான்.

வெப்பச் சலன மழையைப் பொறுத்தவரை எந்த நேரத்தில் எங்கே தொடங்கும் என்பதைக் கணிக்கவே முடியாது. கூர்ந்து கவனித்து அதிலேயே ஊடாடினால் அதை உணரவும் கூடும். “இன்னைக்கு வானம் ரொம்ப உக்கிரமா இருக்கு. புழுக்கம் சாஸ்தியா இருக்கு. மழை உறுதி” என நிலத்தில் கால்பாவி நடப்பவர்கள் கணிப்பதையும் அருகில் இருந்து பார்த்திருக்கிறேன். பின்னொரு நாள் நானுமே நிலத்தில் கால்பாவி நடப்பவனாகவும் ஆகிப் போனேன்.

ஆனால் பருவமழைதான் தமிழகமெங்கும் போர்த்தி பெய்யக்கூடிய ஆதார சக்தியையுடையது. அதிலும் இலங்கைக்கு அருகில் ஒரு கடல்சார்ந்த நிகழ்விருந்தால், அது டெல்டாவையும்

தென்மாவட்டங்களையும் ஒருசேரப் போர்த்தும். அதன் வெளிவட்டம் நன்றாக விரிந்திருந்தால் வட கடலோரத்தையும் சேர்த்து அணைத்து சென்னை, ஆந்திரா வரை மழை முத்தமிடும் என்பதெல்லாம் எனக்குப் படிப்படியாகப் புரிய ஆரம்பித்தது.

கடல் என்பது வானைத் தொட்டுக்கொண்டு விரிந்திருப்பது. அதன் அடிமுடியை இன்னமும் யாரும் அறியவில்லை என்பதைப்போல, மழையிலுமே இதுபோல ஏராளமான கணக்கு வழக்குகள் இருக்கின்றன.

ஆரம்பநிலை சார்ந்த உதாரணத்திற்கு மட்டுமே இதையெல்லாம் இங்கே சொல்லி இருக்கிறேன். மேலும் ஆழங்கள் இருக்கின்றன இதில். அதிலும் நான் வானியல் அறிஞனும் அல்ல. வானியலைக் கற்கிற மாணவன் என்கிற அடிப்படையில் நான் படித்த துவக்கப்பாடங்களை மட்டுமே இங்கே சொல்லவும் செய்திருக்கிறேன். உயரழுத்தம், மேற்கத்திய இடையூறு என இதற்குள் வேறுபல கணக்கீடுகளும்கூட இருக்கின்றன.

இப்போது நிலவும் குளிர்காற்று இமயமலையில் இருந்து வருவது என்பதை உணர்ந்த கணத்தில் உள்ளுக்குள் ஒரு பனிக்கட்டி சில்லிட்டது எனக்கு. நானே இமயமலை அடிவாரத்தில் நிற்பதைப் போலவும் உணர்ந்தேன். இந்திரா நகரில் இருப்பவனை நோக்கி இமயமலை நகர்ந்து வந்ததோ?

எதற்காக இதையெல்லாம் சொல்கிறேன் என்றால், சாதாரண மழைதானே? காற்றுதானே என இயற்கை சார்ந்த நிகழ்வைக் கடந்து போய்விடக் கூடாது என்பதற்காகவே. அரபிக் கடலிலும் வங்காள விரிகுடாவிலும் முறையே தென்மேற்கில் இருந்தும் வடகிழக்கில் இருந்தும் காற்று பயணிக்கிறது. இக்காற்றுதான் இந்தியாவில் நிலவும் வெயில், மழை என எல்லாவற்றையும் தீர்மானிக்கிறது. இந்தியா மட்டுமா? கடலிற்குள் தொங்கியபடி நிற்கும் எல்லா நாடுகளின் நிலப்பரப்பின் தலைவிதியையும் கடலும் காற்றும் மட்டுமே தீர்மானிக்கின்றன.

இங்கேதான் அந்த முக்கியமான விஷயத்தைச் சொல்லவும் வேண்டியிருக்கிறது. இதைப் பற்றி நான் ஏற்கனவே நிறைய எழுதி விட்டேன் என்பதால் சுருங்கச் சொல்லத் தலைப்படுகிறேன்.

கண்ணுக்குத் தெரியாத சுழற்சி நம் நிலத்தில் ஒரு சக்கரத்தைப் போல பல்லாயிரம் ஆண்டு காலம் சுற்றிக்கொண்டிருக்கிறது. பங்குனி மழை பாழ் என அச்சுழற்சிதான் கற்றும் தந்தது. பொய்க் கருமேகங்கள் திரண்டு மழை வருவதைப் போல போக்குக் காட்டுவதை, கருவோட்டம் என அடையாளம் கண்டு பிரித்தும் வைத்தது. ஐப்பசி அடைமழையென்றது. ஆடிக் காற்று அம்மியைத் தூக்கும் என்றது.

ஆனால் போன ஆடியில் காற்றுப் பகுதியான எங்கள் ஊரிலேயே ஒரு வாரம் மட்டுமே தலையைத் தட்டும் ஆடிக் காற்று அடித்தது. ஏனெனில் மேற்கே காற்றின் போக்கு வேறொரு திசைமாறுதலை அடைந்திருந்தது. இப்படி பழைய கணக்குகள் எல்லாம் இப்போது பல்லிளிக்கத் தொடங்கிவிட்டன.

பழைய கணக்குகள் போட்டுத் தந்த மண்சாலையில் நடைபோடும் வண்டி மாடுகளையொத்த சந்திரபோஸ்கள் இதனால்தான் திடீர் மாற்றங்களால் கதிகலங்கிப் போகிறார்கள். அவர்கள் கற்ற அத்தனை வானியல் வித்தைகளையும் ஒரு திசைமாறுதல் காற்று அடித்துக்கொண்டு போய்க் கடலில் தள்ளிவிடுகிறது. கணிக்கவே இயலாத அளவிற்கு கடல் மாற்றம் கண்டிருக்கிறது, அல்லது கடலை நாம் அப்படி மாற்றி வைத்திருக்கிறோம். முன்பெல்லாம் புயல் என்றால் எப்போதோ நிகழ்ந்த தனுஷ்கோடி புயலைப் பற்றி மட்டுமே உதாரணங்களைக் காட்டிக்கொண்டிருந்தோம். கடந்த ஐந்து வருடங்களை எண்ணிப் பார்த்தால், ஒக்கி, கஜா, வர்தா... என எத்தனை புயல்கள்? அதனால் ஏற்பட்ட பொருள் மற்றும் உயிர் இழப்புகளையெல்லாம் பட்டியலிட வேண்டுமா என்ன? புயல்களுக்கே பெயர் வைக்கும் யுக காலத்தில் நுழைந்தும் விட்டோம். புயலில்லாமல் இனி ஒருவருடமும் கடக்காது என்பதை இப்போதே குறித்து வைத்துக் கொள்ளலாம்.

இனி வானியல் என்பதை அறியாமல், அறிந்து கொள்ள விருப்பமே இல்லாமல் பயணிக்கிற காலகட்டம் முடிந்து விட்டதற்கான அறிகுறிகள் வடகிழக்கு வானில் பருந்துக் கூட்டத்தினைப் போல வட்டமிடவும் துவங்கிவிட்டன. நாம்

வாழும் நிலத்தை நிறைத்திருக்கிற வானையும் கடலையும் உற்றுப் பார்த்துக் கற்கிற தலைமுறை இனி இங்கே உருவாகவேண்டும் என சூழலியல் வல்லுனர்கள் இப்போது உரக்கச் சொல்லத் தொடங்கி உள்ளார்கள்.

பருவநிலை மாற்றத்தால், அதிகரிக்கும் வெப்பமயமாதலால் கடல், ஆடியில் கூழ் வாங்கிக் குடிக்கிற மாரியம்மாளைப் போல உக்கிரமாக மாறியிருக்கிறது. காற்று அதன் மடியில் கிடந்து, வழிதவறிய கடமானைப் போல கொம்புகளையாட்டிப் புரள்கிறது.

தேவகன்னியர் புரண்டு படுத்தால் புயலெனச் சொல்கிறது கனேடிய முதுமொழி ஒன்று. வானையும் கடலையும் நிலத்தையும் காற்றையும் பொத்திப் பாதுகாக்கிற பொறுப்புண்டு நமக்கென்பதை உணர்கிற கட்டத்தில் நிற்கிறோம். ஏனெனில் உக்கிரம் கொண்ட தேவகன்னியர் கடலுக்குள் காத்து நிற்கிற காலமிது!

வீரபாண்டி கௌமாரி!

ஒவ்வொரு வருட இறுதியிலும் மனதை அசைத்துப் பார்த்த ஒன்றைக் குறித்து எழுதுவதை வழக்கமாகவே வைத்திருக்கிறேன். வருடம் முழுக்க அப்படியான அந்த ஒன்றைத் தேடிக் கண்களையும் காதுகளையும் திறந்துவைத்துக் கொண்டு, தவத்தை மேற்கொள்கிறவனின் பாவனையோடு அலைவேன். பாவனைகள் பலவிதம், இது அதிலொருவிதம்.

அதிகாலைகளில், நள்ளிரவுகளில் ஆளற்ற நெடுஞ்சாலைகளில் தனியாய் ஊர்ந்துகொண்டிருப்பேன் அந்த ஒற்றை அனுபவத்தைத் தேடி. பெருவிரல் நுனியை ஆட்காட்டி விரலைக் கொண்டு மெதுவாகத் தடவுகிற மாதிரிப் பழக்கமாகவே அது ஆகிவிட்டது எனக்கு. அப்படியான அலைச்சல்களினூடே மடியில் வந்து விழுந்த சொல் இது.

கேள்விக் குறியொன்றினைப் போல முதுகு வளைந்த அந்த ஆச்சியின் பெயரை ஒய் என்றே வைத்துக்கொள்வோம். எங்களைப் போலத் தெற்கத்திக்காரர்களுக்கு அவள் ஆச்சி. கடைப் பையன்களைப் பொறுத்தமட்டில் பாட்டி அல்லது ஆயா. எதற்காக ஒய்? ஏனெனில் யாருமே இதுவரை அவளுடைய பெயரைக் கேட்டதே இல்லை, கேட்கத் தோன்றியதும் இல்லை.

தவிர பெயரற்றவர்கள் அழுத்தமாக இன்னொன்றை அவர்களின் நிமித்தமாய் உள்ளுக்குள் எப்போதும் பதித்துச் செல்கின்றனர்.

ஆக, ஒய்யின் வயது நிச்சயமாக எழுபது இருக்கும். கூன்நடை போட்டு தனக்கு உகந்த வேகத்தில் விசுவிசுக்கென நடந்து போகும் அவளை ஒரு மழைநாளின் போதுதான் சந்தித்தோம்.

"ஏய் புள்ளை போர்வை ஏதாச்சும் கெடைக்குமா? ரெம்ப குளிருது" எனக் கடை திறக்கும் நேரத்தில், வாசலில் வந்தமர்ந்த ஒய் கேட்டாள். கருப்புநிற இரும்பு ஷட்டருக்கு முன்னே அவள் கையில் வெண்ணிறத் துணிப்பையை ஏந்தித் தனித்து அமர்ந்திருந்த காட்சி என்னவோ செய்தது. எடுத்த எடுப்பிலேயே அவள் எல்லோருடனும் சிநேகபாவத்தோடு ஒட்டிக் கொண்ட வகையில் கடைப் பையன்களுக்குமே வியப்பும் மகிழ்ச்சியும். "எங்க ஆயா இப்படித்தாங்க சார். யாரைப் பாத்தாலும் சட்டுனு பேச ஆரம்பிச்சிடும்" எனச் சொல்லிக்கொண்டே அலைந்தான்கள்.

முற்பகலில் காணாமல் போன ஆச்சி மாலையில் மறுபடியும் திரும்பி வந்தாள். இரவு அடித்து நொறுக்குவதற்குத் தயாராகிக்கொண்டிருந்தது மழை. பேச்சைக் கவனித்ததுமே தெரிந்துவிட்டது, நம்மூர்க்கார ஆச்சி என்பது. ஊரைக் கேட்டவுடன் இன்னும் கொஞ்சம் மனதளவில் நெருங்கி விட்டேன். தேனிக்குப் பக்கத்தில் உள்ள சிறுகிராமம். எதற்காக வந்திருக்கிறார் என்பதை அப்போது துருவிக் கேட்கவில்லை. எதனையும் சொளவில் போட்டுப் புடைத்துப் பிரிக்கிற பழக்கத்தை என்னளவில் எப்போதோ நிறுத்திவிட்டேன்.

அந்த நேரத்தில் உடனடியாக ஊருக்குக் கிளப்பி விட்டால் தேவலை என்கிற மனநிலையே எல்லோருக்கும் இருந்தது. எங்களைச் சுற்றி அப்போது கொசுக்கள் ரீங்காரமிட்டுக் கொண்டிருந்தன.

சுருக்குப் பையில் முடிந்து வைத்திருந்த காகிதம் ஒன்றை எடுத்து அதிலிருந்த தொலைபேசி எண்ணைக் காட்டினாள். எதிர்முனையில் இருந்த பெண், "எங்க சின்னம்மாதான்.

சொன்னா கேட்க மாட்டேங்குது. தயவுசெஞ்சு அனுப்பி விடுங்க. புண்ணியமா போகும்” என்றார். பேருந்தில் ஏற்றிப் பதவிசாக அனுப்பி விட்டோம் அக்குறும்புக்காரியை. மறுநாள் டானென்று தொலைபேசி மணி ஒலித்துவிட்டது.

“வந்து எறங்கிட்டேன் ராசா. அந்தக் கறுத்த குட்டி என்ன பண்றா” என்றது ஆச்சி. அப்புறம் அடிக்கடி கடை எண்ணிற்கு அழைத்து அத்தனை பேருடனும் வெட்டிப் பேச்சு. அதற்கப்புறம் அவர்களது உலகில் நுழையாமல், தள்ளி நின்றே வேடிக்கை பார்த்தேன்.

இருபது நாட்கள் கழித்து மறுபடியும் கடைக்குள், சாரலைப் போலப் புகுந்தது அந்த தென்மேற்குக் காற்று. வந்தமர்ந்து சாப்பிட்டு விட்டு, எங்கோ பெரிய மலையொன்றைத் தேடிக் கிளம்பிப் போகும். எனக்குப் பார்க்கக் கிடைத்த சந்தர்ப்பங்களில், ஆச்சி துவண்டு அமர்ந்திருந்ததைப் பார்த்ததேயில்லை.

மறுபடி பசுமைவழிச் சாலை, மறுபடி ஊர்திரும்பல் என ஒரு விளையாட்டு நிகழ்வதை அறிந்தேன். சிலதடவை இரண்டு நாட்கள் தங்கலாகவும் அமைவதுண்டு. எனக்குள் என்னவோ பொறிதட்ட, ஒருதடவை அழைத்து ஆற அமர விசாரித்தேன், பயணத்தின் நோக்கம் குறித்து.

ஒய்யிற்கு ஆணொன்னு பொண்ணொன்னு என இரண்டு பிள்ளைகள். மூத்தவன் பதினைந்து ஆண்டுகளுக்கு முன்பு, திருமணம் செய்துகொள்ளாமலேயே சீக்கு வந்து செத்துப் போனான். பெண்ணிற்கு இரண்டு பெண் குழந்தைகள். இருவரும் எட்டாவதோ ஏழாவதோ படித்துக்கொண்டிருக்கிறார்கள். பெண்ணின் கணவர் அங்கே கிடைக்கிற வேலைகளைச் செய்யும் கூலித் தொழிலாளி. திடீரென பெண்ணிற்கு இதயம் சம்பந்தப்பட்ட, கொஞ்சம் தீவிரமான நோய். அதற்காக ஆச்சி சுற்றி இருப்பவர்களிடம் வட்டிக்குக் கொஞ்சம் கடன் வாங்கியிருக்கிறது போல. கூடமாட வேலை செய்கிறவர்களும் முகதாட்சண்யத்திற்காக வட்டியில்லாத பணம் தந்தும் உதவியிருக்கிறார்கள்.

பெண்ணை எப்படியோ காப்பாற்றி வீட்டிற்குத் திரும்பவும் அழைத்துக்கொண்டு வந்துவிட்டது ஆச்சி. பெண்ணால் இப்போது எந்த வேலைக்கும் செல்ல முடியாத நிலைமை. மாதாமாதம் அதுசார்ந்த மருந்துச் செலவுகள். மருமகன்காரர் கடனைத் திருப்பக் கட்ட தன்னால் ஏலாது எனக் கைவிரித்துவிட்டார் அல்லது உண்மையிலேயே முடியவில்லை. ஆச்சியும் முடிந்த மட்டிற்கு சொந்தபந்தங்களின் வீட்டுக் கதவுகளைத் தட்டிப் பார்த்தும், எவரும் உதவவில்லை.

சென்னைக்குப் போய் அமைச்சர்களைப் பார்த்தால் உதவி செய்வார்கள் என யாரோ ஆச்சியின் காதில் அழுத்தமாக ஊன்றிவிட்டனர். அதை அப்படியே தெய்வ வாக்காகக் கருதி உள்ளத்தில் ஓர் ஊன்றுகோலைப் போலப் பதித்தும் கொண்டது ஆச்சி. அதற்காகத்தான் இந்தப் படையெடுப்பு. அமைச்சர்களின் வீட்டு வாயிலில் நின்று யாருக்கும் தொந்தரவில்லாமல் கையேந்துவது. அவர்கள் வரச் சொல்கிற தேதியில் கால்தேய நடந்துபோய் வாயிலைச் சலிக்காமல் தட்டுவது.

ஒருமுறை வந்த போது மூவாயிரம் ரூபாய் கிடைத்தது என்றார்கள். இன்னொரு முறை ஐயாயிரம் ரூபாய். அதற்கடுத்து எவ்வளவு எனக் கேட்பதை நிறுத்திக்கொண்டார்கள். அவர்களால் முடிந்தளவிற்கு ஊருக்குத் திருப்பி அனுப்பி வைப்பதை மட்டும் கடமையாகவும் ஒரு பழக்கமாகவும் ஆக்கிக் கொண்டார்கள். ஆச்சியும் அதை மட்டுமே எதிர்பார்த்தது எங்களிடமிருந்து. வழிப்பயணத்தில் சிறுபேச்சுத் துணை நாங்கள், அவ்வளவே.

போன மாதம் தொலைபேசியில் அழைத்து, "ஏத்தா எனக்கு ரசம் சாதமும் வறுத்த மீனும் சாப்பிடணும் போல இருக்கு" என முன்கூட்டியே தாக்கல் சொன்னது. கடையில் இன்னொரு பக்கத்தில் முழங்கால் போட்டு அமர்ந்து பொறுமையாய் ரசித்துச் சாப்பிடுவதை தூரத்தில் நின்று பார்த்துக் கொண்டிருந்தேன். உள்ளுக்குள் அயிலா மீனின் முள்ளைப் போலச் சங்கடம் ஒன்று குத்துக்கால் போட்டு அமர்ந்தது.

ஒருநாள் ஊருக்குக் கிளம்புகையில் ஆச்சியை அழைத்து,

“எதுக்கு இவ்ளோ அலைச்சல். என்னால தர முடியலைன்னு சொல்லிடுங்க. இந்த வயசில ஜெயில்ல தூக்குத் தண்டனையா தரப் போறாங்க” என்றேன்.

நிதானமாக என்னை ஏறிட்டுப் பார்த்த ஆச்சி, “ஏய் என்னப்பா இப்படிப் பொசுக்குன்னு சொல்லிட்ட. வட்டிக்காரங்க மட்டுமா காசு கொடுத்திருக்காங்க. அந்த மகராசன்களும் இப்ப வட்டி வேண்டாம்னு சொல்லிட்டாங்க. கூடமாட வேலை பார்க்கிற அப்பாவி ஜனங்களும் காசு தந்திருக்காங்கள்ள” என்றது.

ஆச்சியைப் பேசவிட்டு அமைதியாக இருந்தேன்.

"நம்பிக்கை ரெம்ப முக்கியம் ராசா. என்னை நம்பித்தான தந்தாங்க. வெட்கத்த விட்டுச் சொல்றேன். நல்லா வாழ்ந்து கெட்ட ஆளுக நாங்க. ஆஸ்பத்திரிக்கு குடுத்த காசில கொஞ்சத்த ஆக்கியும் தின்னுருக்கோம். நாளைபின்ன யாராச்சும் எம் பேத்தியாள்கள பாத்து கடனை வாங்கி உக்காந்து தின்னவள்கன்னு சொன்னா என் நெஞ்சுக் கட்டை வேகவே வேகாது. செத்தாலும் சொல்லு முக்கியம்” என்று சொல்லிவிட்டு பொங்கல் பரிசுச் சேலையின் முந்தானையால் கண்களினோரம் துடைத்துக்கொண்டாள்.

“அதுக்காக எவ்வளவுதான் அலைவீங்க. ஊர்லயே இருங்க. யார்ட்டயாச்சும் கேட்டு அவங்க தர்றேன்னு சொன்னா போனடிக்கிறேன். அப்புறம் கிளம்பி வாங்க போதும்” என்றேன்.

“இல்லை ராசா அதில ஒரு கணக்கு இருக்கு. காசை வாங்கி மடீல போட்டு கரைச்சு முடிச்சிட்டு, எங்கேயும் போகாம குத்துக்கல்லாட்டம் அங்கயே உக்காந்திருந்தா கொடுத்தவங்க என்ன நினைப்பாங்க. அதான் மனசு வண்டாட்டம் குடைய ஆரம்பிச்சா ஒடனே கிளம்பி வந்திடறேன். பூரா காசையும் என்னால குடுக்க முடியாதுன்னு தெரியும். ஆனா நாளைபின்னைக்கு பேரப் பிள்ளைகள்ட்ட யாராச்சும் சொல்வாங்கள்ள? உங்க ஆச்சி யாரையும் ஏமாத்த நினைக்கலை. சாகிற வரைக்கும் வாங்கினதைத் திருப்பிக் கொடுக்கணும்ங்கற நோக்கத்தோட கால்தேய அலைஞ்சான்னு. அந்தச் சொல்

போதும் ராசா. காலாகாலத்துக்கும் அந்த வீரபாண்டி கௌமாரியம்மன் மாதிரி அந்த ஒத்த சொல்லு என் குலத்தை நின்னு காப்பாத்தும்.”

இதிலிருந்து எதையாவது உருவி, எதையாவது மேல்பூச்சிட்டு, இதற்கு மேல் வேறு எதுவுமே சொல்லத் தோன்றவில்லை எனக்கு. சுவாரசியத்தைக் கூட்டுவதற்காக மிகைப்படுத்தி எல்லாம் சொல்லவில்லை. என் குலசாமி சிந்துபட்டி பெருமாள்மீது சத்தியமாகச் சொல்கிறேன், நேற்று பையன்களிடம் தற்செயலாகக் கேட்டேன். “ஆமா சார் காலையில அந்த ஆயா மிஸ்டு கால் குடுத்திருந்துச்சு” என்றாள் தொலைபேசியை எடுத்துப் பேசிய தங்கை.

என்னளவில் கௌமாரியிடமிருந்து இதைப் பெற்றுக் கொண்டேன். குலத்தை நின்று காக்கிற ‘ஒற்றைச் சொல்’ என்கிற சொல்லின் மகத்துவம்.

உடைபடும் குவளை

ஒரு முழுமையான செம்பருத்திப் பூவொன்றினைத் தனித்தனியாய் அரிந்தெடுக்கையில் வருவதைப் போல, மனித மனம் பல ஆழமான உள்ளடுக்குகளைக் கொண்டது.

மனதின் ஆழத்தில் தற்சமயம் கருக்கொண்டு திகழ்வதென்ன என்பது குறித்து, அந்தக் குறிப்பிட்ட ஒன்றின் வெளியே நிற்கிற இன்னொன்று அறியவே இயலாது.

ஒவ்வொரு மனமும் அது செயல்படும் விதத்தில் தனித்துவமானது. எல்லாப் பூக்களும் தோற்றத்தில் ஒன்று போலத் தெரிந்தாலும் ஒவ்வொன்றின் தனிப்பட்ட கட்டமைப்பில் அவை வெவ்வேறானவை. புலியொன்றின் உடலில் இருக்கும் கோடுகளைப் போல.

அதுதான் இயற்கையின் விந்தையும் அழகும் ஆகும். விலங்குகளை உற்றுக் கவனித்திருக்கிறேன். பசி, காமம், தன் எல்லை ஆகிய காரணங்கள் தவிர்த்து, உடன் வாழும் பிறவொன்றோடு அது பூசலிடுவதில்லை.

ஆனால் ஏற்கனவே ஊன்றப்பட்ட ஏராளமான கருத்துகளை நொடிதோறும் தன் போக்கில் உற்பத்தி செய்கிற மனித மனமே, தனக்கு வெளியே நிற்கும் எந்த ஒன்றோடும் முரண்படுகிறது,

பூசலிடுகிறது. சிலசமயம் தனக்குத்தானேவும்கூட இதை நிகழ்த்திக் கொள்கிறது. இதுவே அடிப்படை என்கிற வகையில், பால் வேறுபாடுகள் எதுவும் இதனுள் இல்லை.

சமூகம் என்கிற விரிந்த எல்லையொன்றினுள் நுழைகிறபோது, ஒத்திசைந்து வாழ்வதற்கான கருதுகோள்கள் இங்கே ஏற்கனவே வகுக்கப்பட்டு உள்ளன. இந்த ஒத்திசைவின் தாளத்திற்குத் தகுந்த மாதிரி வாழ்வதற்கு மனித மனத்தின் மேலடுக்கு பழக்குவிக்கப்பட்டுள்ளது.

இதைத்தான் நாம் ‘புரிந்துகொள்வது’ எனப் புரிந்து கொள்கிறோம் என நான் புரிந்துகொள்கிறேன். ‘அவ இதுக்கு கோபப்படுவா’, ‘அவருக்கு இது பிடிக்காது’ என்கிற வகையிலான மேலோட்டமான புரிதல்களை மட்டுமே நிகழ்த்த முடியும் என்று தோன்றுகிறது.

இந்தக் கணத்தில் எதற்காக வெறுப்பு மேலெழுகிறது என, தன்னைத்தானே புரிந்துகொள்ளவே அடியாழத்தை நோக்கி நுட்பமான பயணத்தை நிகழ்த்த வேண்டியிருக்கிறது. இதில் எதிர்பாலினம் எப்படி இன்னொன்றிற்குள் புகுந்து வெளியேறி விட முடியும்?

இவ்வாறான நுட்பமான கேள்விகளுக்கும் தேடல்களுக்குமான பொறுமை நவீன வாழ்வில் இல்லவே இல்லை. தன்னையறியவே பொறுமையில்லாமல் பதற்றமடையும் ஒரு தனி மனம், இன்னொன்றை இவ்வாறு அணுக முற்படும் என்பதை யோசிக்கவே முடியாது.

இந்நவீன வாழ்வு அதற்கான வெளியையும் உருவாக்கித் தரவில்லை. இந்த எல்லைக்குள் சேர்ந்து வாழ விதிக்கப்பட்ட மேலடுக்கு சார்ந்த விதிகளைப் பின்பற்றுவதில் உள்ள கோளாறுகளையே இப்போது விவாதித்துக்கொண்டிருக்கிறோம்.

ஆண், பெண் எனப் பேதங்கள் இல்லாமல் சொல்வதென்றால், இந்த எளிய சூத்திரத்தைக் கூட இப்போதுள்ள தலைமுறை புரிந்து கொள்ளவில்லை எனத் தோன்றுகிறது. ஆண், பெண் உறவுகள் சார்ந்த சிக்கல்களை உரையாடும் தொலைக்காட்சி

நிகழ்ச்சிகள் சிலவற்றைச் செய்திருக்கிறேன், அப்படியான சிக்கல்கள் கொண்ட நிறையப் பேரைச் சந்தித்திருக்கிறேன் என்கிற அனுபவத்திலேதான் இதைக்கூடச் சொல்கிறேன்.

எதிரே இருக்கிற ஒன்றைப் புரிந்துகொள்ள, விழைவே இல்லாத கூட்டம் பெருகியிருக்கிறது. தனக்கு என்ன நடக்கிறது என்பதையே வெளியே சொல்ல முடியாத அளவிற்கு மூச்சுமுட்டி, பித்தம் கலங்கிச் சிதறி ஓடி வாழ்வைத் தொலைத்த பலரைப் பார்த்திருக்கிறேன்.

உண்மையாகவே இதில் ஆண் மனம், பெண் மனம் என என்னால் பிரித்துப் பார்க்க இயலவில்லை. ஏனெனில் கையில் வைத்திருக்கிற வாழ்வெனும் கண்ணாடிக் குவளையை மூர்க்கமாக உடைக்க முயலும் எல்லா மனங்களையும் பார்த்திருக்கிறேன்.

இத்தகைய மேலோட்டமான மேலடுக்குகளைப் புரிந்து கொள்வதற்கே, இந்தக் கூட்டத்திற்கு மனப் பயிற்சி அளிக்க வேண்டிய தேவையுள்ளது. அதைத்தான் இப்போது மனப் பயிற்சி அமைப்புகள் செய்யவும் முயல்கின்றன.

மனம் தொட்டுச் சொல்வதென்றால், யாரையுமே, எதையுமே ஆழமாகப் புரிந்துகொள்ள விரும்பாத, மனநலம் பிறழ்ந்த கூட்டம் இப்போது வெகுவாகப் பெருகியுள்ளது. இதில் ஆணென்ன? பெண்ணென்ன? எல்லாம் ஒரே குட்டையில் ஊறிய மட்டைகள்தான்.

உலகம் சுற்றி ஞானம் கற்றுக்கொள்வது, பொருள் ஈட்டுவது எல்லாம் ஒருபக்கம் இருக்கட்டும். இன்னொரு உயிரின் உடனான ஒத்திசைவு என்கிற அடிப்படை விசயத்தில்கூட, விலங்குகளிடத்தில் பாடம் படிக்கிற வகையில்தான் இன்னமும் மனித இருப்பு இங்கே நிகழ்கிறது. விலங்குகளுக்கும் கீழான எனச் சொல்ல சங்கடமாக இருக்கிறது. ஏனெனில் இது புரிந்தால், கரடி என்ன நினைக்கும்?

ரோலிங் பேப்பர்

நல்லவன், கெட்டவன் என்கிற இருமைக்குள் மட்டும் ஒரு விவகாரத்தை நிறுத்தி உணர்ச்சிவேகத்தில் கடப்பது, எந்த ஒரு சமூகத்திற்கும் நல்லதல்ல. கருப்பு, வெள்ளை என இரு நிறங்களுக்கு இடையே ஏராளமான, கண்ணுக்குப் புலப்படாத வண்ணங்கள் உண்டென ஆங்கிலச் சொல்லாடல் ஒன்று உண்டு.

பள்ளி மாணவி தற்கொலை விவகாரத்தை முன்னிறுத்தி, நம்முடைய கல்விச் சாலைகளுக்குள்ளும் அதுசார்ந்த வெளியிடங்களிலும் உண்மையிலேயே என்ன நடக்கிறது? என உடைத்துப் பேச வேண்டிய கட்டாயத்தில் நிற்கிறோம். பொள்ளாச்சி பாலியல் துன்புறுத்தல் விவகாரத்தின் போதும் இப்படித்தான் ஓர் அலை எழுந்து அடங்கியது.

ஒரு குற்றம் நடந்தால், அது சம்பந்தமான சுற்றளவில் நடந்த எல்லாவற்றையும் தொகுத்துப் பார்ப்பதே, நல்ல ஒரு சமூகத்திற்கான முதல்படி. இந்த அமைப்பை பந்தைப் போல கருதிக் கையில் வைத்து உருட்டிப் பார்க்கிறபோதுதான் அதிலுள்ள மேடு பள்ளங்கள் அத்தனையும் நுணுக்கமாகத் தெரியும். மாறாக ஒரு சம்பவத்தை மட்டும் கையில் எடுத்துக் கொண்டு, மேலே சொன்ன மாதிரி இருமைக்குள் நின்று ஒரு

விவகாரத்தை அணுகுவது என்பது அதன் வேரைத் தொடுகிற முயற்சி அல்ல.

அதனால் எவ்விதப் பயனும் ஆழமாக ஏற்படுவதில்லை. சிறை, மீடியா துரத்தல் எனக் கொஞ்ச காலம் பயம் முந்திக்கொண்டு வந்து நிற்கும். நாளடைவில் பயமுமே ஒரு பழக்கமாகிவிடும். அதைமீறி நடக்க உள்ளம் தெம்பு பெற்றுவிடும்.

இந்த நிமிடத்தில் பொள்ளாச்சி பாலியல் விவகாரத்தில் சிக்கி சிறை சென்று மீண்டவர்களைப் போய்ப் பாருங்கள். நான் சொல்வதன் அர்த்தம் விளங்கும். கன்னியாகுமரியில் பல மாணவிகளின் வாழ்க்கையைச் சீரழித்ததாகச் சொல்லப்பட்ட அந்த இளைஞன், நீதிமன்ற வளாகத்தில் அமர்ந்தபடி ஒட்டுமொத்த சமூகத்தையும் பார்த்து, எவ்வித அச்சங்களும் இல்லாமல், விரலை நீட்டி ஒரு சைகை காட்டினானே, அது ஞாபகம் இருக்கிறதா? ஆகவே இங்கே அது இப்படித்தான் இயல்பாக இருக்கிறது. நாம் அதைப் பற்றியே பேசித் தீர வேண்டியிருக்கிறது.

ஒட்டுமொத்த கல்வி அமைப்பையும் ஒரு பந்தை உருட்டுவதைப் போல உருட்டிப் பார்த்தால், அத்தனை நுணுக்கமான வரிகள் அதன் மேல் இழையோடுகின்றன. எனக்குத் தெரிந்த பள்ளிப் பையன் ஒருத்தன், எந்தவிதமான மரியாதையும் தெரியாமல் வளர்ந்தவன்.

“என்ன ப்ரோ. சில் அவுட்டே இல்லையா? கடைலயே இருக்கீங்க” என்பான். அவன் பயிலும் பள்ளி மட்டத்தில் என்ன நடக்கிறது என விசாரித்து தெரிந்துகொள்வேன். “பார்த்துடா சிக்கல் ஆயிடப் போகுது” என்றேன் ஒருதடவை. அவனை அது சம்பந்தமாகக் கண்டிக்கிற இடத்தில் எல்லாம் நான் இல்லவே இல்லை.

அவனுடைய பெற்றோரே அவ்விடத்தில் இல்லை என்கிறபோது, நானெல்லாம் எம்மாத்திரம்? “அவளோட மை காலண்டர எடுத்துப் பார்த்துக்குவோம் ப்ரோ. அதுல ப்ரக்னன்ஸி வர்ற வாய்ப்பில்லாத டேட்ஸ அதுவே காட்டித் தந்திடும்” என்றான். அவன் சீக்கிரமே வெந்த ஒரு சோற்றுப் பருக்கை. பள்ளி

மட்டங்களில் கிடைக்காத போதையில்லை இப்போதெல்லாம்.

“ரோலிங் பேப்பர் ஒண்ணைக் கொடுத்திட்டு கையைத் தடவிட்டு வரலாம்” என்றான் இளம் போதை வியாபாரி ஒருத்தன். போகிற போக்கில் இந்த இரண்டு விஷயங்களையும் தொட்டுச் சொல்லி விட்டுக் கடக்கிறேன். இதன் ஆழ, அகலங்களை நீங்களே இட்டு நிரப்பிக்கொள்ளுங்கள்.

ஆசிரியரைக் கத்தியால் குத்திக் கொன்ற மாணவன், வேட்டி அவிழ போதையில் மல்லாந்து கிடந்த தலைமையாசிரியர், மாணவனோடு ஓடிய பள்ளி ஆசிரியை, காதலனோடு சேர்ந்து தலைமையாசிரியரைக் கொன்ற பள்ளி ஆசிரியை, மாணவியை பாலியல் பலாத்காரம் செய்த ஆசிரியர், பள்ளி மாணவர்களுக்கு போதை சப்ளை செய்த கல்லூரி மாணவர்...

நாளிதழைத் திறந்தால் இந்த வகைமைகளில், ஏதாவது ஒரு செய்தி கண்ணில் தட்டுப்படாமல் இருக்கவே செய்யாது. அது ஒரு தொடர்ச்சியான செயல்பாட்டைப் போல இங்கு இலகுவாக மேற்கொள்ளப்படுவது. இந்த இலகுவானது என்கிற சொல் நிச்சயம் தொந்தரவு செய்வதாகவே அமைய வேண்டும்.

இந்த ஒட்டுமொத்தம் குறித்துத்தான் இப்போது நாம் அழுத்தமாக உரையாட வேண்டியிருக்கிறது. உலகில் உள்ள எல்லா வளர்ந்த நாடுகளின் நகரங்களும் இதை சந்தித்துக் கொண்டுதான் இருக்கின்றன. பள்ளியில் புகுந்து துப்பாக்கியால் சுட்டு பத்துப் பேரைக் கொன்ற மாணவன், மாணவன் வழியாக குழந்தை பெற்றுக்கொண்ட பள்ளி ஆசிரியை என்பது போன்ற வெளிநாட்டுச்செய்திகளை எல்லாம் கேட்டது இல்லையா? ஆக, இதுவொரு உலகளாவிய போக்கும் பிரச்சினையும் ஆகும். இங்கும் துப்பாக்கி கிடைக்கத் துவங்கும் போது, இது அத்தனையும் நடக்கும். கவலை வேண்டாம், பொறுத்திருப்போம் அதைக் காண.

இங்கே அது ஒரு தீவிர, சமூக கட்டுப்பெட்டித்தனத்தோடு இணைந்து கைகோத்திருக்கிறது, அவ்வளவுதான் வித்தியாசம். தீவிரமாக யோசித்துப் பார்த்தால், நாம் உண்மையில் மிரட்சியில் இருக்கிறோம். அதில் இருந்தே நம்முடைய எதிர்வினைகள்

எழுகின்றன. குழந்தை வளர்ப்பில் உச்சகட்ட குழப்பத்தில் இருக்கிறோம். தொழில்நுட்பம் சார்ந்த தலைமுறை நிகழ்த்தும் இது போன்ற மீறல்களை, மூடுண்ட சமூகம் எவ்வாறு எதிர்கொள்ளுமோ, அதைத்தான் இப்போது செய்து கொண்டிருக்கிறோம்.

இக்கல்வி அமைப்பில் இப்போது நிகழ்வனவற்றிற்கு யார் பொறுப்பு? பெற்றோர்களும் ஆசிரியர்களும் மாறி மாறிக் கைகாட்டுகிறார்கள். இப்போது போதாக்குறைக்கு, பள்ளி கல்லூரி மட்டங்களில் இளைய ஆசிரியர்கள் நிறையப் பேர் பணிபுரியப் புறப்பட்டிருக்கிறார்கள். அவர்களுமே இந்த தொழில்நுட்ப யுகத்தின் தத்துப் பிள்ளைகளே. இப்போது மீறலை நிகழ்த்தி இருக்கிற ஆசிரியர் உட்பட அவர்கள் எல்லாம் எந்த அமைப்பில் இருந்து எழுந்து வந்தவர்கள்?

அவர்கள் எல்லோரும் இணைந்து காட்டுகிற காட்சிகள்தான் இவையெல்லாம். அதை எவ்வாறு அடிப்படையில் இருந்து களைவது? அல்லது ஒரு அளவிற்காவது தடுத்துக்கொள்வது எப்படி? இக்கேள்விகளோடு சேர்த்து, இரண்டு இலட்சம் ரூபாய் மதிப்பிலான பைக் எதற்காக ஒரு மாணவனுக்கு வாங்கித் தரப்படுகிறது என்கிற அடிப்படைக் கேள்வியையும் குடும்பத்தை நோக்கி வீச வேண்டியிருக்கிறது. பைக்கிற்கும் இவ்வாறான சம்பவங்களுக்கும் என்ன தொடர்பு? அது ஒரு குறியீடுதான். தலைதெறிக்க ஓட்டுகிற வேகத்தின் குறியீடு. சாலையில் மோதி மூளை சிதற வாழ்வைத் தொலைப்பதன் அடையாளம்.

தொழில்நுட்ப யுகம் தரும் கட்டற்ற சுதந்திரத்தின் ஆழமான வேர்கள் வீட்டில் இருந்தே துவங்குகின்றன. தட்டிப் பறித்தாவது எதையும் பெற்றுவிடும் மனநலம் கூடிய குழந்தைகளைத்தான் நாம் இப்போது உற்பத்தியும் செய்துகொண்டிருக்கிறோம். பள்ளிகள், கல்லூரிகள் என்பதெல்லாம் அவற்றின் நீட்சிதான். பள்ளிகள் மட்டத்தில் கொஞ்சம் கண்டிப்பிருக்கும், அதுதான் சிறிய வேறுபாடு.

கிராமப் பள்ளிகளில் இது மாதிரியான மீறல் போக்கு இலைமறைகாயாக ஊடாடும். ஆனால் அங்கேயும் சாதி

சம்பந்தமான மீறல்கள் வெளிப்படையாக நடப்பதுண்டு. அதேசமயம் அங்கேயும் தொழிநுட்ப யுகம் தன் கால்களை ஒரு ஆக்டோபஸ் மாதிரி ஏற்கனவே பரப்பத் துவங்கி விட்டது என்பதையும் உற்றுக் கவனிக்க வேண்டும்.

நகரப் பள்ளிகள் இந்த யுகச் சுழற்சியில் அழுத்தமாக மாட்டிக் கொண்டு விட்டன என்பதை அவசியம் உணர வேண்டும். இந்த நேரத்தில் எது சுதந்திரம்? என்கிற அடிப்படைக் கேள்வியை மாணவர்களை நோக்கி வீச வேண்டியிருக்கிறது. அதற்கு முன்னால் குடும்பம் என்கிற அமைப்பை நோக்கியும். பள்ளிகள் மற்றும் கல்லூரிகள் மட்டத்தில் நடைபெறுகிற எல்லாவித மீறல்கள் குறித்தும் வெளிப்படையாக உடைத்துப் பேச வேண்டும் இப்போது.

மறைத்து வைத்திருப்பதாலேயே ஒரு விஷயம் இல்லை என்று ஆகி விடாது. உள்ளங்கையை நுகர்ந்து பார்த்தால்தான், மணமறிந்து அதைச் சுத்தப்படுத்த இயலும். மாறாக, அதை மடக்கி உள்ளுக்குள் மறைத்து ஒன்றுமில்லை என்று சொன்னால், அதனால் யாருக்கு என்ன நஷ்டம்?

கல்வி அமைப்பில் நிகழும் இது சம்பந்தமான விவகாரங்களின் போது சொல்கிற யோசனைகள் எல்லாம் கொஞ்சம் பிற்போக்குத்தனமாக இருக்கும். ஆனால் சமூகமே அவ்வாறாகத்தான் இருக்குமெனில், அவ்வித யோசனைகளை முன்னெடுப்பதிலாவது ஆர்வம் செலுத்தலாமே என்கிற கேள்விதான் இப்போது உள்ளுக்குள் எழுகிறது.

மாணவர்களின் உலகத்திற்குள் அடிக்கடி நுழைந்து வெளியேறுகிறவன் என்கிற வகையில் சொல்கிறேன். அவ்வுலகம் எல்லாவித நுகர்வு சம்பந்தமான குழப்பங்களிலும் சிக்கித் தத்தளிக்கிறது.

குழந்தைகள் கையில் இருக்கிற பலூன்தானே என சாதாரணமாகக் கண்டும் காணாமல் கடக்கிற நிலையில் இப்போதில்லை நாம். அதைத்தான் இச்சம்பவமும் உணர்த்துகிறது. வீங்கி வெடிக்கிற தறுவாயில்தான் இருக்கிறது அந்த பலூன்.

ரெயின், ரெயின்...!

அண்மையில் ஒரேமாதிரியான இழப்பின் காட்சிகள் பலவற்றைப் பார்த்தேன். அரசு கொள்முதல் நிலையத்தில் அளப்பதற்காக வெட்ட வெளியில் வைக்கப்பட்டிருந்த நெல்மூட்டைகள் மழையில் நனைந்து சேதமடைந்ததால், கோடிக்கணக்கான ரூபாய் மதிப்பிலான நெல் மூட்டைகள் நாசம்.

இன்னொரு காட்சியில் நெல் மூட்டைகள் கறுப்பாகி அதன் மேல் பச்சையாய்த் தாவரம் முளைத்திருந்தது. ஆண்டுதோறுமே வடகிழக்குப் பருவமழை இல்லாத காலங்களில் டெல்டா பிரதேசத்தில் இத்தகைய கையறுநிலைக் காட்சிகள் அதிகமும் காணக் கிடைத்துவிடுகின்றன. மழையில் மக்கும் நெல் என்கிற குறியீட்டு ரீதியிலான துயரம் அம்மக்களை, குறுக்கே போவதற்கென்றே பிறந்த பூனைகளைப் போலச் சுற்றி வருகிறது.

எங்கேனும் கோடை மழை என மகிழ்ந்து குறிப்பு எழுதினாலே, அதற்குக் கீழ் தஞ்சாவூர் ஜில்லாக்காரர்கள், "அறுவடை நேரத்தில் இந்த மழை எங்களுக்குத் தேவையில்லாதது" என தங்கள் இழப்பைப் பதிவு செய்கின்றனர். மேற்குப் பக்கமும் தெற்குப் பக்கமும் நிலக்கடலை, மிளகாய் விவசாயிகளுக்கு

இந்தப் பிரச்சினை அவ்வப்போது வருவதுண்டு. விளைச்சல் கைகூடி வருகிற பருவத்தில் பெய்கிற கோடை மழையால் இழப்பைச் சந்திப்பார்கள். வேறு விவசாயிகளுக்கு இந்தப் பிரச்சினையில்லையா என்றால் எதிர்பாராத காற்று உள்ளிட்ட வேறு சில பிரச்சினைகளும் மற்ற பயிர்களுக்கு இருக்கின்றன.

அரசு கொள்முதல் நிலையங்களால் விவசாயிகளுக்கு ஏற்படும் இடர்கள், அதனை எதிர்க்கிற போராட்டங்கள் என ஒருபக்கம் தொடர்ந்து எல்லா ஆட்சிக் காலங்களிலும் கவனக்குவிப்பு நிகழ்ந்தே வருகிறது. அதுவொரு தொடர்ச்சியான செயல்பாடு. விவசாயம் என்பதே சூதாட்டம் என்பதைப் போல மாறிவிட்ட நிலையில், களத்திற்கு இனி வந்தபடியேதான் இருப்பார்கள். அதனால் அந்தக் கோணத்தில் விவரிப்பதைத் தவிர்க்கிறேன்.

மழைக்கும் விவசாயிக்குமான பந்தம் அறுந்து போனது குறித்தே உரையாடுகிறேன். இங்கே உழுவதற்கு நிறையக் கணக்கீடுகள் இருக்கின்றன. நூல் பிடித்தாற்போல ஆண்டாண்டு காலமாய் அதைப் பின்பற்றியும் வருகிறார்கள். அதேசமயம் வானிலை பழைய கணக்கில் இல்லை என்பதையும் விவசாயிகள் அறியத் தவறுகிறார்கள்.

எப்போது மழை பெய்யக் கூடாது என சாஸ்திரம் சொல்லியிருக்கிறதோ, அப்போதுதான் மிகச் சரியாக இப்போதெல்லாம் மழை வெளுத்து வாங்குகிறது. கருவோட்டம் அது என கருதிக் கொண்டிருந்தால், கோடை மழை அறுப்பின் மீது பொழிந்து தள்ளி விடுகிறது. வானம் வெயிலை உக்கிரமாகத் துப்புகிறது என நினைத்து, அறுப்பினை காயப்போடும் வேலைகளை மேற்கொண்டிருப்பார்கள். அடுத்த அரை மணி நேரத்தில் மழை பட்டையைக் கிளப்பிவிடுகிறது.

கோடை மழையைப் பொறுத்தவரை பெய்வதற்கு பெரிய மேகங்கள் எல்லாம் தேவையில்லை. அவித்த முட்டை ஒன்று வெள்ளித் தட்டில் தவழ்வதைப் போல, கொஞ்சூண்டு மேகம் இருந்தாலே போதுமானது. ஒற்றைத் துளியையே ஒரு பேராறாகப் பெருக்கித் தந்துவிடும் வானம். அதைப் பற்றிய பூர்வாங்க அறிவை தற்சமயம் விவசாயிகள் இழந்து வருகிறார்களோ என்கிற ஐயம் எனக்கு உண்டு.

நான் வானிலை செய்திகள் கேட்டு உறுதியான மழை என்று சொன்னபோதெல்லாம், பாரம்பரிய விவசாயிகள் இல்லையென மறுத்திருக்கிறார்கள். அதன் காரணமாய் இழப்பையும் சந்தித்து இருக்கின்றனர். “பங்குனி மழை பாழ் மழை. அதெப்படி பங்குனியில சுழட்டிக்கிட்டு பெய்யும்” எனக் கேட்டிருக்கின்றனர். ஆமாம் அந்த முறை பங்குனியில் வங்கக் கடலோரம் மழை பெய்வதற்கான சிஸ்டம் ஒன்று மையமிட்டிருந்தது. இதேமாதிரி பழைய கணக்குகள் பலநேரங்களில் கைவிட்டிருக்கின்றன.

மழை பெஞ்சும் கெடுக்கும், காஞ்சும் கெடுக்கும் என்பது நிரந்தர மொழியாகவே மாறி விட்டது. புவியியல் கணிப்புகள் எல்லாம் பெரியளவிற்கு வராத காலகட்டத்திலிருந்து, இங்கே வானிலை என்பதே எள்ளலாகப் புரிந்து கொள்ளப் படுகிறது. “வானிலை மையம் சொல்லிட்டாங்களா. அப்ப தைரியமா குடை எடுத்திட்டுப் போக வேணாம்” என்பது போன்ற நகைச்சுவைகள் கொட்டிக் கிடக்கின்றன. இப்போதும் விவரம் அறிந்தவர்கள்கூட இப்படிப் பேசித் திரிகிறார்கள்.

நமக்கு ஒன்றைத் தெரியாவிட்டால், அங்கே எதுவுமே நடக்கவில்லை என்பது அர்த்தமல்ல. வானிலை என்பது கடலையும் வானையும் அளக்கிற துறை. அதைப் பற்றிய அறிதல் இல்லாவிட்டாலும் இகழ்தல் தேவையில்லை என்றுதான் தோன்றுகிறது.

“சென்னைக்கு எதுக்குங்க இவ்வளவு மழை. ஆமா இந்த மழை எப்ப நிக்கும்” என என்னிடம் கேட்டவர்களிடம் கடுமையாக எதிர்வினை ஆற்றியிருக்கிறேன். இங்கே மழை என்றால், நாலு தூறல், ஒரு வெங்காய பஜ்ஜி, அவ்வளவுதான். ஆனால் அதுதான் நம்முடைய ஒட்டுமொத்த பொருளாதாரத்தையும் தீர்மானிக்கிறது என்று சொன்னால் நம்புவீர்களா?

உலகமெல்லாம் வானிலை குறித்த செய்திகளைத் தனிவாழ்வில் ஓர் அங்கமாகவே ஆக்கிக்கொண்டு விட்டனர். அமெரிக்காவில், அடிக்கிற சூப்பர் புயல்கள் எல்லாம் இங்கே வந்தால் சுருண்டு விடுவோம். எந்தக் காலத்தில் கிளம்புகிறது என்பதே யாருக்கும் தெரியாது.

கிரிக்கெட் ஸ்கோர் கேட்பது போல புயல் கடலில் நகர்ந்து கொண்டிருப்பதை அங்குலம் அங்குலமாக செய்தியாகக் கேட்பார்கள். சீனாக்காரர்களின் துயரம் மழை. போன வாரம்கூட இடைவிடாத மழையினால் நூற்றுக்கணக்கானவர்கள் இறந்திருக்கிறார்கள். அதிலும் இந்த பிலிப்பைன்ஸ் எல்லாம் புயல் மழையின் தொட்டில். கடலுக்குள் கால்பரப்பி நின்றால் நீர் பொங்கி உள்ளேறாமல் இருப்பதே அதிசயம்.

அப்படியே வரைபடத்தில் கொஞ்சம் இறங்கி வந்தால், இந்தியா. இந்தப் பக்கம் குஜராத்தும் அந்தப் பக்கம் வங்கமும் கடல் செங்குத்தாக முட்டுகிற இடங்கள். இந்தியப் பெருங்கடலில் எந்தப் புயல் சின்னம் உருவானாலும் பெரும்பாலும் அங்கேதான் போய் முட்டிக்கொண்டு நிற்கும். மும்பை, கல்கத்தா போன்ற நகரங்கள் எல்லாம் எல்லாவிதமான மழையையும் பார்த்துவிட்டன.

அங்கே ஓரளவிற்கு வானிலை செய்திகளை மதிக்கக் கற்றுக்கொண்டுவிட்டனர். அதே மாதிரி அதிக இழப்புகளைத் தெற்கில் பெறுகிறவர்கள் என்பதால், கேரளாவிலும் மழை வானிலை கணிப்பு விஷயத்தில் எப்போதும் காதுகொடுத்து கேட்பார்கள்.

ஆனால் தமிழகத்தில் வானிலைச் செய்திகளுக்கு இடமே இல்லை. நாளிதழ் ஒன்றில் தினம்தோறும் வானிலை குறித்துச் சுருக்கமாக, ஆர்வமூட்டும் விதமாக எழுதுங்கள் என்று சொன்னேன். அவர்கள் அதைக் கண்டுகொள்ளக்கூட இல்லை. படிப்பார்களா என்கிற சந்தேகம் எனக்கே இருக்கிறது. இன்றைக்கு வானிலை மையங்கள் முன்பைப் போலவெல்லாம் இல்லை. எல்லா வசதிகளுடன்கூடிய நவீன மையங்களாக அவை செயல்படுகின்றன.

அரசு மையங்கள் மட்டுமில்லை இங்கே. பல்வேறு நாட்டைச் சேர்ந்த தனியார் வானிலை மையங்கள் பல செயல்படுகின்றன. கணக்கன்பட்டியில் மழை என்பதை 'யூகே வெதர்' என்கிற செயலி ஓரளவிற்குச் சிறப்பாகக் காட்டித் தந்துவிடுகிறது. அதேமாதிரி தனியார் வானிலை அறிஞர்கள் பலரும் இத்துறையில் சிறப்பாகச்

செயல்பட்டு வருகின்றனர். கிட்டத்தட்ட ஒரு மாதத்திற்கு முன்பே எதிர்கால வானிலையைக் கணித்துச் சொல்கின்றனர்.

உதாரணமாக வரும் அக்டோபர், இருபத்தி ஐந்தாம் தேதியில் இருந்து தீபாவளி வரை எல்லா மாவட்டங்களுக்கும் கனமழை பெய்யும் வாய்ப்பு இருக்கிறது என்பதை நேற்றே விலாவாரியாகச் சொல்லிவிட்டனர். தவிர இருபத்து ஏழாம் தேதியில் இருந்து கடலில் காற்று அதிகரிக்கும், மீன் தொழில் செய்வது கடினம் என வானிலைக் கணிப்பை அறிவித்துவிட்டனர்.

இப்போது என்னால் விவசாயத்திலும் கடல் தொழிலிலும் திட்டமிட்டுக் கொள்ள முடிகிறது. மழைக்கு முந்தி நிலத்தில் செய்ய வேண்டிய பணிகளை முடுக்கிவிடுகிறேன். கடந்த கஜா புயலின்போது, காற்றின் வேகத்தை முன்னமே கேட்டுவிட்டுச் சாய்வதற்கு வாய்ப்பிருந்த மரங்களைக் கொடிக்கால் கொண்டு கட்டி வைத்தோம். அதன்படியே அது பெருங்காற்றின் போதும் தப்பிக்கவும் செய்தது.

என்னுடைய பேச்சைக் கேட்டு மாட்டுச்சாலை தகரத்தை, வைக்கோல் குவியலைப் பாதுகாப்பாகக் கட்டி வைத்தவர்கள் எல்லாம் தப்பித்தார்கள். மழையும் வாரிச் சுருட்டியதால், வைக்கோலை இழந்தவர், “ஒரு வருசத்துக்கு மாட்டுக்கு வச்சிருந்த தீனி பாழா போச்சு” என்றார். அவர் விஷயத்தில் கடுமையான மெத்தனமே காரணம்.

இவர்களுக்கு மழை என்றால் ஐப்பசியில் பெய்கிற பருவ மழை. அதைவிட்டால் அவ்வப்போது பெய்கிற கோடை மழை. மற்ற நேரங்களில் மழைப் பேச்சே இருக்காது. மீனவர்களுமே இப்படி கடலுக்குள் தங்களுக்குத் தெரிந்த கருத்தைக் கொண்டு மட்டும்தான் தொழில் செய்கிறார்கள்.

புயல் சின்னம் உருவாக வாய்ப்பிருக்கிறது என்பதைத் தனியார் வானிலை மையங்கள் சுமாராக பதினைந்து நாட்களுக்கு முன்பே அறிவித்துவிடுகின்றன. ஆனாலும் மீனவர்கள் அதைக் கேட்பதில்லை, மதிப்பதில்லை. அதன் காரணமாய் ஒவ்வொரு ஆண்டுமே இழப்புகளைச் சந்தித்துக்கொண்டிருக்கிறோம்.

பொதுச் சமூகத்தை விடுங்கள், மழையைச் சார்ந்து இருக்கும் துறை சார்ந்தவர்களாவது வானிலைக்கு உகந்த இடத்தைக் கொடுக்க வேண்டுமா, இல்லையா? கோடை மழைக்கு வாய்ப்பு இருக்கிறது என்பதை, வானிலை அறிக்கைகள் வழியாக முன்கூட்டியே தெரிந்திருந்தால், குறைந்தபட்சம் வெட்ட வெளியில் நெல்லை வைத்திருப்பதற்குப் பதில், மூடியாவது வைத்திருக்கலாமே? இழப்பைத் தவிர்த்திருக்கலாமே? இதையெல்லாம் போய்ச் சொல்லவே முடியாது விவசாயிகளிடம். சம்பந்தம் இல்லாமல் வேறு ஒன்றைப் பேசிக்கொண்டிருப்பார்கள்.

ஒட்டுமொத்தமாகவே வானிலையில் என்ன நடக்கிறது என்பதைத் தெரிந்துகொள்வது நன்மை பயக்கும் செயலே. இதோ வடகிழக்குப் பருவ மழை துவங்குகிறது. அதிக சிஸ்டம்கள் தமிழகம் நோக்கி வரப்போவதாகவும் இப்போதே குறிப்பிட்டுச் சொல்லிவிட்டனர். புயல் சின்னங்கள் வருவதற்குக்கூட வாய்ப்புகள் இருக்கின்றன. தாழ்வான பகுதியை நோக்கி வெள்ளநீர் அதன் வழித்தடத்தில் வழியப் போகிறது. என்னுடைய கடல்தொழில் வாழ் நண்பர்களுக்கு இப்போதெல்லாம் முன்கூட்டியே வானிலைச் செய்தியை அனுப்பியும் வைக்கிறேன், பெரும்பாலும் ‘ப்ளூ டிக்’ அவற்றிற்குக் கிடைப்பதும் இல்லை. பலரைத் தனியார் வானிலை அமைப்புகளை நோக்கி ஆற்றுப்படுத்தவும் செய்கிறேன்.

பெரிய பெரிய நுண்ணோக்கிகள் கொண்டு வானத்தையா ஆராய்ந்து பார்க்கச் சொல்லுகிறேன்? கையடக்க கைபேசியிலேயே தினம்தோறும் வானிலைச் செய்திகளைக் கேட்டு விட முடியும். செயலிகளில் இணையத்தில் அடுத்த வாரத்திற்கான வானிலையை இன்றே தெரிந்துகொள்ள முடியும். காற்றின் திசை மாறுதல் காரணமாகச் சின்னச் சின்ன மாற்றங்கள் அதில் இருக்கலாம். ஆனால் பொதுவான கணிப்பு என்பது பெரும்பாலும் மாறுவதில்லை.

கஜா புயலின் தடத்தை தமிழக தனியார் வானிலை அறிஞர் ஒருத்தர் துல்லியமாகக் கணித்து அதைப் பற்றி ஒரு மணி நேரத்திற்கு ஒருதடவை வானிலை அறிக்கை தந்தபடியே

இருந்தார். அமெரிக்கர்கள் கவனிப்பதைப் போல மூன்று நாட்கள் நான் அந்தப் புயலின் நகர்வைக் கூர்ந்து பார்த்துக் கொண்டிருந்தேன்.

அதனடிப்படையில் செயல்பட்டதால் சில இழப்புகளில் இருந்தும் தப்பித்தேன். ஆனால் அது தாக்கப்போகும் டெல்டா பகுதியைச் சேர்ந்தவர்கள் அதை இவ்வாறு அறிந்திருந்தார்களா? அரசின் செயல்பாடு என்பதைப் பொறுத்தவரை வானியல் விசயத்தில் முன்பிற்கு இப்போது பரவாயில்லை. சில புயல்களை நெஞ்சில் அடுத்தடுத்து ஏந்தி, இழப்பையும் சந்தித்துவிட்டதால் கொஞ்சம் காதுகொடுத்துக் கேட்கத் துவங்கிவிட்டனர். செம்பரப்பாக்கம் என்கிற மனிதத் தவறை ஒரு பெருங்கூட்டத்து வாழ்க்கை மீது செலுத்தியவர்கள் ஆயிற்றே? அதைவிடப் பாடம் கற்றுக்கொள்ள வேறு என்ன இருக்கிறது?

ஆனால் வானத்தையும் கடலையும் சார்ந்து வாழும் துறையில் உள்ள அடிமட்டத்தில்தான் இன்னமும் வானிலைக்குச் செவி தராமல் சுற்றும் போக்கு தொடர்கிறது. அது உடனடியாகக் களையப்பட வேண்டியது என்பதைத்தான் ஆண்டாண்டு காலமாகத் தொடரும் இழப்புகளும் உறுதிப்படுத்துகின்றன.

ஒவ்வொரு நாளும் செய்தி தருகிற அளவிலேயே வானமும் கடலும் போதிமரமாகத் திகழ்கின்றன. செய்திகள் எச்சரிக்கைகளாக ஒரு புயல் சின்னத்தைப் போல அங்கே சுழலவும் கூடும். விலங்கொன்றினைப் போல முன்னுணர்வு மற்றும் நுண்ணுணர்வோடு அதை உற்றுக் கவனிப்போம்!

மகிழ்ச்சியெனும் ப்ளேட்லெட் எண்ணிக்கை!

கடந்த நான்கு நாட்களாக ஸ்டேன்லி மருத்துவமனை வளாகத்திற்குள் சுற்றி வருகிறேன். எல்லா வகையான முகங்களையும் உற்றுப் பார்த்தபடி அலைந்தேன். வலியில் முனகும் முகங்கள், ஆசுவாசமாய் வானத்தைப் பார்த்து மூச்சு வாங்கும் முகங்கள், தனியாய்த் தூணுக்கு அருகில் அமர்ந்து கண்ணீர் உகுக்கும் முகங்கள். எவற்றைத்தான் பார்க்கவில்லை? அவர்கள் இன்னொரு உலகத்தில் சஞ்சரிப்பதால் பிறத்தியார்

உற்றுப் பார்ப்பதைப் பொருட்படுத்துவதில்லை. வானை நோக்கி அவர்கள் முணுமுணுத்தபடி அலைகிறார்கள்.

வளாகத்தினுள் உள்ள தர்ஹாவிற்கு நான் பல ஆண்டுகளுக்கு முன்பே போயிருக்கிறேன். எனக்கு டெங்கு காய்ச்சல் வந்து ராமச்சந்திரா மருத்துவமனையில் தீவிர சிகிச்சைப் பிரிவில் இருந்தபோது, மாமா ஒருத்தர் இந்த தர்ஹாவில் துணி எடுத்துப் போடுவதாகவும் வேண்டிக்கொண்டார். அவருடன் தனியாக ஒரு முறை சென்றேன். அஜ்வா நாவலில்கூட இந்த தர்ஹாவிற்குப் போவதைப் போல ஒரு காட்சி உண்டு.

இந்தமுறை மறுபடியும் சென்றேன். கலவையான மனநிலை கிடைத்தது. தேங்காயை, உச்சந்தலையில் ஏந்தியபடி இந்துக்கள் சமாதியைச் சுற்றி நடந்தார்கள். அங்கே ஊதுபத்தியும் ஏற்றப்பட்டிருந்தது. மண் அகல் விளக்குகளும் ஏற்றி வைக்கப்பட்டிருந்தன. ரோஜா மலரும் புகையும் கலந்த நறுமணம், மருத்துவமனை மணத்தைப் பின்னுக்குத் தள்ளி ஓங்கிப் பரவியது. அந்த நறுமணமே நம்பிக்கைகளாக அமைந்து இந்த மக்களை தன்னை நோக்கி ஈர்க்கிறது என்பதை உணர்ந்தேன். இந்து, முஸ்லிம் என்கிற எந்தப் பாரபட்சங்களும் இல்லாத கூட்டு வழிபாடு. எல்லோருக்கும் அவர் பாபா, அவ்வளவுதான்.

உடன் வந்த தம்பியொருத்தன், "என்னங்க சார். யாரு இவரு. இந்துக் கோயில் மாதிரியே இருக்கு. வித்தியாசமா இருக்கு. எப்படிக் கும்பிடணும்" என வெள்ளாட்டுக் குட்டி ஒன்றினைப் போல மலங்கப் பார்த்து வியந்தபடியே வந்தான். "ஆமாம் இங்கே வழிபாடு என்பது இப்படித்தான் இருந்து வருகிறது" என்றேன் ஒற்றை வரியில். அதைப்பற்றி அவனிடம் பின்பு விளக்கியும் சொன்னேன்.

என்னுடைய சின்ன வயதிலிருந்தே தர்ஹா வழிபாடும் எங்களை வழிநடத்தியிருக்கிறது. திருப்பரங்குன்றத்தில் சந்தனக்கூடு பெருவிழாவில் சிறுவனாய்ச் சுற்றிய ஞாபகங்கள் இன்னமும் இருக்கின்றன.

அந்த நினைவுகளெல்லாம் தர்ஹாவின் வாசலை அடைவது வரை இருந்தன. உள்ளே சென்றபோது எதையும் எண்ணிக் கொள்ளவில்லை. “ஒனக்குத் தெரியாதது ஒண்ணுமில்லை” என்று மட்டும் எண்ணிக்கொண்டேன். வெளியில் வரும் சமயத்தில் சாம்பிராணிப் புகை முகத்தில் படருகையில், அந்தப் பையன்களுக்காக வேண்டிக்கொண்டேன். கல்லூரிப் படிப்பின் இடையில் இருவரும் என் கடையில் பகுதி நேரமாக வேலை பார்க்கின்றனர். கடந்த ஐந்து நாட்களாக அண்ணன் தம்பி இருவரும் டெங்குவால் பாதிக்கப்பட்டு ஸ்டேன்லி மருத்துவமனையில் அனுமதிக்கப்பட்டுள்ளனர்.

பையன்களின் அப்பா ராஜா அண்ணாமலைபுரத்தில் சலூன் வைத்திருக்கிறார். கடந்த பதினைந்து ஆண்டுகளாக என் தலைமுடி பற்றி நன்கறிந்தவர். “பாருங்க எவ்ளோ கொட்டிப் போச்சு. தலையில எண்ணெய் வைங்கன்னு இத்தனை வருஷமா சொல்லிப் பாத்திட்டேன்” என்பார். ஒருதடவை அவசரச் சந்திப்பு ஒன்றிற்குப் போவதற்காக எதிர்கடைக்குப் போய்விட்டேன். மனிதர் பதறிப் போய், “அச்சச்சோ என்ன தப்பு பண்ணிட்டேன்” என்றார். அவருக்கு செவித்திறன் படிப்படியாகப் பாதிப்பு ஏற்பட்டு வருவதை இத்தனை ஆண்டுகளில் நெருங்கி அறிவேன். கஷ்டப்பட்டு கடை கண்ணியென வளர்ந்து வந்தவர்.

இந்தப் பையன்களை டவுசர் போட்டுக்கொண்டு பட்டர் பிஸ்கெட் கொறித்த காலத்தில் இருந்து பார்த்தும் வருகிறேன். அவர்களுடைய அப்பாவின் பெயர் இன்னமும் எனக்குத் தெரியாது. தெற்கத்திக்காரர் என்பதால், “என்னண்ணே” என்பேன் மையமாக. ஊரில் என்ன நடக்கிறது என இருவரும் அவ்வப்போது பேசிக்கொள்வோம். ஆண்டுதோறும் கொடை விழாவிற்குத் தவறாமல் போய்விட்டு வந்துவிடுவார்.

அவருடைய அப்பாவின் படத்தைப் பெரிதாக லாமினேஷன் செய்து கடையில் மாட்டியிருப்பார். அதை வணங்கி விட்டுத்தான் கத்தியையே கையில் பிடிப்பார். தொழிலில் அவர் உயர்தரம் என்பதை இதுவரை நிரூபித்திருக்கிறார்.

சின்னதாய் ஏசி போட்ட ஒரு கடை. இப்போது இந்திக்காரப் பையன் ஒருத்தனை வேலைக்கும் வைத்திருக்கிறார். நல்ல நம்பிக்கையான பையன். தனியாகவே பொறுப்பாக இருந்து பார்த்துக்கொள்வான். அவரைச் சுற்றிச் சிறிய பொருளாதாரம் ஒன்று சுழல்வதை வேடிக்கை பார்ப்பேன்.

கொரானா ஊரடங்கு காலத்தில் தவித்துப் போய்விட்டனர். போரூருக்கு ரொம்பத் தள்ளி ஒரு கிராமத்தில் ரொம்பச் சின்னதாய் ஒரு வீடு வாங்கினார். அதன் பால்காய்ச்சிற்குப் போய் வந்து எழுதக்கூடச் செய்திருந்தேன். உறவினர் படைசூழ மகிழ்ச்சியாக இருந்தார்கள்.

சிலநாட்களுக்கு முன்பு முதல் பையனுக்கு இடைவிடாத, வாந்தி. அவனுடைய அப்பா வழக்கமாக முடிவெட்ட வரும் டாக்டரை தொடர்பு கொண்டார். அவர் அரசு மருத்துவமனையில் உயர் பொறுப்பிலும் இருப்பவர் என்பதால் ஸ்டேன்லி அரசு மருத்துவமனைக்குப் பரிந்துரை செய்தார்.

அவருடைய அப்பாவோடு நானும் போனேன். முதல் நாள் தம்பிக்காரன் கொஞ்சம் சிக்கலில்தான் இருந்தான். என்னுடைய நண்பர்களான மருத்துவர்கள் உடனடியாக அவனை தனியாரில் சேர்த்து, பளேட்லெட்ஸ் ஏற்றச் சொல்லிப் பரிந்துரைத்தார்கள். அன்றைக்கு அவரது மனைவியும் பெரிய பையனும் ஊருக்குப் போயிருந்தார்கள்.

ஆனால் கடைசி வரை அவனுடைய அப்பா தனது மருத்துவரை நம்பினார். கண்கள் கலங்க, “ஸார் அவரு உங்களை மேதிரி இருபது வருஷ பழக்கம். எல்லாம் அவருதான் எனக்கு. அவர் கைவிட்டுட்டாருண்ணா ஒண்ணுமே இல்லாம போயிடும். உங்க அக்கறை எனக்குப் புரியுது” என்றார் கைகூப்பி. அந்த நம்பிக்கை அவரை மீட்டெடுத்தும் கொடுத்துவிட்டது.

அவனுக்கு ஏற்ற இறக்கங்களைக் கடந்து கொஞ்சம் கொஞ்சமாக ப்ளேட்லெட் ஏறத் தொடங்கியது. ஊரிலிருந்து வந்த அவனுடைய அண்ணனுக்கும் டெங்கு என்றார்கள். அவனை நான்காவது மாடியிலும் இவனை ஒன்றாவது மாடியிலும்

அனுமதித்தார்கள். “நாலு மாடி டெய்லி எறங்கி ஏர்றதே பெரிய எக்ஸர்ஸைஸ் சார்” என்றார் அவன்களுடைய அம்மா. கண்களைச் சுருக்கி அவரைப் பார்த்துச் சிரித்தேன்.

கடந்த இரண்டு மூன்று நாட்களாக அதுநிமித்தமாக அங்கே போய் வந்துகொண்டிருக்கிறேன். அப்போது கூர்மையாக ஒன்றைக் கவனித்தேன். ஆரம்பத்தில் அவர்களுடைய அப்பா கொஞ்சம் கலங்கிப் பதறினார். ஆனால் அவருடைய மனைவி வந்தபிறகு பதற்றம் முற்றிலும் விலகியது. மூன்று பேருமே ஏதோ விருந்தினர் வீட்டிற்கு வந்ததைப் போல மருத்துவமனையில் கிடந்தார்கள். அம்மாவும் மூத்தவனும் ஒரே படுக்கையில் குறுகிப் படுத்துத் தோழர்களைப் போலப் பேசிக்கொண்டிருந்தனர். நான் போன போது, “டீயும் பட்டர் பிஸ்கெட்டும் வாங்கித் தர்றீங்களா. நாக்கு நமநமங்குது” என்றான் பெரியவன் மலர்ச்சியாய்ச் சிரித்தபடி.

சின்னவனைப் போய்ப் பார்த்தால் பக்கத்து படுக்கை அம்மாவுடன் அமர்ந்து கதை அடித்துக் கொண்டிருந்தான். என்னைப் பார்த்து எழுந்து வந்த போது, “செல்போன் பத்திரம். கைல எடுத்திட்டு வா” என்றேன். “அதெல்லாம் அந்த அம்மா எனக்கு ப்ரெண்டு. சுத்தி இருக்கவங்கள்ளாம் பழக்கம் ஆயிட்டாங்க. எடுக்க மாட்டாங்க. பத்திரமா பாத்துக்குவாங்க” என்றான் வெள்ளந்தியாய், வெளிப்படையாக. “எடுபட்ட பயலே” என்கிற மாதிரி ஒரு பார்வையை என்மீது வீசினார் அந்தப் படுக்கையில் இருந்த அம்மா.

அவர்களுக்கு எந்தப் புகார்களும் இல்லை என்பதைக் கூர்ந்து பார்த்தேன். இத்தனைக்கும் அரசு மருத்துவமனைகளில் சொல்வதற்குப் புகார்கள் கொட்டிக் கிடக்கின்றன. என்னுடன் வந்த தம்பியிடம் இதைச் சொல்லிச் சொல்லிப் புகழ்ந்துகொண்டிருந்தேன். “அதெல்லாம் கொஞ்சம் சிக்கல் வந்திருந்துச்சுன்னா வேற மாதிரி இருந்திருப்பாங்க” என்றான். “இல்லைடா. அப்படியான சிக்கல்ல எல்லாரும் அப்படித்தான் இருப்பாங்க. ஆனா பாரு, அவங்க இருக்கிற எடத்தில அனுசரிச்சு புகாரே இல்லாம இருக்காங்க பாரு. அதான்

முக்கியம். நீயோ நானோ இருந்தா என்ன பண்ணிருப்போம். ஆழமா யோசி” என்றேன் அவனிடம்.

நானுமே அதுகுறித்து விரிவாக யோசித்தேன். கடந்த கொரோனாவின்போது என்னுடைய நெருங்கிய நண்பன் ஒருத்தனை தனியார் மருத்துவமனையில் உள்ள பொது வார்டில் சேர்த்திருந்தோம். அவனால் அங்கே இருக்கவே முடியவில்லை. பெருந்தொற்றுக் காலம் என்பதுகூட அவனது நினைவில் இல்லை. ஏஸி பொருத்தப்பட்ட தனி வார்டிற்கு மாற்றும் வரை அவன் எல்லோரையும் ஆட்டிப் படைத்துவிட்டான். பொதுவார்டில் கழிப்பறைக்குப் போக மறுத்து சத்தியாகிரகம் செய்தான். எல்லோருக்கும் மூச்சு முட்டியது அவனுடைய செய்கை. ஆனால் தனி வார்டிற்கு வந்தபிறகுதான் அவனுக்கு மூச்சு நன்றாக வந்தது.

அவனைச் சொல்லிக் குற்றமில்லை, அவன் வளர்ந்த விதம் அப்படி. ஆனால் பொதுவாகவே எல்லா சூழல்களிலும் பொருந்திப் போகிறவர்கள் அருகி வருகிறார்கள். “உனக்கென்னப்பா எங்க படுத்தாலும் தூங்குவ. எந்தத் தரையிலும் புரள்வ” என என் நண்பர்கள் சொல்வார்கள். ஒரு நாடோடியின் மனநிலை இந்த விஷயத்தில் எனக்கு நன்றாக வாய்த்துவிட்டது. ஆனாலும் மீச்சிறு புகார்கள் எனது செயல்களில் இருக்கவும் செய்யும்.

ஆனால் அந்தக் குடும்பத்தைப் பார்த்தபிறகு, ஆழமாக என்னுள் விசாரணைகள் மேற்கொண்டேன். அவர்கள் துளிகூட புகார்கள் ஏதும் இல்லாமல் அந்த இடத்தோடு அப்படியே பொருந்திப் போயிருந்தார்கள். கைக்குக் கிடைத்த வசதிகளைக் கொண்டும் மகிழ்ச்சியாக இருந்தார்கள் என்பதை அவர்களுடைய முகங்களில் கண்டேன்.

அவர்கள் விரைவாகக் குணம் பெற்று வருவதற்கு அதுதான் காரணம் என்பதை அறியாமலும் இருந்தார்கள். ஒட்டுமொத்தமான பார்வையில் சொல்வதென்றால், மகிழ்ச்சியை அவர்கள் அங்கே நிகழ்த்திக்கொண்டிருந்தனர். மகிழ்ச்சியாய் ஒரு பந்து அந்த வளாகத்தினுள் எல்லோரது கால்களுக்குக் கீழேயும் உருண்டுகொண்டிருந்தது. நோய் என

வருகையில் அவர்களும் பதறிக் கூப்பாடு போடுகிற அளவிற்குச் சிக்கலில்தான் இருந்தார்கள். முதல் இரண்டு நாட்கள் வாந்தியும் மயக்கமுமாகக் கடந்ததுதான். அப்போதுமே அவர்கள் துவண்டு புகார்கள் சொல்லாமல் இருந்தார்கள்.

அடிப்படையில் மருத்துவத்திற்கு ஒத்துழைக்க வேண்டும் என்பதைப் பின்பற்றினார்கள். கண்மூடித்தனமாக மருத்துவத்தை நம்பவும் செய்தார்கள் என்பதையும் பார்த்தேன். இருக்கிற வசதிகளில் புகார்கள் இல்லாமல் வாழ்வது ஒரு கொடுப்பினை எனப் புரிந்தது. அப்படி நிறையப் பேரைப் பார்த்திருக்கிறேன் என்றாலும், சமீபத்தில் இச்சிறிய குடும்பம் மனதைக் கவர்ந்தது.

இதுகுறித்து அறிவுரைகள், பரிந்துரைகள் என்கிற பெயரில் பக்கம் பக்கமாக விளக்கமெல்லாம் எழுதத் தோன்றவில்லை. அந்த தர்ஹா பாபாவிடம் சொன்னதுதான் உங்களுக்கும், “ஒனக்குத் தெரியாதது ஒன்றுமில்லை.”

நேற்று இரவு மருத்துவமனையில் இருந்து கிளம்பும்போது இளையவன் கீழ்த்தளம் வரை இறங்கி வந்தான். “கடைக்கு வந்ததும் அட்வான்ஸ் போட்டு வாங்கி சிக்கன் பிரியாணியா சாப்பிடணும்” என்றான். வண்டியில் ஏறுகையில், “சார் எனக்கு ப்ளேட்லெட் கவுண்ட்ஸ் நல்லா ஏறுதாம். டாக்டர் சொன்னாரு. சூப்பர்தானே” சோர்வு தட்டிய முகத்தில் சிரிப்பைக் கொண்டு வந்து சொன்னான்.

“உங்களுக்கு ப்ளேட்லெட் கவுண்ட் ஏறாம இருந்தாதான் அதிசயம். டெங்குவை வென்ற மாவீரர்கள்தான் அண்ணனும் தம்பியும்” என்றேன். மாடொன்று மகிழ்ச்சியாய்ப் பழத்தோலை மென்றபடி எங்களைக் கடந்து போனது. ஊதுபத்தியும் பன்னீரும் இணைந்த மணம் அதன் பின்னாலேயே தத்தித் தத்தி உருண்டு போனது.

சிவப்புக் கூன் வண்டு!

அண்மையில் என்னுடைய வேளாண்மை ஆலோசகருடன் தோட்டத்தில் வைத்துப் பேசிக்கொண்டிருந்தேன். அவர் பேரீச்சை செடியின் மாதாந்திர காணுதலுக்காக வந்திருந்தார். சில மரங்களில் வண்டு அடித்திருந்தது. சில மரங்கள் அதன் காரணமாகச் செத்தும் போயிருந்தன. பார்க்காத பக்குவமில்லை, அடிக்காத மருந்துகள் இல்லை. கொட்டமுத்துப் புண்ணாக்கை தண்ணீரில் கலந்து தோட்டம் முழுக்கச் சட்டிகளில் வைத்துப் பார்த்தோம்.

புண்ணாக்கு நீரில் மசிந்து ஓர் அழுகிய நாற்றத்தை வெளிப்படுத்தும். அந்த மணத்திற்கு ஈர்க்கப்படும் வண்டானது உள்ளே உள்ள தண்ணீரில் விழுந்து சிக்கி மாட்டிக்கொள்ளும். அப்புறம் சாகவாசமாக ஒவ்வொன்றையும் எடுத்து நசுக்கிக் கொல்ல வேண்டும். கொல்லாமையெல்லாம் இந்த வண்டு விஷயத்தில் பார்த்தால், பாதி மரத்தைச் சாகக் கொடுக்க வேண்டியிருக்கும்.

பேரீச்சை விவசாயம் என்பது பார்ப்பதற்கு அழகான தோகைகளைக் காட்டி விரிந்திருப்பதைப் போலத் தெரிந்தாலும், அதை வைத்திருப்பவர்களுக்குத்தான் சள்ளை பிடித்த வேலையது என்பது தெரியும். அதன் பெரிய சவாலே வண்டிடம் இருந்து

காப்பாற்றுவதுதான். வழக்கமாக தென்னைமரத்தைப் பதம் பார்க்கும் சிவப்புக் கூன் வண்டுகள்தான் இவை. ஆனால் பேரீச்சை என்று வருகையில் அதற்கு இன்னொரு நூதனமும் கூடிவந்து விடுகிறது.

பேரீச்சையில் முட்கள் அதிகம் என்பதால், வேலைக்கு பெரும்பாலும் சொற்பமாகவே ஆட்கள் கிடைப்பார்கள். “அந்தக் காட்டுக்குச் செத்தாலும் வேலைக்குப் போக மாட்டேன். என்ன சனியன் மரமோ. அம்பூட்டும் விஷ முள்ளு. குத்தினா பதினைஞ்சு நாளுக்கு வலி கெடந்து எடுக்கும்” என ஒரு அம்மா சொன்னதாக என்னிடம் வந்து சொன்னார்கள். உண்மைதான், ஏனெனில் நானே நாலைந்து முறை குத்து வாங்கி இருக்கிறேன். வலியின் கூர்மை என்றால் என்னவென்பதைக் கற்றுக் கொடுத்தது.

அதன் காரணமாகவே பராமரிப்பு என வருகையில் சுணக்கம் வந்து விடுகிறது. ஆனால் வண்டிற்கு இந்தச் சுணக்கம் அல்வாவைப் போன்றது. அனுதினமும் மரத்தைச் சுற்றிப் பார்த்துக்கொண்டே இருக்க வேண்டும். எங்கள் பகுதியில் ஒட்டன்சத்திரத்தில் பெரியவர் ஒருத்தர் ஆசை ஆசையாய் ரசித்து பேரீச்சை விவசாயம் செய்கிறார். “அவரு பழத்தில சின்ன அழுக்கு இருந்தாகூட வெள்ளை வேட்டில வச்சு தொடைச்சு அனுப்புவாரு” என்றார் என்னுடைய விவசாய ஆலோசகர். இந்தப் பதவியிலேயே ஏகப்பட்ட ஊழல் இருக்கிறது, அதெயெல்லாம் இன்னொரு சந்தர்ப்பத்தில் எழுதுகிறேன்.

அப்போது அவருடன் சுற்று வட்டாரத்தில் உள்ள பேரீச்சை விவசாயம் குறித்து உரையாடிக்கொண்டிருந்தேன். “பொள்ளாச்சிக்குப் பக்கத்தில ஒருத்தர் இதுல நல்ல காசு எடுக்குறாரு சார். ஆனால் அவர் பக்குவத்துக்கிட்ட எல்லாம் நாம நிக்கக் கூட முடியாது. தெனமும் வண்டு அடிச்சிருக்குதான்னு சுத்திப் பாக்கவே ஒரு ஆளை பதினைஞ்சாயிரம் கொடுத்து வேலைக்கு வச்சிருக்காரு” என்றார். எனக்கே இந்த விவசாயத்தில் மிகச் சிறப்பாகச் செயல்படும் பலரைத் தெரியும். இந்தத் துறையில் என்னுடைய நண்பர் ஜார்ஜ் போன்றவர்கள் நிபுணத்துவம்

வாய்ந்தவர்கள். அவர்களின் ஆலோசனையைப் பின்பற்றியே இதில் இயங்குகிறேன் என்றாலும் என்ன செய்தாலும் வண்டை கட்டுப்படுத்த முடியவில்லை.

இனக்கவர்ச்சிப் பொறி கட்டலாம் என அந்த முயற்சியும் எடுத்துப் பார்த்தோம். அது மூணு கிலோமீட்டர் சுற்றளவில் இருக்கிற வண்டுகளையெல்லாம் உள்ளே அழைத்து வந்துவிடும் என யாரோ சொன்னதால், அதைத் தூக்கி உடப்பில் போட்டு விட்டோம். இப்போது சில ஒன்றிணைவுகளுடனான மருத்துவ முறைக்குப் பழக்கப்பட்டிருக்கிறோம். சிவப்புக் கூன் வண்டு என்கிற இந்த வண்டே கொஞ்சம் விநோதமானது. இது என்ன செய்கிறதென்றால், மரத்தின் பல்வேறு பகுதிகள் வழியாக உள்நுழைந்து, துளையிட்டு முட்டைகள் பொரித்துக் கொஞ்சம் கொஞ்சமாக மரத்தை அரிக்கும். இரவில் மரத்திற்குப் பக்கத்தில் காதுவைத்துக் கேட்டால், பல நூறு புழுக்கள் சேர்ந்து மரத்தை அரைத்துத் தின்கிற சத்தம் வறட்வறட்டெனக் கேட்கும். புழுக்கள் இணைந்து புஜபலத்தோடு நின்றிருக்கிற ஒரு மரத்தை அரித்துத் தின்பது. சொல்லி வைத்தமாதிரி, நகர்ந்து நகர்ந்து மரத்தின் குருத்தை ஒருநாள் தின்றுவிடும். அப்படியே நின்றவாக்கிலேயே மரம் பட்டுப் போய்விடும். சாய்ந்து கிடக்கிற மரத்தின் மஞ்சியை எடுத்து நுகர்ந்தால், கெட்ட மணமடிக்கும்.

மரத்தின் அடி தூரில் இருக்கிற வண்டுகளை உடனடியாக அப்புறப்படுத்த வேண்டும். மரத்தை அடியோடு பெயர்த்துப் போய் எரிக்க வேண்டும். நூற்றுக் கணக்கிலான புழுக்கள் உள்ளே மிச்சமிருக்கும் வாயைப் பிளந்தபடி. இந்த வண்டின் ஆயுள் காலம் மொத்தமே சில தினங்கள்தான். ஆனால் அது ஒரு பெரிய விவசாயக் கூட்டத்தின் காதில் புகுந்து மிரட்டிக் கொண்டிருக்கிறது. ஈசன் மீதுகூட பயமில்லை, கூனனைக் கண்டாலே பயம் என்பார்கள்.

“இந்த வண்டை பத்தி ரெம்ப நாளா ஒண்ணு யோசிச்சேன் சார். இந்த வண்டால மல்லாக்கப்படுத்தா திரும்பிக் கூட படுக்க முடியாது. ஆனா பாருங்க. இத்துனூண்டு இருந்துகிட்டு வைரம் பாஞ்ச எம்மாம் பெரிய மரத்தையும் அடியோட

போட்டுத் தாக்கிடுதே. சைஸை பாருங்க. இயற்கைன்னா சும்மாவா” என்றார் ஆலோசகர். எனக்குமே அவர் சொன்னதில் உள்ள நுட்பம் விளங்கியது. இயற்கையைக் கூர்ந்து பார்த்தால் இப்படித்தான் பல கூர்மைகளைப் பொத்தி வைத்திருக்கிறது.

மரமாகி, பூவாகி, காயாகி, பழமாகி உதிர்ந்துபோகிற அந்தச் சுழற்சியைப் புரிந்துகொள்ளவே குறைந்தது பத்து ஆண்டுகள் வேண்டும் என்பார்கள். முழு விவசாயியாக அப்போதுதான் தன்னளவில் ஒருத்தர் பூரணமடைவார் என்பார்கள். இதனூடே அவர் நிலத்தைக் கவனிக்க வேண்டும், வானைக் கவனிக்க வேண்டும். இடர்களில் விழுந்து நீச்சலடித்து மேலேறி வர வேண்டும். பாரம்பரிய விவசாயிகளே மூச்சு முட்டுகிற இடம் அது.

இதையெல்லாம் பேசிக்கொண்டிருந்தபோது ஆலோசகர் முக்கியமான விஷயம் ஒன்றைக் குறித்துப் பேசத் துவங்கினார். “தேனிப் பக்கத்தில ஒரு தோப்பு சார். ஒரு பத்திரிகையோட அட்டைப் படத்தில போட்டு ஆண்டுக்கு ஐம்பது இலட்சம் வருமானம்னு ஒரே கலாட்டா. நான் கூப்பிட்டு அந்த விவசாயிய கேட்டேன். ஏங்க கொஞ்சமாச்சும் பொருத்தமா பேசணும். அவ்வளவு காசு வருதா. நீங்க பாத்தீங்களா. எதுக்கு இப்படி பொய்யா பேசணும்னு கேட்டேன். அவங்க சொல்லிக் குடுத்ததை பேசினேன்னு அப்பாவியா சொல்றாரு. ஆனா பாருங்க அந்த பேட்டி வந்து சரியா அஞ்சு மாசத்துக்குள்ள அந்தத் தோட்டத்தில இருக்க அத்தனை மரமும் வண்டடிச்சு அவுட்டு. இதையும் சொல்லணும்ல. நல்லது கெட்டது ரெண்டையும் கலந்து சொல்லணும்ல. அதானே தர்மம்” என்றார். அவர் இதைச் சொல்லும்போது முன்னாள் பத்திரிகையாளனாக எனக்குமே சுருக்கென்று இருந்தது.

இன்று காலையில்கூட அப்படியான போஸ்டர்கள் பலவற்றைப் பார்த்தேன். ஒரே மாதத்தில் வாழை பயிரிட்டு இருபத்தைந்து இலட்சம் ரூபாய் இலாபம். முருங்கை பயிரிட்டு ஒரு கோடி என்றெல்லாம் தூண்டில் போட்டு இழுக்கிற மாதிரியான சொல்லாடல்கள். விவசாயத்திற்கு எதற்கு இதெல்லாம்? திகட்டத்

திகட்ட இதுமாதிரியான விளம்பல்களுக்குச் சினிமா துறை இருக்கிறதுதானே? அங்கே கொடுக்க மிகுதியான பணமும் இருக்கிறது.

தினமும் செத்துச் செத்து விளையாடும் விவசாயத்துறையில் இப்படியான தூண்டில் போடுதல்கள் எதிர்மறை விளைவுகளையே ஏற்படுத்தும். பத்திரிகைகளில் அட்டைப்படமாக வெளிவந்த தோட்டங்கள் சிலவற்றிற்கு நானே சென்று பார்த்திருக்கிறேன். புகைப்படங்களில் நடந்த அற்புதம் நிலத்தில் நிகழவில்லை. மற்ற துறைகளை மேஜையில் அமர்ந்து கொஞ்சம் முயன்றால் எழுதி விடலாம். ஆனால் விவசாயத் துறையில் அப்படிச் செய்வது அநீதியானது. கால்நடைகளாய் களம் கண்டு எழுத வேண்டும். அப்படி எழுதுகிற நண்பர்களும் எனக்குண்டு.

முதலில் ஒரு விஷயத்தைப் புரிந்துகொள்ள வேண்டும். இந்தத் துறை முழுக்கவே வாய்மொழியாகச் செயல்படுவது. டீக்கடைகளில் பேசி, மருந்துக் கடைகளில் கூடி, ஊர்ச் சாவடிகளில் அலசப்பட்டு அந்த முடிவிற்கு வந்து சேர்வார்கள். புதிய உரமோ, ஒரு புதிய பயிரோ இப்படித்தான் இந்த நிலத்தில் ஊடுருவி வேர் பாய்ச்சுகிறது. சாப்பாடெல்லாம் போட்டு மக்காச்சோள விதையைப் பிரபலப்படுத்துவார்கள். ஆனால் சம்சாரி என்பவர், கடந்த முறை வந்த வெள்ளாமையைப் பார்த்துதான் விதைப் பக்கமே நகர்வார்.

ஏற்கனவே விளைவிப்பவனிடம் போய் நில் என்பது விவசாயத்தின் பாலபாடம். புதிதாக இந்தத் துறையில் விவசாயப்படிப்பு படித்தவர்கள் பலர் நுழைந்திருந்தாலும், பாரம்பரிய அறிவு என்பது மிக முக்கியமானது. அடிப்படையில் எந்த விவசாயியும் எதைக் கண்டும் பதற மாட்டார். அவர் ஏற்கனவே பல இயற்கை சீற்றங்களைப் பார்த்தவர். அனுபவங்களால் பக்குவமாகி நிலமாகவே ஆகிப் போனவர். அப்படியான ஆட்களிடம் போய் இப்படி "ஒரே பயிரில் உச்சம். ஒரு கோடி மாத வருமானம்" போன்ற விளம்பரங்களைக் காண்பித்தால், முகத்தைச் சுழித்து இடது கையால் ஒதுக்கி விடுவார். அவருக்கு இவை தெரியும், இந்த வானம் பெய்தும்

கெடுக்கும் காய்ந்தும் கெடுக்கும், தாக்குப் பிடித்து அதற்குத் தகுதியுடையவராக ஆக்கிக்கொள்வதே அதனை வெல்வதற்கான முதல்படி.

இந்த உண்மையை அறியாமல் ஒரேநாள் வாழ்வுகொண்ட புற்றீசல் போல இத்துறை நோக்கி வரும் இளம் தலைமுறையினரை இது மாதிரியான விளம்பரங்கள் தவறாக வழிநடத்தி விடக் கூடாது என்பதே என்னுடைய கவலை. அப்படி வெறும் கணக்கு போட்டு மாட்டிக் கொண்டவர்கள் பலரை எனக்குத் தனிப்பட்ட முறையில் தெரியும். இத்துறையை வெறும் கவர்ச்சியாய் அணுகி கைமுதல் எல்லாவற்றையும் தொலைத்த நிறையப் பேரை பார்க்கவும் செய்திருக்கிறேன். விடாப்பிடியாக விவசாயத்தை ஆழமாகக் கற்று வென்றவர்களையும் பார்த்திருக்கிறேன். அவர்களுடைய தோட்டங்களுக்குச் சென்று அறிவுரைகள் பல பெற்றுத் திரும்பியும் இருக்கிறேன். நல்லதும் கெட்டதும் கலந்து கிடக்கிற இந்த நிலத்தில் அந்த நுட்பத்தைப் பொறுமையாகக் கற்றுக்கொள்வதில் இருக்கிறது சங்கதி.

பச்சையோடு இணைந்திருப்பது என்பது வேறு. பசுமையைத் தொழிலாக எடுத்துச் செய்வது என்பது வேறு. விருந்தும் மருந்தும் போல மூன்று நாள் ஆர்வம் கொண்டவர்களுக்கு ஏற்றதில்லை, விவசாயத் துறை. இங்கு மண்ணோடு மண்ணாக வேண்டும். சாணியில் மாட்டுக்கு நிகராக உருளவேண்டும். எல்லாவற்றிற்கும் ஆள்வைத்துச் செய்கிற அலுவலக நடைமுறை கொண்டதல்ல இத்துறை. ஆட்கள் இருந்தாலும் கூடமாடச் சேர்ந்து உருளவேண்டும். வெள்ளை வேட்டி கட்டிக்கொண்டு வரப்பில் நடக்கிற காட்சிகள் எல்லாமும் சினிமாவில் மட்டுமே சாத்தியம்.

முதலில் யதார்த்தத்தை உணர வேண்டும். கிலோ ரெண்டாயிரம் ரூபாய்க்குக்கூட மல்லிகை விற்கும். அதேசமயம் ஒருநாள் விலைபோகாத அதை அள்ளிக் கொண்டு போய்க் குப்பையில் கொட்டுவார்கள். சாக்கடையில் மல்லிகை வாசம். இதைத்தான் ஒரு குறியீடாக இன்றைய விவசாயத்திற்குச் சொல்வேன். வெறும் கூட்டல் கழித்தல்கள் வழியாக அளவீடு செய்யப்படுவதல்ல இத்துறை.

தவறான கூட்டல் கழித்தல்கள் பெருந்துயருக்கும் இட்டுச் சென்று விடும். இந்தப் பேரீச்சை விவசாயத்தையே எடுத்துக் கொண்டால், நாங்கள் அதைப் பயிரிடும்போது நண்பர் ஒருத்தர், “எதுக்கும் பாத்துச் செய்ங்க. அஞ்சு வருசம் முன்ன இதே மாதிரி பரபரப்பா இருந்திச்சு. போட்ட பலருக்கு காய்க்கவே இல்லை” என்றார். விசாரித்துப் பார்த்தபோது அவர் சொன்னது உண்மைதான். காய்க்காத ஆண் கன்றுகளைக் கொடுத்து ஏமாற்றி விட்டுச் சென்றிருப்பது தெரிந்தது. பேரீச்சை மட்டுமல்லாமல் இன்னபிற பயிர்களிலும் இந்த மாதிரி ஏமாற்று வேலைகள் அதிகம். விதையாலே அழிந்தவர்கள் பலருண்டு இங்கே.

ஒரு தவறான செய்தி நம்பப்பட்டு விட்டால், பல விவசாயிகள் தெருவிற்கு வந்துவிடுவார்கள். அதனாலேயே புதியவைகளை பரிசீலிக்கிற விஷயத்தில் மிகுந்த கவனத்தோடு இருப்பார்கள். புதிதாக இந்தத் துறைக்கு வருபவர்களுக்கு இந்த நுட்பங்கள் எல்லாம் புரிவதே இல்லை. இது மாதிரியான விவசாய விளம்பர எழுத்துக்கள் அவர்களையே குறிவைப்பதாகவும் படுகிறது. விவசாயத்துறை சார்ந்து ஆர்வத்தோடு முன்வருபவர்கள் இப்படியான அறைகூவல்களை அப்படியே எடுத்துக் கொள்ளாதீர் என்றே சொல்வேன். நிலத்தில் கால் வையுங்கள் முதலில் என்பதே என் அறிவுரையாகவும் இருக்கும். இரும்படிக்கிற இடத்தில் ஈக்கு என்ன வேலை என்பதைப் போல, நல்ல சம்சாரிக்கு எதற்கு இந்த மாதிரி விளம்பரங்கள்? வாய்மொழியாகவே சரியானது அவர்களை நோக்கி நகர்ந்து வந்துவிடும்.

அதுவாக மாறாதவர்களுக்கே மற்ற சிக்கல்கள் எல்லாம். விவசாயத்துறை என வருகையில் கொஞ்சம் பொறுப்புடன் நடந்துகொள்ள வேண்டுமென முன்னாள் பத்திரிகையாளனாகக் கேட்கிறேன். விளையாட்டுப் பிள்ளைகளின் வெள்ளாமை வீடு வந்து சேராது என்பார்கள். அதனூடே, விளையாட்டிற்குக்கூட அடித்தூரை அசைத்துப் பார்க்கிற, செந்நிறக் கூன்வண்டாக இருந்துவிடாதீர்கள்!

அறுந்த வெள்ளைப் பை!

ஆயுதபூஜைக்கு முந்தைய மழை நாளொன்றின்போது, அதிகாலை வெகு சீக்கிரமாகவே சந்தையில் கொள்முதலை முடித்துக்கொண்டு கடைக்கு வந்து சேர்ந்திருந்தோம். அப்போதுதான் டீக்கடை பாய்லர்களில் வருவதைப் போலப் புகைமூட்டமாய் வெளிச்சம் பரவத் தொடங்கியிருந்தது.

அதிகாலை நனைத்த மழையால் சாலை அடர் கருமை நிறம் போர்த்தியிருந்தது. ஆங்காங்கே மஞ்சள் மலர்கள் சிதறிக் கிடந்தன. அப்போதுதான் தொப்பென்கிற சத்தத்தோடு ஒரு வெள்ளை நிறக் கைப்பை கருமையான சாலையில் விழுந்தது.

உள்ளிருந்து கைக்கு அடக்கமான கருப்பு நிற உபகரணமொன்று தரையில் மோதிச் சிதறி உடைந்து தவ்வி உருண்டது. ஆளைக் கவனிக்கவே இல்லை. முதுகைத்தான் கவனித்தோம்.

இளம்பெண் ஒருத்தர் வேகமாக ஒரு இருசக்கர வாகனத்தில் எங்களைக் கடந்து போனார். கைப்பையின் காதுப்பகுதி அறுந்துபோயிருந்தது. எதிர்க்கடையில் நின்ற ஏரியாவாழ் “புள்ளீங்கோ” அக்கைப்பையை நோக்கிப் பாய்ந்து வந்தார்கள். “தம்பி நீ எடுடா” என எங்களுடைய கடைப் பையனை நோக்கிக் குரல் கொடுத்தேன்.

அந்த வெள்ளைக் கைப்பைக்குள் அத்தனையும் இருந்தன. வங்கி அட்டைகள், இரண்டு கைபேசிகள், சில அழகுசாதனப் பொருட்கள், சாக்லெட்டுகள், பணம் வைத்திருக்கிற இன்னொரு பை. இவற்றினூடே தேடி அடையாள அட்டையை எடுத்தோம். மிக முக்கியமான மென்பொருள் நிறுவனமொன்றில் வேலை செய்கிறார். அதில் அவசரத்துக்கு என அவருடைய அம்மாவின் எண் கொடுக்கப்பட்டிருந்தது. அதில் அழைத்து விவரத்தைச் சொன்னோம். அந்தப் பெண்ணின் வருகைக்காகக் காத்திருந்தோம். நினைத்த மாதிரியே அடுத்த இருபது நிமிடத்தில் சாலையைக் கால்களால் அலசிக்கொண்டே தேடி வந்தார்.

அவரை அழைத்துப் பையை எடுத்துக் கொள்ளச் சொன்ன போது, அவ்விளம் பெண்ணின் முகத்தைப் பார்த்தேன். ரோஸ் நிறத்தில் இருந்த முகத்தில் கண்ணீர் அப்பிக்கொண்டு வழிந்தோடி இருந்தது. அழுகையை அவரால் கட்டுப்படுத்த இயலவில்லை. அவரை ஆசுவாசப்படுத்தித் திருப்பி அனுப்பி வைத்தோம். அழுகையினூடாக ஒரே விஷயத்தை அவர் திருப்பித் திருப்பி மன அழுத்தம் கொண்டவரைப் போலச் சொன்னார். “ஆபிஸ்ல ரொம்ப திட்டுவாங்க. ஏற்கனவே நிறைய பாலிடிக்ஸ்”. ஐந்திற்கும் மேற்பட்ட முறை இதைச் சொல்லி இருப்பார். அதன் அர்த்தம் எனக்கு நன்றாகத் தெரிந்திருந்தமையால், விந்தையாகத் தோன்றவில்லை.

அவர் போனபிறகு அதுகுறித்து நீண்ட நேரமாகச் சிந்தித்துக் கொண்டிருந்தேன். “ஆபிஸில் பாலிடிக்ஸ்” என்பது வெகு சாதாரணமாகப் புழங்குகிற சொல்லாக இத்தனை வருடங்களில் மாறிவிட்டதா? அலுவலகத்தில் அரசியல் செய்வது என்பது அங்கீகரிக்கப்பட்ட நுட்பங்களில் ஒன்றாகவும் மாறி விட்டதா? கடந்த இருபதாண்டுகளில் நான் கடந்து வந்த அலுவலகங்கள் குறித்து யோசித்தேன்.

நிச்சயமின்மை என்பதைக் குறிக்க தத்துவார்த்த ரீதியில் வெவ்வேறு உதாரணங்களை எடுத்துப் பயன்படுத்த முயன்று கொண்டிருப்பார்கள். ஒரே வரியில், இன்றைய நவீன அலுவலகங்கள் என முடித்துவிட்டுப் போய்விடலாம்.

இங்குள்ள அலுவலகங்கள் செயல்படும் விதத்தை அருகில் இருந்து கூர்ந்து பார்த்திருக்கிறேன். அதன் அடுக்குகளில் எல்லா பதவிகளிலும் பணியாற்றவும் செய்திருக்கிறேன்.

பிரமிடின் உச்சத்திற்குப் போகவில்லை, அவ்வளவுதான். ஆனால் அந்த உச்சத்திற்குப் போவதற்குத்தான் எத்தனை முட்டல்கள், மோதல்கள்? பிரமிடின் உச்சத்தில் இருந்தால்தான் மாலை, மரியாதை, பட்டங்கள். இரண்டாமிடம் என்பதெல்லாம் இங்கே மரியாதைக் குறைவானது என்கிற புரிதல். எல்லோருமே அந்த உச்ச இடத்தில் இருக்க நினைக்கிறார்கள், அல்லது அதைச் சுற்றி இருக்க நினைக்கிறார்கள். “இரண்டாவது இடம்தான் எப்போதும் சேஃப்” என அலுவலக அரசியலால் உடலும் மனமும் நொந்த நண்பன் ஒருத்தனுக்கு அறிவுரையாகவும் சொன்னேன்.

ஆனால் அந்த உச்ச இடத்தை விசையாகக்கொண்டே நவீன அலுவலகங்கள் வடிவமைக்கப்பட்டிருக்கின்றன. கேபினிற்குள் அமர்ந்திருக்கும் கடவுள் போன்ற அமைப்பு. கேபினுக்கு வெளியே இருப்பதெல்லாம் பரிவார தெய்வங்கள். கடைக்கோடியில் பக்தர்கள் எனக் கச்சிதமாக ஓர் அமைப்பு.

வடிவமைப்புகளைக் கூர்ந்து பாருங்கள், கேபினிற்குள் வெளிச்சம் பூஜையறையைப் போலப் பாய்ச்சப்பட்டிருக்கும். “இதெல்லாம் ஒரு ஷோ பிஸினஸ். எல்லாமே பளிச்சுன்னு இருக்கணும். கேபினைப் பார்த்தாலே ஒரு பவ்யம் வரணும்” என்பார் என்னுடைய உயரதிகாரி.

அலுவலகத்தின் அந்த கேபின் எல்லோருடைய தலைஎழுத்தையும் தீர்மானிக்கிறது. அப்படியான கேபின்கள் பலவற்றில் அமர்ந்து பார்த்திருக்கிறேன். அடிமடியில் நெருப்பைக் கட்டிக்கொண்டு அமர்ந்திருப்பார்கள். தலைக்கு மேல் தொங்குகிற கத்தி உச்சி மண்டையைப் பதம் பார்த்துக் கொண்டிருக்கும். மூன்று நிமிடப் புகழ் என்பதைப் போல இவர்கள் எல்லோருக்குமே மூன்று வருடங்களே கிடைக்கின்றன என்பதையும் தெரிந்து கொண்டேன்.

சீட்டுக்கட்டு குறுகிய காலமே கையில் தரப்படுகிறது. சிறிய கோபுரங்கள் உருவாகி, அவை படிப்படியாக சரிவதைக் குறுகிய காலத்திற்குள்ளாகவே பார்க்கவும் முடிகிறது. கடவுள் தலைகுப்புற வீழ்ந்து பக்தனாகி, பக்தன் ஒருத்தன் பழைய கடவுளை ஏவல் செய்வதையும் கண்டிருக்கிறேன்.

அலுவலகச் சூழலை விட்டுச் சற்று விலகி இருந்தாலும், உள்ளே என்ன நடக்கிறது என்பதைக் கவனித்தபடியே இருக்கிறேன். அலுவலக உச்சி மனிதர்களை வைத்து ஒரு பந்தாட்டம் ஆடிக் கொண்டிருக்கிறது. இது ஒருவகையிலான நூல் கொண்டு ஆடும் பொம்மலாட்டம் மாதிரியும் தான்.

நான் சார்ந்த அலுவலகம் ஒன்று அக்டோபர் மாதம் ஆயுத பூஜை கொண்டாட்டங்கள் முடிந்தவுடன் கத்தியைக் கையில் தூக்கும். காரணமே இல்லாமல் நான்கு பேரை உள்ளே எடுப்பார்கள், எட்டுப் பேரை வெளியே அனுப்புவார்கள். அங்கிருந்த ஆறு வருடங்களில் அது அவர்களது வழமையான செயல் எனக் கண்டுகொண்டேன்.

ஆட்களைப் பந்தாடிக்கொண்டே இருப்பதன் வழியாக அலுவலகச் சூழலில் ஒரு பதற்றத்தை ஊன்றி செயலைப் பெற்று விடலாம் என அலுவலகம் என்கிற அமைப்பு நினைக்கிறது. அதிலும் இந்திய அலுவலக அமைப்புகளெல்லாம் இந்த தனித்துவ அரசியல் பண்ணுகிற உத்தியை எங்கிருந்துதான் கற்றுக்கொண்டார்களோ? மிக மோசமாக நிர்வகிக்கப்படுகிற அலுவலக அமைப்புகள் நம்முடையவை. பிற தேசத்தினரோடு நம்முடைய அமைப்பை ஒப்பீடே செய்ய இயலாது. ஏனெனில் தரத்தில் எல்லா விஷயங்களையும் போல நாம் மிகக் கீழே நிற்கிறோம்.

பதற்றத்தின், இருப்பு சம்பந்தப்பட்ட போட்டியின் வழியாக பணிகளை எப்படிப் பெருக்க முடியும்? என நான் அடிக்கடி யோசித்துப் பார்த்திருக்கிறேன். இன்னும் கொஞ்சம் இவை இலகுவாக இருந்தால்தான் என்ன என்கிற எதிர்பார்ப்பும் இருந்திருக்கிறது. நேற்று நான், இன்று நீ, நாளை யாரோ என்கிற ரீதியில் மிக வேகமாக மனிதத் தலைகள் துண்டாடப்படும்

இந்த அமைப்பில் மனதுக்கு உவப்பான பணிச்சூழல் என்பது எந்தளவிற்குச் சாத்தியப்படும். அடையாளமும் அட்டைகளும் மட்டுமே ரொட்டிகளுக்கு நிகரானவை என்கிற புரிதலில், உண்மையான பசிக்கு என்ன மதிப்பு?

எதற்காக கேபினில் உள்ளவர்களை உதாரணமாகச் சொன்னேன் எனில், அவர்களுக்கே இந்தக் கதியென்றால் மிச்சம் இருப்பவர்கள் நிலையைப் புரியவைப்பதற்காகத்தான். எல்லா அலுவலகங்களுமே இந்த ‘மாடலில்’ மாட்டிக்கொண்டு விட்டன. மனித இருப்பை அனுதினமும் சித்திரவதைக்கு உள்ளாக்குகிற அமைப்பாகவும் இது மாறி நிற்கிறது.

எனது அடுக்குமாடிக் குடியிருப்பில் இருக்கும் தம்பி ஒருத்தன் அலுவலக அழுத்தம் தாங்காமல் முழுநேரக் குடியனாக மாறி விட்டான். கொஞ்சம் குடித்தால்தான் அவனால் அவனுடைய மேலதிகாரியை அணுகவே முடிகிறது. ஊரடங்கின் காரணமாக வீட்டிலிருந்தே வேலை செய்யும் போதும் இப்படியா என அவனிடம் கேட்டேன். “ஏண்ணே நீங்க வேற நேர்லயாச்சும் கொஞ்சம் முக தாட்சண்யம் பார்ப்பானுங்க. இப்ப எல்லாமே மெயிலு. பாலிடிக்ஸ் தாங்க முடியலை. நெஞ்சே வெடிக்கிற மாதிரி இருக்கு” என்றான். அந்த இளம்பெண்ணிடமும் அதைத்தான் கவனித்தேன். அலுவலகம் பூதகணமாய் மாறி அவரது தலைக்குள் ஏறி அமர்ந்திருந்தது. அது ஒரு வண்டைப் போல எந்நேரமும் அவரது தலைக்குள் குடைந்து கொண்டிருக்கிறது. அந்த வெள்ளைப் பையைப் போல அவருடைய உற்சாகமும் ஊக்கமும் சாலையில் வீழ்ந்துவிட்டது. நல்லதோர் வீணை உண்மையில் புழுதியில் விழுந்ததைப் போலவே இருந்தது.

மூச்சை முட்ட வைக்கும் அலுவலகச் சூழல் குறித்து இங்கே வெளிப்படையாக எதையுமே பேசிவிட முடியாது. ஆனால் இரக்கத்தைக் கோருகிற மாதிரி அது சம்பந்தமாக உரையாட வேண்டியிருக்கிறது. அலுவலகம் என்கிற அமைப்பின் உயரத்தில் அமர்ந்திருக்கிற மேன்மையானவர்கள் இதுகுறித்துச் சிந்தித்தும் பார்க்க வேண்டும்.

ஒப்பீட்டளவில் எங்களுடைய கடை சிறியதுதான். ஆனால் அதை வேலை செய்வதற்கு மகிழ்வான இடமாக மாற்றி வைத்திருக்கிறோம். கடையில் விடுமுறை தந்தால்கூட, அடம்பிடித்து வேலைக்கு வருகிற மாதிரிதான் சூழலை வடிவமைத்திருக்கிறோம். உற்சாகம் இல்லாத இடத்தில் ஊக்கத்திற்கு இடமே இல்லை என்பதை உணர்ந்திருக்கிறேன்.

ஒரு சின்னக் கடையில் செய்ய முடிந்ததை ஒரு பெரிய நிறுவனத்தில் செய்ய முடியாதா? அதற்கு கேபினும் இணைந்து மனது வைக்க வேண்டும். நன்றாகக் கூர்ந்து பார்த்திருக்கிறேன். மகிழ்வாய் கூட்டு உழைப்பில் ஈடுபட்ட நிறுவனங்கள் எல்லாம் சொல்லி வைத்தமாதிரி வெற்றிப் பாதையில் அடியெடுத்து வைத்திருக்கின்றன. அலுவலகத்தைப் போர்க்களம் போல மாற்றி வைத்திருக்கிற நிறுவனங்கள் எல்லாமும் கொஞ்சம் சோர்வு தட்டித்தான் தெரிகின்றன. வென்று விடலாம் என்கிற ஊக்கத்தின் முனைப்பு அதுமாதிரியான அலுவலகங்களில் குப்பைக் கூடையில்தான் கிடக்கிறது.

சுவர்களில் கண்ணுக்குத் தெரிகிற மாதிரி விரிசல்கள் விழுந்திருக்கின்றன. அனுதினமும் கவலை அரித்துத் தின்னும் அலுவலகச் சூழலில் வேறு என்ன புதிய கற்பனை முகிழ்த்துவிடப்போகிறது?

ஏற்கனவே பெருந்தொற்று என்பது மனித மனத்தை அசைத்துப் பார்த்திருக்கிறது. நிச்சயமின்மை குளவியொன்றைப் போல காதிற்குப் பக்கத்திலேயே ரீங்காரமிட்டுச் சுற்றுகிறது. இந்தச் சூழலில் ஒரு மனிதனின் வாழ்நாளில் அதிக நேரத்தைச் செலவிடும் அலுவலக அமைப்புகளும், எநேரமும் தலைக்கு மேல் தொங்குகிற பாறாங்கல்லைப் போல இருந்தால், குருவி மனம் என்ன செய்யும்?

அந்த இளம்பெண் போல நடுச்சாலை என்பதை உணராமல், மனம் கலங்கிப் புலம்பச் செய்யும். கண்ணீர் உகுக்கச் செய்யும். மனநலத்தைச் சிறுகச் சிறுக அரிக்கும். எதற்காக இந்த மனித விரோதச் செயல் என நான் அடிக்கடி யோசித்துப் பார்த்திருக்கிறேன்.

நான் அப்படியான அலுவலகச் சூழலில் இருந்த போதுதான் நோயாளி ஆனேன். கூடவே நான் பலரை நோயாளியாகவும் ஆக்கினேன். விடுபட்டு விலகி வந்த பிறகு, இவ்வளவு முட்டல்/ மோதல்கள் எல்லாம் தேவையே இல்லை என்கிற இடத்திற்கு வந்து சேர்ந்தேன். பழைய சகாக்கள் யாரும் இப்போது அங்கே இல்லை. அவர்கள் இருந்த இடத்தில் வேறொருவர். அப்புறம் இன்னும் வேறு பலர் என ஆட்கள் மாறிக் கொண்டே இருப்பதைப் பார்த்துக்கொண்டே இருக்கிறேன்.

கலைடாஸ்கோப் ஒன்றினைப் போல வாழ்வின் பல வண்ணங்களையும் உருவங்களையும் காட்டுகிறது அது. எல்லாமே இங்கே மாற்றத்திற்கு உட்பட்டதுதான் என்கிற புரிதல் கிடைத்தபிறகே, அலுவலக அமைப்பு தந்திருந்த ஆழமான காயத்தில் இருந்தும் அது விதைத்த பதற்றத்தில் இருந்தும் வெளியே வந்தேன். பழைய சகாக்களைப் பார்த்து இப்போது புன்னகைக்கிறேன்.

அப்புன்னகை கோத்த முகத்தோடு இதைக் கோரிக்கையாகவும் வைக்கிறேன். மனிதர்கள் புழங்குவதற்கு ஏதுவான வெளியாக அலுவலகங்களை மறுபடியும் மாற்றுங்கள். அது மூச்சு முட்டும் சிறைச்சாலையாக பல இடங்களில் இருப்பதைப் புதிய தலைமுறையின் வழியாக உணரவும் செய்கிறேன்.

மனித ஊக்கத்தை உருத் திரட்டுகிற நேர்மையான அமைப்பாக அலுவலகங்கள் மாறுவதை ஒவ்வொரு தனிமனமும் தன்னளவில் உறுதிசெய்ய வேண்டும். உண்மையில் மகிழ்ச்சி என்கிற வெள்ளைப் பை கருஞ்சாலையில் அறுந்துகிடக்கிறது. மீட்டெடுக்க விழைகிற மனம் அதன் முதல் அடியை முன்னோக்கி எடுத்து வைக்கட்டும்!

கை மீறிய டைகர்

பட்டினப்பாக்கத்தில் அடர் மஞ்சள் ஒளி கடற்கரையில் பரவிக்கொண்டிருந்த நேரத்தில், அவற்றைப் பார்த்தேன். ஒளிபட்டு அதன் மேற்தோல் மினுமினுத்தது. ஒளிகூடி இருக்கிற தருணங்களில் மட்டுமே உடலும் சேர்ந்து தகதகவென்று இருக்கிறது. உடல் மங்குவது என்பதே ஒளி மங்குவதுதான். கண்ணின் ஒளி முற்றிலும் மங்குகிற காலமே அந்திமம் எனலாம். அந்தக் காலத்தில்தான் பூமி இருக்கிறதோ என்கிற கவலை எனக்குப் பலநேரங்களில் ஏற்படுவதுண்டு.

ஒரு லகுடைப்போல பறந்து திரிந்து நான் வாழும் இந்நிலத்தை உற்றுநோக்கி இருக்கிறேன். கிழக்குப்பக்கம் கடல் மேற்குப்பக்கம் காடு. இரண்டிலுமே ஊடுருவி உலவி வந்திருக்கிறேன். பல ஆண்டுகளாக இந்த இரண்டையும் மிக நெருங்கிப் பார்த்தவன் என்கிற அடிப்படையில், அதன் வேகமான மாற்றங்களை உணர்ந்திருக்கிறேன். காடும் கடலும் அதனதன் இயல்பில் தற்சமயம் இல்லை.

அவை சீற்றத்தின் விளிம்பில் நிற்கின்றன. அதனுள்ளே வாழும் மனிதர்களும் பதற்றத்தில் உள்ளனர். வெளியிலிருந்து நிகழும் மீறல்களின் காரணமாய் அவை தன் இருப்பிடத்திலிருந்து இரண்டு அங்குலம் முன்னகர்ந்து மூர்க்கம் என்றால் என்ன

என்பதைக் காட்டத் தொடங்கியிருக்கின்றன என்பதைப் பல செய்திகள் கட்டியங் கூறுகின்றன.

நாட்டுப்படகில் கிடந்த அவற்றைத் தூக்கிக் காட்டி, “இதுல்லாம் நமக்கு இல்லைன்னு தலையில எழுதிருச்சு” என்றார் அந்த மீனவர். பாரம்பரிய வேட்டையாடிக்கே கெதியான இரை இல்லை என்கிற முரண் முகத்தில் அறைந்தது. முன்னூறு கிராம் மதிக்கத்தக்க எடையுள்ள டைகர் இறாலும் ஒன்றரை கிலோ எடையுள்ள லாப்ஸ்டர் என்கிற சிங்கி இறாலும் மினுமினுத்தபடி அந்தப் படகின் வயிற்றில் கிடந்தன.

நெஞ்சில் பச்சைக் கவச உடையை அணிந்த சிங்கி இறாலைத் தூக்கிப் பார்த்தேன். வாளினைப் போலவிருந்த தன் கைகால்களை அசைத்துக் காட்டியது. வங்கக் கடலின் வளத்தைப் பற்றி நன்றாக அறிந்தவர்கள் நாட்டுப்படகில் கிடக்கும் அவற்றை அதிசயம் என்றே சொல்வார்கள். கடலின் குறுகிய தூரத்தில் லாப்ஸ்டரும் கனமிகுந்த டைகர் இறாலும் கிடைப்பது என்பது நல்லதிர்ஷ்டம்தான். ஆனால் அது எல்லா நேரங்களிலும் வாயிலைத் தட்டிவிடாது.

ஏதோ வழிதவறி இந்த இரண்டும் கடலின் மேற்பரப்பிற்குள் வந்துவிட்டன. மற்றபடி தமிழகக் கடல்வளம் என்றைக்கோ உள்வாங்கிச் சென்றுவிட்டது. அதனால்தான் ஆழம், இன்னும் ஆழம் என உள்ளே போய் எல்லைகள் கடந்து மீனவர்கள் இன்னொரு எல்லைக்குள் உயிரைப் பணயம் வைக்கிறார்கள். எல்லாம் எதற்காக? இந்த இறால் பிடிக்கத்தான். கிலோவிற்கு மூன்று நிற்கிற தோதில் இருந்த அந்தப் பெரிய இறாலை வாங்கிக் கொண்டு போய் நண்பர் ஒருத்தரிடம் கொடுத்துவிட்டு, “அவ்வை அதியனுக்கு அளித்த நெல்லிக்கனியைப்போல் இது அரிதானது” என்றேன். தெரிந்தேதான் அவ்வாறு கூறினேன். ஏனெனில் அரியவைகளை அனுதினமும் வெளிக்காட்டுகிற கடலின் மடியில் எப்போதும் இருப்பவன்.

டைகர் இறாலின் உடலில் இருந்த வரிவரியான கோடுகளை உருவகமாக வைத்துக்கொண்டு, நான் வாழும் வெளியை உற்றுப் பார்த்தபடி, அதில் ஏற்பட்டு வரும் மாற்றங்களைத் தொகுத்துக்

கொண்டேன். டி 23 எனப் பெயர் சூட்டப்பட்ட புலி எதற்காக வனத்திலிருந்து வெளியேறியது? இந்தக் கேள்வியில் இருந்து வேறு ஒரு புள்ளியை நோக்கி நகரலாம். வனம் சுருங்கிக்கொண்டே வருவதற்கு யார் பொறுப்பு? வாழிடம் சுருங்குவதால்தானே அந்தப் புலி மனிதர்களின் வாழ்விடங்களுக்குள் நுழைகிறது?

இதைப் பற்றியெல்லாம் பன்னெடுங்காலமாகப் பேசிக் கொண்டுதான் இருக்கிறோம். இன்றைக்கு ஒரு புலி காட்டிலிருந்து வெளியே வந்ததைப் போல அன்றைக்கு சின்னத்தம்பி என்கிற யானை ஒன்று காட்டிலிருந்து வெளியேறி லூட்டி அடித்தது. இன்னொரு நாள் கரடியொன்று கள்ளைக் குடித்துவிட்டு வெளியேறி வந்து யாரையாவது வம்பிழுத்து அடிக்கும். எல்லாவற்றையுமே சின்னஞ் சிறு செய்திகள் பலவாக்கி, ஒன்றுகூடிக் கொண்டாடிவிட்டு மறந்து போவோம். ஆனால் அடிப்படையில் நாம் வாழும் இந்நிலத்தில் என்ன நடக்கிறது? எனக் கொஞ்சம் உற்றுநோக்க யாருக்கும் அவகாசம் இல்லை.

மேற்கே இருக்கிற காடும், கிழக்கே இருக்கிற கடலும் மட்டுமே நம்மிடம் இருக்கிற ஒரே சொத்து என்பதை ஆழமாக அறிந்தோமா? எதிரெதிர் முனையில் நின்றாலும் இரண்டுமே ஒன்றுதான். காட்டைப் பற்றிப் பேசுவது என்றாலே அது கடலைப் பற்றி பேசுவதற்கும் ஒப்பானதுதான். ஒன்றின் இயல்பை இன்னொன்று தீர்மானிக்கிறது என்பதையாவது அறிவோமா? தற்சமயம் இரண்டுமே அபாய எச்சரிக்கையை அனுப்பிக் கூக்குரலிடுகின்றன.

சில ஆண்டுகளுக்கு முன்பு மாலத்தீவில் ஒரு விந்தையான அரசாங்கக் கூட்டம் நடந்தது. அந்த நாட்டின் அதிபர் உட்பட அமைச்சர்கள் எல்லோரும் முகத்தில் ஆக்ஸிஜன் சிலிண்டரை அணிந்து கடலிற்குள் சென்று கூட்டம் நடத்தினார்கள். அங்கே இருந்தபடியே ஒப்பந்தம் ஒன்றிலும் கையொப்பம் இட்டார்கள். பூமி வெப்பமயமாவதைக் கட்டுப்படுத்துங்கள் என அவர்கள் அந்நடவடிக்கை மூலம் உலகினை நோக்கியொரு அறைகூவல் விடுத்தார்கள். ஏனெனில் வெப்பமயமாதலின் காரணமாக கடல் மட்டம் உயர்ந்தால், மாலத்தீவு என்கிற அந்தத் தீவுக் கூட்டம் கடலினுள் மூழ்கிவிடும்.

ஏற்கனவே இந்தோனேசியா, கடலுக்குள் மூழ்கிவிடும் அபாயம் இருப்பதால் தன் நாட்டுத் தலைநகரான ஜகார்தோவை மாற்றத் தீர்மானம் நிறைவேற்றி உள்ளது. கடற்கரையோரம் இருக்கிற எல்லா நகரங்களுக்குமே இந்த அபாயம் இருக்கிறது. உலகம் வெளியிடும் கார்பனின் அளவைக் குறைக்க வேண்டும். இப்படியே போனால் இன்னும் கணிசமான ஆண்டுகளில் கடல் மட்டம் இரண்டரை அடிக்கு உயர்ந்துவிடும் எனக் கணித்திருக்கிறார்கள்.

வெப்ப நிலையுமே இப்போது இருப்பதைவிட சில புள்ளிகள் அதிகரித்துவிடும் என்பதே எல்லோருடைய கணிப்பும் ஆகும். அதைக் காட்சியாய் யோசித்துப் பார்த்தேன். பூமியில் ஒரு பக்கம் உருகிய நீர் இன்னொரு பக்கம் வடியப் போகிறது.

நீர் பெருகினால் நடப்பதே பிரளயம் என்பதைச் சொல்லியும் தெரிய வேண்டுமா? அதற்கான முன் அறிகுறிகள் இப்போது தெரியத் துவங்கிவிட்டன. அச்சமூட்டுவதற்காகச் சொல்லவில்லை. காலநிலை பயிலும் துறையில் இருப்பவர்களிடம் கேட்டால் அதைப் பற்றி விவரமாகச் சொல்வார்கள். கடலும் காடும் வெகுவாக கணிப்பிற்கு அப்பாற்பட்டு மாறிக் கொண்டிருக்கின்றன. புலி காட்டினுள் இருந்து வெளியேறுவது என்பது எவ்வளவு பெரிய சூழலியல் அழிவு தெரியுமா?

ஒரு புலியைக் கொண்டே, அதன் உடலில் இருக்கும் ஒளிமிகுந்த வரிகளைக் கொண்டே ஒரு காடு மதிப்பிடப்படுகிறது. காட்டைக் கொண்டே கடல், அப்படியே எதிர்த் திசையில் கடலைக் கொண்டு காடு. ஒளிமிகுந்த காட்சி மங்கத் தொடங்கினால், வெறொரு காட்சி உலகிற்குத் தென்படும். அதையே அழிவின் காட்சி எனவே சூழலியலாளர்கள் வர்ணிக்கிறார்கள்.

கேரளாவில் இப்போது பெய்துகொண்டிருக்கும் பெருமழைக்கும் இதற்கும் தொடர்பிருக்கிறதா என்றால், ஆமாம் இங்கே எல்லாவற்றிற்கும் பட்டாம்பூச்சியின் சிறகசைப்பைப் போலத் தொடர்பு இருக்கிறது. வெள்ளை நிற பங்களாவொன்றைப் பெயர்த்துக் கீழே போட்டு, நீரடித்துச் செல்கிற காட்சி அதைத்தான் உணர்த்துகிறது. வட இந்தியாவில் ஒவ்வொரு

ஆண்டும் இடி, மின்னல் தாக்கத்தால் மனிதர்கள் கொத்துக் கொத்தாய்ச் சாவதற்கும் இதற்கும் தொடர்புண்டா? அதிகப்படியான கார்பன் குவிப்பே காரணம் என்பதையாவது அறிவோமா?

வானிலை இப்போது முன்னைப் போல கணிப்பதற்கு உகந்ததாக இல்லை. எதிர்பாராத சீற்றங்களை கடல் இப்போதெல்லாம் உற்பத்தி செய்கிறது. நிலம் வெந்தது போதாதென்று கடலிலும் வெப்பம் தகிக்கிறது. அதனாலேயே புயல் சின்னங்கள் உருவாகின்றன. பூமி வெப்பமயமாதலால் கடல் மட்டம் வேகமாக மேலேறிக் கொண்டிருப்பதைக் கண்கூடாகப் பார்க்க முடிகிறது.

நான் கடந்த இருபதாண்டுகளாகப் புழங்குகிற பட்டினப்பாக்கம் கடற்கரையில் நின்று பார்க்கையில், கடல் மட்டம் என் நெஞ்சு உயரத்திற்கு ஏறியிருப்பதை உணர்கிறேன். கடல் தொட்டு விடும் தூரத்தில் தெரிவது என்னுடைய உருவப் பிழையா என்ன? உலகெங்கும் இதுகுறித்த உரையாடல்கள் முன்னமே நடைபெறத் தொடங்கி விட்டன. காட்டையும் கடலையும் காப்பது என்பதே உலகளாவிய பாடுபொருளாக மாறி இருக்கிறது. ஆனால் இங்கே என்ன நடக்கிறது?

கேரளா தன் பகுதியில் உள்ள மலைகளைச் சுரண்டியது போதாதென்று, தமிழக எல்லைக்குள்ளும் அதைச் செய்ய நினைக்கிறது. மலைகளை வெட்டிக்கொண்டு போகிற ஏற்பாடு அது. ஆனால் அதைப் பற்றியா உரையாடினோம் இங்கே? வெட்டி ஆவேசப் பேச்சு ஒன்றைக் குறித்தும் அதுசார்ந்த அரசின் கைது நடவடிக்கை ஒன்றினைச் சார்ந்தும் பேசினோம். காட்டிற்கு ஏற்படப் போகும் அந்த ஆபத்து நமக்கு உறைத்ததா? அங்கொன்றும் இங்கொன்றுமாய் சூழலியலாளர்கள் சிலராலே, இப்போதிருக்கிற காடும் கடலும் ஓரளவிற்குக் கண்காணிப்பில் இருக்கின்றன. அவர்களும் இல்லாமல் போயிருந்தால் நம்மை பிரதிநிதித்துவப்படுத்தும் இந்த அமைப்பு ஒட்டுமொத்தமாய் அவற்றைச் சுரண்டியிருக்கும்.

என் கையில் டைகர் இறாலை வைத்து உருட்டியபடி யோசித்தேன். இந்தக் கடலில் இருக்கும் வளமான இதை அதன்

பாரம்பரிய கடலோடிகள் உண்ணக் கூட முடியாது. எடை இயந்திரம் வந்துவிட்ட கடற்கரையில் அத்தனையும் பணம். வணிகம் எப்போதோ கடலை வாரிச் சுருட்டிக்கொண்டு விட்டது. பூர்வீகக் கடலோடிகளை அது துள்ளத் துடிக்க வெளியே துரத்த முயன்றுகொண்டிருக்கிறது இப்போது, காட்டிலிருந்து பூர்வீகக் குடிகளைத் துரத்தியதைப் போல.

காடும் கடலும் உடமைப்பாடு இல்லாதவர்களால் ஒருபோதும் தாம் வாழும் வெளியைப் பாதுகாப்பாக வைத்திருக்க இயலாது. அவ்வெதிர்ச் செய்கையே இங்கே நிகழ்வதாக ஆழமாக உணர்கிறேன்.

வாழும் பூமியில் உரசும் கால்களைத் துண்டித்துக்கொண்ட நிலையில், அரிதானவற்றை அறியத் தவறுகிறோம். இன்னொரு வகையில் தன்மதிப்பு தெரியாத நிலையில், அரிதானவை நமக்கானவையும் இல்லை. அவற்றை வெறொன்றிற்கு தின்னக் கொடுக்கிறோம். ஒட்டுமொத்தமாக அரிதானவற்றின் உலகிலும் இப்போது நாம் இல்லை.

எதைக் கொடுக்கிறோமோ அதுவே நமக்குத் திருப்பிக் கிடைக்கிறது, புயலாய், ஊழிப் பெருமழையாய். புலியொன்று காட்டை விட்டு வெளியேறி மலை உச்சியின் மேலிருந்து அதை வேடிக்கையும் பார்க்கிறது.

மோதகம்

கடந்த பத்துப் பதினைந்து தினங்களாகவே எல்லாவற்றில் இருந்தும் கொஞ்சம் விலகியே இருந்தேன். உள்ளுக்குள் உற்றுப் பார்த்து அலைய வேண்டிய தேவையும் இருந்தது. ஏகப்பட்ட அலைச்சல்கள். வியாபாரம் சார்ந்த கேள்விகள், விடைகள், அது குறித்த எத்தனங்கள் எனச் சுழன்றடித்தன எண்ணங்கள்.

ஆனால் பெருஞ்செயலொன்றை நோக்கி முன்னெட்டு எடுத்து வைக்க முடியவில்லை. எதுவோ ஒன்று என் மேல் கனமாய் போர்த்தி இருந்தது. அதை உதற முடியவில்லை. வெளியில் இருந்து என்னால் பார்க்க முடிகிறது. ஆனால் அதில் இருந்து தாவி வெளியே வர எனக்கு முனைப்பு கிட்டவில்லை. ஒருவிதமாய் தலை சோர்ந்து அலைந்தேன்.

எனக்கு எப்போதும் இப்படி நடப்பதுண்டு என்பதால் இந்தச் சுழற்சியை அமைதியாகப் பார்த்துக்கொண்டிருந்தேன். அதுவாய் சட்டென மாறிவிடும் என எனக்கு முன்னமே தெரிந்திருந்தது. என்னைப் பொறுத்தவரை இன்றைக்கு பிள்ளையார் சதுர்த்திதான். என் வாழ்வில் இந்நாளுக்கென்று குறிப்பிட்ட முக்கியத்துவம் இருக்கிறது. என் வாழ்வையே திசைமாற்றிய சந்திப்பு இந்நாளில்தான் நிகழ்ந்தது. அதனால் ஒவ்வொரு

ஆண்டும் அந்நாளைச் சுற்றி ஒரு குறுகுறுப்பு வந்து ஒட்டிக் கொள்ளும்.

இன்றைக்கு காலையில் எழுந்த போதே, உள்ளுக்குள் சிறிது வெளிச்சம் புலப்பட்டது. இன்றைக்கு முழுவதும் புறத்தை உற்றுப் பார்க்க வேண்டும் என்று எண்ணிக்கொண்டேன். ஏதோ ஒருவகையில் அதைப் பற்றிக்கொள்ள வேண்டும் என்கிற விழைவு உள்ளுக்குள் உருவானது.

அதிகாலையில் எப்போதும் குடிக்கும் தேநீர்க்கடை வாசலில் அமர்ந்து நாளைத் தொடங்கினேன். இங்கிருந்து பார்த்தால் எதிரே இருக்கிற முண்டகண்ணி அம்மன் கோயில் வாசல் தெரியும். புது மணப்பெண் ஒருத்தர் சடையலங்காரம் செய்து அந்தப் பக்கமாகத் திரும்பி நின்றார். அவர் முகத்தைப் பார்க்க நீண்ட நேரமாகக் காத்திருந்தேன்.

கடை வாசலில் சப்பணங்காலிட்டு அப்படியே அமர்ந்து விட்டார் மூதாட்டி ஒருத்தர். இடுப்பில் முடிந்து வைத்த பணத்தை எல்லாம் தரையில் தெரியாமல் விசிறி அடித்திருந்தார். சூழ நின்றவர்கள் பொறுப்பாய் அதைப் பொறுக்கி எடுத்து அவளது சுருக்குப்பையில் போட்டனர். ஆனால் அத்தனை பேருமே தன்னை ஏமாற்றுவதாக எண்ணிக்கொண்டார் அந்த மூதாட்டி. அத்தனை பேரையும் ஏசினாள்.

உடன் தோன்றிய அவரது தோழியான இன்னொரு மூதாட்டி சத்தம் போட்டு எழுப்பி அழைத்துப் போனார். வேகமாக ஓடிப் போன ஒருத்தர் இருவருக்கும் ரூபாய்த் தாளை எடுத்துக் கொடுத்தார். அவ்வளவு நேரம் பிலாக்கணம் வைத்தவள் முகம் மலர வாங்கிக் கொண்டாள். “விவரமெல்லாம் இருக்குது பாரேன்” என்றார் அவர்.

எங்களது ஏரியாவில் சுற்றிக் கொண்டிருக்கும் மனநலம் தவறிய அக்கா ஒருத்தர். எப்போதும் வந்து நின்று “டீ வாங்கித் தருவீயா” என்பார். இன்றைக்கு வந்து நின்ற போது, அவரையே கேட்டு வாங்கச் சொல்லிப் பணம் கொடுத்தேன். எப்படிக் கேட்பது எனத் தெரியாமல் சற்று நேரம் திகைத்து நின்றார். பின்பு

பணத்தைக் கல்லாவில் அமர்ந்திருந்தவரை நோக்கிக் காட்டி, "டீ வாங்கித் தருவியா" என்றார்.

திரும்பக் கடைக்கு வரும் வழியெங்கும் சந்தன மணம். எங்களது கடைக்குப் பக்கத்தில் இருக்கும் கிராமத்தில் உள்ள செங்கழனி அம்மன் கோயிலில் திருவிழா. ஆமாம் ராஜா அண்ணாமலைபுரத்தில் கிராமம் இருக்கிறது. அங்கு வசிக்கும் மக்கள் அந்தத் தெருவை ஒரு ஊராகத்தான் கருதுகிறார்கள். போஸ்டரில் எல்லாம் ஊர் என்றுதான் போட்டிருப்பார்கள். "ஊர் விழாக் கமிட்டி சார்பாக" என மைக்கில் பேசுவார்கள்.

கிராமத்தான் ஆன நானும் தலையாட்டிச் சிரித்தபடி அதைக் கேட்டுக் கொள்வேன். கடை வாசலில் பந்தல் போட்டு இந்தாண்டு திருவிழா தொடங்கிவிட்டது. இடுப்புயர அம்மன் சிலை அந்தக் கோயிலில் இருக்கிறது. "சில்லறை தர்றோம், நோட்டா தாங்க" என இரண்டு சிறுவர்கள் வந்து நின்றார்கள். ஐந்து ரூபாய் நாணயங்கள், மேலும் தாள்கள். கடைப் பையன் எண்ணும்போது, அவர்களிடம் பேச்சுக் கொடுத்தேன். சத்யா காலனி மற்றும் கூவம் அடிவாரத்தில் எருக்கம் பூ பறித்து அதை மாலையாகக் கட்டி விற்றோம் என்றார்கள். மொத்தம் நானூற்று எழுபது ரூபாய் சம்பாதித்தாகச் சொன்னார்கள். அதைப் பூரணமாக்கி அவர்களை அனுப்பிவைத்தேன். அதில் சில எருக்கம் பூக்கள் அந்த அம்மனையும் போய்ச் சென்றிருக்கும்தானே?

இரு சக்கர வாகனத்தை எடுத்துக்கொண்டு முகக் கவசம் அணிந்து எங்களது ஏரியாவின் சந்து பொந்துகளுக்குள் மோதகப் பிரியனின் வாகனத்தைப் போலச் சுற்றி வந்தேன். சிறிய குடை ஒன்றிற்குள் அடங்கி அலுங்காமல் குலுங்காமல் நடந்துபோனார் பிள்ளையார். சிறு கடைகளில் சொல்லிக் கொள்கிற மாதிரி வியாபாரம் இல்லாவிட்டாலும் மலர்ச்சி தெரிந்தது.

கடையில் அண்ணன் தம்பி இருவர் வேலை பார்க்கிறார்கள். போரூர் தாண்டி அவர்கள் கட்டிய புதுமனை புகுவிழா. அவர்கள் இருவருக்காகக் கிளம்பிப் போனோம். ஹோமப்

புகையடங்கிய வீட்டில் ஆங்காங்கே படுத்தபடி, வெண் பற்களைக் காட்டி மனிதர்கள் சிரித்தார்கள்.

தலைக்கு மேல் ஒரு சொந்தக் கூரை. சுற்றிலும் சொந்தக்காரர்கள். சாமந்திப் பூமணம் சூழ பெருமிதத்தில் வளைய வந்தார்கள். அடியாழத்தில் மகிழ்ச்சியை உணர்ந்தேன். அந்தப் புகை மணத்தை நான் நன்றாக அறிவேன். உற்சாகமாக இருந்தது.

எங்களது கிராமத்தில் எனக்குக் கிடைத்த கொழுக்கட்டைகளைப் பறித்துத் திங்க கடையில் போட்டி போட்டுக் கொண்டார்கள். அந்தச் சிரிப்பினூடே அடுத்து செய்யவிருக்கும் திட்டங்களை அவர்களிடம் விளக்கினேன். நூறு நாள் இலக்கென்று ஒன்றைக் குறித்துக் கொண்டோம். நாளைக் காலையில் இருந்து ஓடுவதெனத் தீர்மானித்தோம்.

நானுமே தனித்து அலைதல்களில் இருந்து விடுபட்டேன். மோதக மணம் உள்ளுக்குள் சுழல்கிறது. அடுத்த நூறு நாட்கள் என எனக்குள் சத்தமாகக் கூறிக்கொண்டேன். நாளை எனக்காக காத்திருக்கும் கடலிடம் வேண்டுகோள் ஒன்றை முன்வைக்கத் தீர்மானித்தேன். வலம்புரிச் சங்கொன்றினுள் சிறுவோசையோடு அதைப் பொதித்து வைக்க வேண்டும்!

பாம்பும் கீரியும்

இரண்டுமே எதிரெதிர் துருவங்கள். காடு என்பது இருக்கிற வரை சண்டையும் சீற்றமும் குறையவே குறையாது. ஒன்றின் இயல்பை இன்னொன்று நன்றாகவே அறியும். ஆனாலும் துரத்தல்களை விட்டுக்கொடுத்ததில்லை. இது ஒரு வகையிலான ஆதி யுத்தம். இந்த யுத்தம் நிற்கிற இடத்தில், காடு பூப்பதை நிறுத்திக்கொள்ளும்.

காடென்பது மட்டுமல்லாமல், இந்த வகையிலான யுத்தம், சமதளங்களிலும் நடப்பதுண்டு. சட்டமும் போதையும் என்கிற எதிரெதிர் துருவங்களின் உரசலும் இதன் அடிப்படையில் அமைந்ததுவே. சமீப காலமாக கவனித்த சில செய்திகளின் அடிப்படையில் இதைச் சொல்கிறேன். எதிர்விளைவுகளின் மீதான அச்சத்தின் காரணமாக, இந்த விவகாரம் ஊன்றிக் கவனிக்கப்பட வேண்டியதும் கூட.

திருவள்ளூர் மாவட்டத்தில் கஞ்சா கடத்திய பொறியியல் பட்டதாரி கைது, கஞ்சாவிற்காக இன்னொருத்தர் செல்போனை பறித்த மாணவர் கைது, யூ-ட்யூபர் ஒருத்தரின் படகில் இருந்து ஒன்றரை கிலோ கஞ்சா பறிமுதல், கண்டெய்னர்களில் கடத்தி வரப்பட்ட போதைப் பொருட்கள், அதன் சர்வதேச சந்தை மதிப்பு என்றெல்லாம் தொடர்ச்சியாய் செய்திகளைப் பார்க்கிறேன்.

வேறொரு பரந்துபட்ட தளத்தில் நின்று இதுகுறித்து உரையாடலாம் என்று நினைக்கிறேன். ஏனெனில் அவ்வுலகத்தைப் பற்றி எனக்கு நன்றாகத் தெரியும். மேல், கீழ் என சகல அனுபவங்களையும் பெற்றிருக்கிறேன். அதனாலேயே மேலோட்டமாகச் சொல்ல வேண்டியதை மட்டும் சொல்கிறேன். இப்பழக்கத்தில் உடலும் மனமும் செயல்படும் விதம் குறித்து ஆழமாகக் கவனித்திருக்கிறேன். இது சம்பந்தமாக நிறையப் பேரிடம் உரையாடியிருக்கிறேன்.

உலகம் முழுக்க மரூவானா என்கிற கஞ்சாவை பார்க்கும் விதம் வேறு. இந்தியாவில் பார்க்கும் விதம் வேறு. இங்கே ஆகக் கீழ்மையான பார்வை அதற்கு இருக்கிறது. அதேசமயம் இன்னொரு பக்கம் மதங்களோடு உரையாட இது ஒரு பிரசாதமாகவும் கருதப்படுகிறது.

எல்லா விஷயங்களைப் போலவே ஆதரவும் எதிர்ப்பும் இந்த விஷயத்தில் நீடிக்கிறது. அரசு என்கிற அமைப்பு போதைக்கு எதிரியில்லை. அரசு மதுபானங்களை விற்கக்கூட செய்கிறது. ஆனால் குறிப்பிட்ட ஒரு போதை வகைக்கு மட்டும் எதிரி என்றால், என்ன காரணம்?

இரண்டு காரணங்கள். ஆல்கஹால் லாபி, தன்னுடைய வணிகம் அடிபடுவதால், எப்போதும் கஞ்சா பயன்பாட்டிற்கு நேரெதிராகவே செயல்படும். ஏனெனில் இருநூறு ரூபாயில் ஒருத்தனால் நான்கு நாள் போதையில் இருக்க முடியும். ஆல்கஹால் லாபி விட்டு வைக்குமா? சொல்லுங்கள்.

இரண்டாவது காரணம், இந்தப் போதை சிந்திக்கத் தூண்டுகிறது. அது எப்போதுமே அரசு என்கிற அமைப்பிற்கு எதிரானது.

அதனால்தான் உலகெல்லாம் தடை. அதை உடைக்கப் போராட்டங்கள். இன்றைக்கு உலகின் பல இடங்களில் கஞ்சா பயன்பாடு புழக்கத்திற்கு வந்து விட்டது. உலக சுகாதார மையம் ஆபத்தான போதைகளின் பட்டியலில் இருந்து கஞ்சாவை நீக்கி விட்டது.

மருத்துவப் பயன்பாட்டில் கஞ்சா என்கிற சொற்பிரயோகங்கள் எல்லாம் ஆய்வு மட்டத்தில் புழங்கத் துவங்கிவிட்டன. உத்தரகாண்ட் அரசே இதைப் பயிரிட்டு வணிகத்தில் குதிக்கப் போகிறது என்கிற செய்திகளையும் பார்த்தேன். உலகமெல்லாம் அது சுதந்திரத்தின் குறியீடாக இருக்கிறது. இங்கு மட்டும் அது ஏன் கீழ்மையின் குறியீடு? என்பதையும் இதனோடு ஒப்பிட்டு யோசித்தேன். ஒரு அரசு நினைத்தால் தடாலடியாக சமூகத்தில் புழங்கும் ஒரு கருத்தை மாற்றிவிட முடியும் என்பதை நினைக்கும் போது திகைப்பாக இருந்தது. “நாளை முதல் நீ நல்லவன்டா” கேட்கவே எவ்வளவு ரம்மியமாக இருக்கிறது

ஆக, மருவானா குறித்த ஒரு உரையாடல் இங்கே மேல்மட்ட அளவில் நடக்கத் தொடங்கி விட்டது. ஹெராயின் உள்ளிட்ட மேல்மட்ட விலை கூடிய போதைகள் குறித்து இன்னொரு சந்தர்ப்பத்தில் விரிவாக எழுதுகிறேன். விலை குறைவாக கைக்கு எட்டும் தூரத்தில் இருக்கும் மருவானா குறித்து மட்டுமே இங்கே பேசுகிறேன். சென்னை தாண்டி தமிழகமெங்கும் கீழ்மட்ட அளவில் அதன் வீரியம் வேறுமாதிரிப் பரவத் தொடங்கி இருப்பது குறித்தே இப்போது நாம் உரையாட வேண்டியிருக்கிறது. ஏனெனில் எல்லா போதைகளிலுமே நேர்மறையான மற்றும் எதிர்மறையான விஷயங்கள் கலந்தே இருக்கும்.

போதை என்பதே அதை எப்படிப் பாவிக்கிறோம் என்கிற அடிப்படைக் கேள்வியை உள்ளடக்கியது. மேம்பட்ட சமூகங்கள் பயன்படுத்தும் போதையை இங்கே பொருத்திப் பார்க்கவே கூடாது. தலையைத் தட்டிக் குப்புறப்படுக்க வைக்கும் போதையையே இந்த விவாதத்திற்கு எடுத்துக்கொள்கிறேன்.

ஏனெனில் அதனால் ஏற்படும் சிராய்ப்புகள் இங்கே அதிகம்.

இளம் வயதினர் பலரை இரக்கமில்லாமல் அது கொத்துக் கொத்தாகக் காவு வாங்குகிறது என்கிற அம்சத்தில், அது கட்டுப்படுத்தப்பட வேண்டியதும் கூட. இப்போது சமீபமாக அதுவும், இந்த ஊரடங்கு காலத்திற்குப் பிறகு கஞ்சா பயன்பாடு, மாணவர்கள் மத்தியில் அதிகரித்திருக்கிறது. அதில் சிக்கி மீள முடியாமல் தவிக்கிற மாணவர்கள் பலரை இப்போதெல்லாம் நெருக்கத்தில் சந்திக்கிறேன்.

அந்த அடிப்படையில் இந்தப் பாம்பு கீரி ஆட்டம் விடாமல் தொடர வேண்டும் என அடியாழத்தில் இருந்து விரும்புகிறேன். பொறுப்பற்ற சமூகம் போதையைக்கூடச் சீரழித்துத்தான் வைத்திருக்கிறது. இங்கே எதையும் ஒளித்துத்தான் வைக்க வேண்டியிருக்கிறது. வெளிப்படையாய் அச்சமில்லாமல் உற்றுநோக்க இன்னும் இந்த நிலம் கற்றுக்கொள்ளவில்லை. போதையோடு கட்டிப் புரண்டு விளையாடிக் கொண்டிருக்கிறது அரசு. தடுக்கத் தடுக்க வீரியமாக முளைக்கும் இதன் அடிப்படை குறித்தெல்லாம் அரசிற்கும் நன்றாகத் தெரியும். விட்டுத்தான் இதுவரை பிடித்து வந்திருக்கின்றனர். ஒருவகையில், இந்த மறை வணிகத்தின் உடன் நிற்பதன் வழியாக, காவல் நிலையங்களின் வருவாய் ஆதாரமாக இருப்பதும் அதுவே.

ஆனாலும் தமிழகம் முழுக்கவே இப்போது கஞ்சா பயன்பாட்டிற்கு எதிரான நடவடிக்கை காவல் மட்டத்தில் தொடங்கிவிட்டது என்றுதான் நினைக்கிறேன். அத்துறையில் இருக்கும் நண்பர்கள் சிலர் சொன்னார்கள்.

சுவாரசியமான தகவல் ஒன்றையும் சேர்த்துச் சொன்னார்கள். காவல்துறை டீக்கடைக்காரர்களுடன் புதிய கூட்டு வைத்திருக்கிறதாம். டீக்கு அதிக சர்க்கரை கேட்பவர்கள், சூடே இல்லாத டீ கேட்பவர்கள் யார் யாரெல்லாம் எனக் குறிப்பு எடுத்துச் சொல்லச் சொல்லி இருக்கிறதாம். வழக்கமாகப் போகும் டீக்கடையில் இதே பேச்சாக இருந்தது. இதற்கு என்ன நடவடிக்கை வைத்திருக்கிறீர்கள் என கஞ்சா தரப்பு பிரியர்களிடம் கேட்டேன். “அண்ணே சர்க்கரை கம்மியா போட்டு கொதிக்கக் கொதிக்க ஒரு டீ. நாங்க ஊதிக்

குடிச்சுக்குவோம்" எனச் சட்டென மாற்றம் கண்டுவிட்டதாகச் சொன்னார்கள். கள்ளனா? காப்பானா?

இந்த ஊரடங்கு காரணமாக, அல்லது கிடைத்த அந்த வழி வழியாக, நினைத்துப் பார்க்க முடியாத கூட்டம் கஞ்சா பயன்பாட்டிற்கு நகர்ந்துவிட்டதாக காவல்துறை சார்ந்த புள்ளிவிவரம் ஒன்றில் சொல்லப்பட்டிருக்கிறது. அது ஆபத்தான போக்கு என மூத்த அதிகாரிகளால் சுட்டியும் காட்டப்பட்டு உள்ளதாம். ஊரடங்கில் ஏற்பட்ட ஆல்கஹால் தட்டுப்பாடு, அதற்குப் பிந்தைய வருமானம் இழப்பு ஆகிய காரணங்கள் இதற்குப் பின்னால் அணி வகுத்து நிற்கின்றன.

இன்னொரு பக்கம் பள்ளி, கல்லூரிகள் இல்லாமை, மாணவர்களை இந்தப் புதிய பழக்கத்தை நோக்கித் தள்ளி இருக்கிறது. ஒருவகையில் ஏற்கனவே அந்தப் பயன்பாட்டில் இருந்தவர்களோடு புதியவர்கள் கரம் கோத்திருக்கிறார்கள் என்றுதான் சொல்ல வேண்டியிருக்கிறது. இதன் பாதிப்பு நிலவரம் அடுத்த பத்தாண்டுகளில்தான் தெரிய வரும் என மருத்துவத்துறையில் இருக்கும் என்னுடைய நண்பர்கள் சொன்னார்கள். இதில் மாட்டித் திளைக்கும் இளைஞர்களை மீட்க, பெற்றோர்கள் இப்போதே இலட்சக்கணக்கில் செலவழித்துக் கொண்டிருப்பதாகவும் சொன்னார்கள்.

எத்தனை பேர் பிழைத்துக் கரையேறுவார்கள்? சுழலில் மாட்டிக் கொள்வது எத்தனை பேர்? ஆற அமரக் கணக்கெடுக்கிற காலமும் வரும்தானே? கஞ்சா வணிகம் என்பதைப் பல ஆண்டுகளாகச் செய்திகளின் வழி கவனிக்கிறேன். ஓரளவிற்கு அந்த வணிகம் எப்படி நடைபெறுகிறது என்பதை சிற்றூர்களில் நெருங்கிப் பார்த்திருக்கிறேன். அதுவொரு ரகசிய வணிக உலகம். குறைந்த முதலீட்டில் அதிக வருவாய். அதிகாரப் பின்னணிகளோடு களத்தில் இருப்பவர்கள் கோடிகளில் காசை அள்ளுகிறார்கள். முந்தாநாள் குடிசையில் இருந்தவர் கப்பென மாடி வீட்டிற்குத் தாவி விடுகிறார். அதனாலும் மனிதர்களின் புழக்கம் அங்கே அதிகமாக இருக்கிறது. ஊடு நரம்பைப் போலப் பரவியிருக்கிற அது இங்கே தங்குதடையில்லாதது. ஏற்கனவே

பழக்கம், நம்பிக்கை என்கிற வகையில் இங்கே ஆழமாக அது வேரூன்றியும் இருக்கிறது.

இந்தப் பழக்கம் இருக்கிற வரை அது எவ்வகையிலேனும் புழங்கிக்கொண்டேதான் இருக்கும். யாராலும் அதற்கு அணைபோட்டுத் தடுக்க முடியாது. இன்னொருவகையில் ஒளித்து வைத்திருப்பதாலேயே அது வசீகரம் கூடியதாகவும் உள்ளது. எனவே, பிற போதை வஸ்துகளைப் போலவே, இதுகுறித்த உரையாடலும் இங்கே வெளிப்படையாகத் துவங்க வேண்டும். குடித்து விட்டு வாகனம் ஓட்டுகிறவரைப் பிடிக்கக் கருவிகள் உண்டே? கஞ்சா போன்ற பிறவகை போதைகளை எதைக் கொண்டு அறிவார்கள்? இந்த விஷயத்தில் அரசின் போதாமையையும் கவனத்தில் கொண்டு வருகிறேன்.

காவல் மட்டத்தில் இதற்கு எதிரான பாம்பு கீரி ஆட்டம் இன்னும் உக்கிரமாகத் தொடர வேண்டும் என்பதுதான் இப்போதைய ஒருதரப்பின் கோரிக்கை. அதேபோல் சமூக மட்டத்தில் அது சம்பந்தமான உரையாடலும் துவங்க வேண்டும். தலை தட்டுகிற போதை தங்குதடை இல்லாமல் கிடைப்பது ஒருவகையில் குரங்குகளின் கையில் இருக்கும் பூமாலை போன்றது.

அப்போதையின் அடிப்படையையே தகர்த்தெடுத்து, சகலத்தையும் பிய்த்து எறிவதற்குள், என்னதான் இங்கே நடக்கிறது என்பதை சமூகம் உற்றுப் பார்க்க வேண்டும். பாம்பா? கீரியா? அவரவர் சித்திரங்கள். கூடவே பொறுப்பும்.

மூடுபனி

கொடநாடு கொலை விஷயத்தை முதலில் பத்திரிகை ஒன்றிற்கு விரிவான கட்டுரையாக எழுதுவதாகத்தான் திட்டம் வைத்திருந்தேன். விஷயம் நீதிமன்றத்தில் இருப்பதாலும் செவி வழிச் செய்திகளை எல்லாம் ஆதாரமாகக் காட்ட முடியாது என்பதாலும் குறிப்பாக மட்டும் எழுதுகிறேன்.

கொடநாடு மர்ம பங்களாவைப் பற்றி இரண்டு வழிகளில் எனக்கு நன்றாகத் தெரியும். என்னுடைய நண்பர்கள் வட்டத்தின் வழியாக போயஸ் கார்டன் குறித்த கதைகளை தொடர்ச்சியாய்த் திரட்டினேன். எல்லோரையும் போலவே அதில் எனக்கும் ஆர்வம் இருந்தது. புதிர்களுக்குப் பக்கத்தில் நின்று வேடிக்கை பார்ப்பது. மற்றொன்று கொடநாடு எஸ்டேட் இருந்த இடத்தில் எனக்கு போக்குவரத்து உண்டு.

அந்த எஸ்டேட்டை ஒட்டி என் நண்பர்கள் தேயிலை கம்பெனிகளில் பல்வேறு பொறுப்பில் பணிபுரிகிறார்கள். அதனால் அதுசம்பந்தமான தங்கல்கள் எனக்கு உண்டு. கொடநாடு எஸ்டேட்டின் உள்ளே வேலை பார்க்கிற நபர்களே எங்களுடைய ஜமா பந்திக்கு வந்ததும் உண்டு. எல்லா செய்திகளும் அங்கே பரஸ்பரம் பரிமாறிக் கொள்ளப்படும்.

ஆனால் இது மாதிரி தனிச்சபைகளில் திரட்டும் தகவல்களைப் பொது வெளியில் பகிர்வது என்பது நண்பர்களுக்கு இடையிலான நட்பினைப் பணயம் கேட்பது என்பதால் அதைச் சொல்லாமல் கடக்கிறேன்.

ஆனால் ஒரே வரியில் ஒன்றைச் சொல்லிவிட முடியும். அங்கே அவர்கள் செய்தது எல்லாம் அட்டூழியம். அதிலும் ஜெயலலிதா சசிகலா இருவர் சேர்ந்து நடத்தியதெல்லாம் கோமாளிகளின் சர்க்கஸ். அங்கே எல்லா விலங்குகளும் உண்டு, அந்த கோத்தகிரி காட்டைப் போல. இப்போதுகூட தந்தி டீவி பேட்டியில், பிரிந்த மாதிரி இருவரும் சேர்ந்து நாடகம் போட்டோம் என்றார் சசிகலா. இதைவிட இந்த அரண்மனைக் கூத்திற்கு வேறு என்ன உதாரணம் வேண்டும்?

அவர்கள் இருவர் அடித்த கூத்துக்களுக்கு அரசு எந்திரமே அல்லோகலப்பட்டது. ஒருத்தனை செருப்பால் அடிக்க வேண்டுமா? வரச் சொல்லு கொடநாடு பங்களாவிற்கு. முடிந்தது கதை. "அம்மாட்ட ஒரு கெட்ட பழக்கம் இருந்திச்சு. தான் மட்டும்தான் நல்லா இருக்கணும். மத்தவன்லாம் அடிமடியில எரிஞ்சுகிட்டே இருக்கணும். திடீர்னு கொடநாட்டுக்கு கூப்டுவாங்க. என்ன ரொம்ப சொத்தெல்லாம் சேர்த்துட்டியாம். அத்தனை டாகுமெண்ட்ஸயும் கொண்டு வந்து குடும்பாங்க. எடுத்துக்கிட்டு அங்க ஓடணும்" என ஒருதடவை அச்சத்தில் விவரித்தார் அதிமுகவின் முன்னாள் அமைச்சர் ஒருத்தர். புரிந்ததா கதை?

பசுமை போர்த்திய மலைகளில் ஒன்றை மூடுபனி எப்போதும் போர்த்தும். அது அந்த பங்களாவைப் போர்த்தியது. உண்மைகளின் தார்மீகங்களின் மீது ஜனநாயகமற்ற மூடுபனி சூழ்ந்தது. அங்கே அவர்களுடைய சந்தோஷங்கள் மட்டுமல்ல சில்லரைத்தனங்களுமே புதைந்து கிடக்கின்றன. ஒருவகையில் அந்த பங்களாவில் என்ன நடந்தது என்பது வெளிப்படையாக தெரிவது நல்லது. ஆளானப்பட்ட சாம்ராஜ்ஜியங்கள் எல்லாம் வீதிக்கு வந்துவிட்டன. இவர்களுக்கு என்ன?

இரண்டாவது ஒரு விஷயத்தை எடுத்துக்கொள்ளுங்கள். அங்கே

அவர்கள் என்ன கூத்துகூட அடித்துக் கொள்ளட்டும். குரங்கினம் என்றால் அங்கே பழங்களைப் பிய்த்து விளையாடத்தான் செய்யும்? அந்தப் புரிதல் இல்லாமலா மல்லுக்கட்டுகிறோம்? ஆனால் இதில் எதுவுமே சம்பந்தப்படாத சாமானியர்கள் இதன் காரணமாகவே செத்துப்போகிறார்கள். அவர்களுக்கான நியாயம் மூடுபனி அரசுகளிடம் இருந்து கிடைப்பதே இல்லை. எல்லா ஆட்சிகளும் இந்த விஷயத்தில் ஒன்றுதான். எல்லா ஆட்சிக் காலங்களிலுமே உதாரணமாக எடுத்துக் காட்ட மர்மச் சாவுகள் நிறைய இருக்கத்தான் செய்கின்றன.

இந்த விவகாரத்தையே எடுத்துக்கொள்ளுங்கள். ஒரு காவலாளி கொலை. இன்னொருத்தர் இதுவரை எங்கே இருக்கிறார் என்றே தெரியவில்லை. ஆஸ்தான டிரைவர் விபத்தில் இறக்கிறார். அதே நேரத்தில் இன்னொருத்தருக்கு குடும்பத்தோடு விபத்து. மனைவியோடு குழந்தையும் சாகிறது. இவர் மட்டும் தப்பிக்கிறார். இன்னொரு அறியாத பையன் அங்கே தொழில்நுட்பப் பிரிவில் வேலை பார்க்கிறான் என்கிற ஒரே காரணத்திற்காக தற்கொலை செய்து கொள்கிறான். என்ன இது? இங்கே நடந்தது ஆட்சியா? இல்லையெனில் சினிமாவா?

உண்மையிலேயே ஒருத்தர் ஒப்பனை எல்லாம் போட்டு பவனி வந்தாரே? அவர்கள் அடித்த கூத்துதான் இது எல்லாமும். பணம், அள்ள அள்ளக் குறையாத பணம். நிலப் பத்திரங்கள், பிறத்தியாரை மிரட்டுகிற வீடியோ காட்சிகள் என அந்த மூடுபனியை தங்களது தலைக்கு மேலேயே போர்த்தியவர்கள். மலை முகடு என்கிற அளவிற்கு எல்லாம் ஏன் போக வேண்டும்?

மக்களுக்குத் தெரியாதது ஒன்றுமில்லை. அவர்களை எந்நேரமும் எதற்காக முட்டாளாகவும் சித்தரிக்க வேண்டும்? தனி வாழ்வை பணயம் கேட்காததால் அதைப் பற்றிக் கண்டும் காணாமல் இருந்தார்கள். ஆனால் இவ்விவகாரத்தில் விபத்தோ கொலையோ தற்கொலையோ என வாழ்வைத் தொலைத்தவர்களுக்குத் தனிவாழ்வு இல்லையா? நம்முடைய குடும்பத்தைச் சேர்ந்தவர்கள் அந்தக் கணக்கில் இருந்திருந்தால் எவ்வளவு கொதித்துப் போயிருப்போம்?

அதேதான் இந்த விவகாரத்தில் என்னுடைய நிலைப்பாடு. முதலில் அந்த மர்ம தேசத்தின் முகம் வெளிச்சத்திற்கு வர வேண்டும். அரசியல் பகடையாட்டங்களில் நீதியே கிடைக்காமல் இதுபோல் செத்துப் போகிறவர்களின் உடன்நிற்பது தார்மீக கடமை. இதைப் பற்றித் தொடர்ச்சியாகப் பேச வேண்டும். இருதரப்பும் மாறி மாறி வழக்குப் போட்டுக் கொள்ளும்தான். அந்தக் கவலை நமக்கெதற்கு? விஷயம் வெளியில் வந்தாலே போதுமானது.

இதையெல்லாம் உரக்கப் பேசுவதன் வழியாகத்தான் எந்தவொரு அரசிற்கும் அச்சவுணர்வை ஏற்படுத்த இயலும். அதை மீறியும் அவர்கள் தங்களுக்குத் தோதான மீறல்களை ஆட்சி அதிகாரத்தின் வழி செய்வார்கள்தான். ஆனாலும் கொஞ்சம் கண்காணிப்பு இருக்கிறது என்கிற உணர்விலாவது அவர்களை வைத்திருக்க முடியும்.

அந்த வகையில் கொடநாடு கொலை வழக்கில் இதுமாதிரியான பரபரப்புகள் ஏற்படுவதெல்லாம் நல்லதிற்குத்தான். ஒட்டுமொத்தமாய் நடந்த அந்த மூடுபனி நாடகத்தின் கோரம் தோய்ந்த காட்சிகள் முச்சந்திக்கு வரட்டும். தேர் என்றால் அது தெருவில் இறங்கி அசிங்கமும்பட வேண்டும். அதுதான் அதன் சக்கரத்தில் ஏற்கனவே பொறிக்கவும் பட்டிருக்கிறது.

ரொட்டியும் முட்டையும்!

காலையில் செய்தித்தாளைப் புரட்டுகையில், பல்வேறு செய்திகளுக்கூடாக இதைப் பார்த்தேன். பள்ளிக் குழந்தைகளுக்கு தொண்டு நிறுவனங்களின் உதவியோடு ரொட்டியும் முட்டையும் வழங்க அரசு திட்டமிட்டிருப்பதாகச் சொல்லியது அந்தச் செய்தி. குழந்தைகள் ஆரோக்கியமாக வளர்வதற்கு ஏதுவான, அரசின் கனிவான திட்டமிடல் என்று சொல்லிச் சிரித்துக் கொள்ளவும் செய்தேன். ரொட்டியும் முட்டையும், அதனைப் புசித்து புஷ்டியாக வளரும் குழந்தைகள், கேட்கவே எவ்வளவு நன்றாக இருக்கிறது?

ஆனால் புள்ளிவிவரங்களை எல்லாம் தூரக் கடாசிவிட்டு, கள யதார்த்தங்களின் வழியாகப் பார்த்தால், இந்தக் கல்வி அமைப்புதான் எத்தனை சவளைப் பிள்ளையாக இருக்கிறது? குழந்தைகளின் ரத்தத்தைப் பெருக்கும் நடவடிக்கையில் இறங்காமல் அட்டைப் பூச்சிகள் போல அத்தனையையும் உறிஞ்சிக் குடிக்கும் அமைப்பாக அது மாறி மாமாங்க காலம் ஆகிவிட்டது என்பதும் பகுதி உண்மைதானே?

கொரோனா காரணமான ஊரடங்கிற்குப் பின்பான உதாரணங்களை மட்டும் இங்கே அடுக்குகிறேன். மதுரையில்

உள்ள மிகப் பிரபலமான கல்விக்கூடம் அது. அரசியலாளர் மற்றும் பெரும் பணக்காரர்களின் குழந்தைகளுக்கான பள்ளிக்கூடம். அங்கே தனது இரண்டு பையன்களைப் படிக்க வைக்கிறார் நடுத்தர குடும்பத்தைச் சேர்ந்த தகப்பன் ஒருத்தர். ஒரு பையன் ஆறாவது, இன்னொருத்தன் பதினொன்றாம் வகுப்பு. ஊரடங்கின் காரணமாக வேலை இழந்த அந்த தகப்பன், அதில் ஒரு பையனின் படிப்பை மட்டும் இடைநிறுத்திவிட்டு, அரசுப் பள்ளியில் அவனைச் சேர்க்க முன்வருகிறார். ஆனால் சொச்சமாய்க் கொஞ்சம் பள்ளிக் கட்டணம் மிச்சமிருக்கிறது. கழிந்த வருடத்திற்கு மட்டுமல்லாமல் எதிர் வரும் வருடத்திற்குமான பள்ளிக் கட்டணத்தைக் கட்டாவிட்டால், பையனின் சான்றிதழைத் தரமாட்டோம் என மூர்க்கமாக மறுத்துவிட்டது அந்தப் பள்ளி நிர்வாகம்.

போகாத இடமில்லை, தட்டாத கதவுகளில்லை. ஆனாலும் “யார் சொன்னாலும் கேட்க மாட்டோம். எங்களை யாராலும் ஒன்றும் செய்யமுடியாது” என வெளிப்படையாகவே சவால் விட்டுவிட்டது அந்தப் பள்ளி நிர்வாகம். கல்வித் துறையின் உயர்மட்ட அதிகாரி ஒருத்தரோடு பேசிய போது, “எங்களால் அவர்களை ஒன்றுமே செய்ய முடியாது. பையனின் சான்றிதழ் கிடைக்காவிட்டால் அவனுக்கென்று தனித்துவமான எண் ஒன்று தரப்பட்டிருக்கும். அதைவைத்து அரசுப் பள்ளியில் வேண்டுமானால் சேர்க்க உதவி செய்கிறேன்” என்றார்.

அந்த எண்ணை வழக்கமாக மதிப்பெண் சான்றிதழ்களில் பொறிப்பார்கள். ஆனால் அதைக்கூடச் செய்யவில்லை அந்தப் பள்ளி நிர்வாகம். அதையெல்லாம்விட எழுகிற கேள்வி என்னவெனில், எதற்காக இப்படித் திருட்டுத்தனமாக ஒரு பள்ளியில் இருந்து தப்பியோடி இன்னொன்றில் அடைக்கலம் புகவேண்டும்?

அது அந்தப் பையனின் பிஞ்சு மனநிலையைப் பாதிக்காதா? மிச்சமாகப் படிக்கிற இன்னொரு பையனைப் பள்ளி நிர்வாகம் அதற்கடுத்து எப்படி நடத்தும்? வேறு வழிகள் எதனையும் தேடத் தெம்பில்லாத, அச்சமுற்ற அந்தத் தகப்பன் மேலும்

வட்டிக்கு வாங்கி இன்னும் ஒருவருடம்தானே? என பழைய மூக்கணாங் கயிற்றிலேயே உழல முடிவெடுத்தார்.

இது ஒரு சின்ன உதாரணம்தான். கிட்டத்தட்ட ஒன்றரை வருடங்களாகப் பள்ளிகள் திறக்கவேயில்லை. ஆனாலும் கட்டணம் வசூலிப்பது நிற்கவில்லை. கேட்டால் ஆன்லைன் வகுப்பு நடப்பதாகச் சொல்கிறார்கள். அதைவிடக் கொடுமை என்னவெனில் ஆன்லைன் வகுப்பில் சீருடையுடன்தான் அமர வேண்டும் என ஒரு பள்ளி உத்தரவிட்டிருக்கிறது. ஏனெனில் சீருடை வியாபாரம் அடிவாங்கி விடக்கூடாதாம். பள்ளியைத் தவிர வேறு எங்குமே சீருடை வாங்கக் கூடாதென்கிற உத்தரவு வேறு.

பள்ளிகள் மட்டுமா இந்த ரத்தம் உறிஞ்சும் வேலையில் ஈடுபடுகின்றன? பள்ளிகள் சின்ன அட்டைப் பூச்சிகள் என்றால், கல்லூரிகள் உருண்டு பெருத்தவை. அரசியல் கட்சியொன்றில் இணைந்து முக்கிய அரசுப் பொறுப்பில் இருக்கும் ஒருத்தர் நடத்தும் கல்லூரி அது. சமீபத்தில் ஒரு பையன் கட்டணம் கட்டிய ரசீதை வாங்கிப் பார்த்தேன். ஓடாத, திறக்காத அந்த வியாபாரத்தலத்திற்கு உணவுக் கட்டணம் என்று தனியே போட்டு வாங்கியிருந்தனர். “அன்னத்துலயே கை வைக்கிறாங்க. இவங்கள்ளாம் நல்லாவே இருக்க மாட்டாங்க சார்” என இப்போதுதான் உலகத்தைக் கண் திறந்து பார்க்கத் தொடங்கியிருக்கும் அந்தப் பையன் கசப்புடன் சொன்னான். இளம் வயதிலேயே கசப்பை விதைக்கிற அந்நிறுவனத்தை என்னவென்று சொல்ல? எதைக் கற்றுத் தர துவங்கப்பட்டது அது? நிறுவனம் என்று வேண்டுமென்றேதான் சொல்கிறேன்.

இவையெல்லாம் சிறு உதாரணங்கள் மட்டுமே. கல்விக் கட்டணக் கொள்ளையால் நிகழ்ந்த விபரீதங்கள் என உதாரணங்களை அடுக்கினால், பக்கங்கள் போதாது. துலாபாரத்தை விஞ்சிய கண்ணீர்க் கதைகள் நிறைந்து கிடக்கின்றன இங்கே.

கொரோனா காரணமாகத் திறக்காத கல்வி நிறுவனம் ஒன்றுக்கு கல்விக் கட்டணம் செலுத்த முடியாத துயரத்தில் மனமொடிந்து, தந்தையொருத்தர் திருப்பூரில் தற்கொலை

என்றுகூட செய்தி படித்தேன். இப்போது இவையெல்லாம் வெறும் செய்திகளாகவே கடந்து போய்விடுகின்றன. அதிலும் இந்த ஊரடங்கு காலத்தில் மரணங்கள் எல்லாம் என்ன காரணமாக இருந்தாலும், வெறும் எண் விளையாட்டுக்களே. அதிலும் கல்விக் கட்டணச் சாவுகளுக்கு மதிப்பே இல்லை. இருக்கவே இருக்கிறது ஒரே கேள்வி. "உன்னை யார் அங்கே கொண்டு போய்ச் சேர்க்கச் சொன்னது. அரசாங்கப் பள்ளி இல்லையா".

அரசாங்கப் பள்ளிக்கூடங்கள் அங்கொன்றும் இங்கொன்றுமாய்த் தானே நல்ல நடைபோட்டுக் காட்டுகின்றன? அதன் ஒட்டுமொத்தமான உருண்டு திரண்ட முகம் பொலிவுடையதா? தனியார் பள்ளிக்கூடங்களில் இடைநின்றவர்கள் அரசுப் பள்ளிகளில் சேர ஆர்வம் என்று புளகாங்கிதம் அடைவதைத் தவறென்று சொல்லவில்லை. நகர்ப்புறத்தில் மட்டுமல்லாமல் கிராமப்புறங்களிலும் அரசுப் பள்ளிகளின் தரமும் சேவையும் உயர்வதற்கு உத்திரவாதம் அளிக்க வேண்டும் அல்லவா? எல்லா இடங்களிலும் அரசுப் பள்ளிகள் ஒருசேர எப்படி இருக்கின்றன என்கிற கேள்விக்கான பதிலை மனசாட்சியைத் தொட்டுச் சொல்ல வேண்டும். அந்த அமைப்பின் முகம் என்னவாக மக்கள் மனதில் பதிந்து இருக்கிறது?

வியர்வையையும் இரத்தத்தையும் உறிஞ்சும் அட்டைப்பூச்சிகளே தேவலை என்கிற மனநிலைக்கு மக்கள் நகர்வது எதனால்? ரேஷன் அரிசிக்கும் பொன்னி அரிசிக்கும் உள்ள வேறுபாடுதான் இங்கேயும். அங்கே யார் உன்னை... எனக் கேள்வி கேட்பவர்கள் தனிப்பட்ட வாழ்வென்று வருகையில் எந்த அரிசியை உண்ண விழைவார்கள்?

நகர்ப்புறங்களைவிட இந்த கட்டணக் கொள்ளை கிராமப்புறங்களை, குறிப்பாக இந்த ஊரடங்கு காலத்தில் கடுமையாகப் பாதிக்கிறது. இரண்டு குழந்தைகள் கொண்ட ஒரு சிறு கூலிக் குடும்பத்திற்கு வருடத்திற்கு தோராயமாக முப்பதாயிரம் ரூபாய் வேண்டியிருக்கிறது. அதைத் திரட்ட, அதுவும் வேலை இல்லாத இந்த ஊரடங்கு காலத்தில் எங்கே

போவார்கள்? இந்தயிடத்தில் நுணுக்கமான இன்னொரு விஷயத்தைப் பதிவு செய்ய விரும்புகிறேன்.

பொதுவாகவே சமூகத்தில் மக்கள் எதற்காகவெல்லாம் கடன் வாங்குகிறார்கள்? அதுவும் அதிக வட்டியுடனான கந்து வட்டி? திருமணத்திற்காக வாங்கும் கடன் என்பது குறைவான சதவீதமே. மருத்துவத்திற்காகவும் கல்விக்காகவும்தான் மக்கள் இப்போதெல்லாம் அதிகமும் நெறிக்கிற கடனுக்குக் கழுத்தைக் கொடுக்கிறார்கள். தமிழகம் முழுக்க ஒரு சுற்று சுற்றி வந்தாலே, கந்துவட்டி கொடுப்பவர்கள் வெள்ளை வேட்டியணிந்து சுற்றுவதை தரிசித்துவிடலாம். ஜூன் மாதம் வந்தாலே அவர்கள் பூத்துக் கெலித்துவிடுகிறார்கள்.

கடனைக் கட்டமுடியாமல் தற்கொலை செய்து கொள்கிறவர்களின் கணக்கில் இந்தக் காரணங்கள் எல்லாம் சேர்க்கப்படுகிறதா? குடும்பப் பிரச்சினை என்கிற ஒரே வரி, முடிந்தது ஒரு மனித வாழ்வு. சிறுநீரக மாற்றுச் சிகிச்சை தேவைப்பட்ட ஒருத்தர் அதைச் செய்யாமல் செத்துப் போனார். அவரிடம் கொஞ்சம் பணம் கைவசம் இருந்தது. “பணம் இருந்தும் ஆஸ்பத்திரிக்கு ஏன் போக மாட்டேங்குற” எனக் கேட்டவர்களிடம், “இல்லை. அது புள்ளை படிப்புக்கு வச்சிருக்க தொகை” என்று சொன்னார். இந்தச் சாவு எந்தக் கணக்கில் வரும்?

இந்த விவகாரத்தில் நீதிமன்றம் அறிவுறுத்தல் வழங்கியிருக்கிறதுதான். எப்படி? மாணவர்களின் கல்விக் கட்டணத்தில் எழுபது சதவீதத்தை மட்டுமே வசூலிக்க நிர்பந்திக்க வேண்டுமாம். அதைக்கூட கட்டமுடியாதவர்கள் எங்கே போவார்கள்?

அதற்காக எல்லா தனியார் பள்ளி மாணவர்களின் கட்டணத்தையும் உடனடியாகத் தள்ளுபடி செய்ய வேண்டும் எனக் கோரவில்லை. அந்நிறுவனத்தை நடத்துகிறவர்களுக்கும் அதுசார்ந்த ஆயிரம் செலவுகள் இருக்கும் என்பதையும் புரிந்து கொள்ள முடிகிறது. ஆனால் இப்படி ஒரு பிரச்சினை கொழுந்துவிட்டு எரிகிறது என்கிற கவனமாவது நிர்வாக அமைப்பரங்கில் கூடிவந்திருக்கிறதா?

பொறுப்பேற்றிருக்கிற புதிய அரசின் முன் இந்தக் கேள்வி அவசரக் கூக்குரலாய்த் தொக்கி நிற்கிறது. ராஜேந்திர சோழனின் பிறந்தநாளை, அரசு விழாவாகக் கொண்டாடுவது தொடர்பான தமிழக அரசின் அறிக்கையைப் படித்தபோது, அதில் உள்ள ஒரு வரியைக் கூர்மையாகக் கவனித்தேன். “முதல்வர் கனிவுடன் பரிசீலித்து.” அடையாள அரசியல் நடவடிக்கைகளுக்கெல்லாம் கனிவைத் தோதாகக் காட்டுகிற முதல்வர், இவ்விவகாரத்திலும் காட்ட வேண்டும் என்பதைக் கோரிக்கையாகவே முன்வைக்கிறேன்.

இந்த விவகாரத்தில் ஒரு ஒன்றுதிரண்ட யோசனையும் அதுசார்ந்த திட்டமும் உடனடித் தேவையாக முன் நிற்கின்றன. ஏனெனில் கோரைப் பற்கள் கொண்ட அரக்கன் ஒருத்தன் முன்னைவிட அகோரப் பசியில் கவ்வக் கரங்கள் நீட்டி நிற்கிறான். முட்டையையும் ரொட்டியையும் பிள்ளைகள் பிழைத்துக் கிடந்தால் பிறகு கொடுத்துக் கொள்ளலாம்.

ராஜ அட்டை என்கிற வெள்ளரி

அன்று பிறந்த குழந்தையைப் போல வளவளப்புடன் இருந்த அதை முதன்முதலில் கையில் ஏந்திய நாள் இன்றைக்கும் நன்றாக நினைவில் நிற்கிறது. ஊதா நிறத்தில் விரிந்து கிடந்த ஆளற்ற கடலின் கரையது. ஏதோ ஒரு தைரியத்தில் தனியாக கிளம்பிப் போய், கடல் உள்வாங்குவதற்காகக் காத்திருந்தேன். அதற்கு முன் அப்படியெல்லாம் இறங்கியதில்லை. கடல் உள்வாங்கினால், நிலம்தானே?

கடல் உள்வாங்குவதும், நீர்மட்டம் மேலேறுவதும் இயற்கையான ஒரு அலகிலா விளையாட்டு. எந்த நேரத்தில் அது கழுத்து வரைக்கும் நீர்மட்டம் ஏறிச் சீறும் என்பதெல்லாம் அதன் மடியில் தவழ்பவர்கள் மட்டுமே அறிந்த ரகசியம். அன்றைக்குப் பொழுது அடங்குவதற்கு முன்பு கடல், பேரிரைச்சல் அடங்கி உள்வாங்கத் துவங்கியது. இதற்கு முன் நான் பார்த்த கடலேயில்லை அது. சத்தமடங்கி சமாதானமான காதலியைப் போல் அணைக்கத் துவங்கியது.

இறங்கி அதன் முதுகில் ஏறி நின்றேன். இடுப்பளவு இருக்கிற நீர் வற்றத் துவங்கி கணுக்காலை நனைக்கிற பதத்திற்கு வந்த பிறகு, கையில் ஒரு பையை வைத்துக் கொண்டு மாசு மருவற்ற துல்லியமான, சுத்தமான நீரில் அதைத் தேடி கடலுக்குள்

அதன் வயிறை நோக்கி நடக்கத் துவங்கினேன். துணிந்து ஐந்தடி நடந்தவுடனேயே ஆங்காங்கே கூட்டமாய் மண்ணில் புதைந்து கிடந்தன. சிவப்பு நட்சத்திர மீனொன்றைத் தூக்கும் போது வராத பயம், அதனைத் தொடுகையில் இருந்தது. கையளவு தடிமனில் அரையடி நீளத்தில் முதுகில் புள்ளி புள்ளியான வெள்ளையும் மெதுபச்சை நிறமும் விரவி அது ஒரு பச்சைக் குழந்தையைப் போலப் படுத்துக் கிடந்தது.

யாரையும் அச்சுறுத்தாத, துயரம் தராத ஜீவன் என்று அறிந்திருக்கவும் செய்திருந்தேன். அச்சத்தை விலக்கி அதனைக் கையில் ஏந்திய போது, வெள்ளையாய் பசை போன்ற திரவத்தை என்மீது பீய்ச்சி அடித்தது. அதன் பாதுகாப்பு ஏற்பாட்டுச் செய்கை அது. ஆனாலும் ஒன்றும் செய்யவில்லை என்பதால், தைரியம்கூடி ஆங்காங்கே கிடந்த அத்தனையையும் பொறுக்கத் துவங்கினேன். கடல் மட்டம் ஏறத் துவங்கியவுடன் கரைக்குத் திரும்பி அதைப் பற்றி எண்ணலானேன்.

உலகத்தில் விலை உயர்ந்த பொருளான அது, நீர் சூழ்ந்த பெருவெளியில் அமைதியாக சாந்தமாக எவ்வாறு படுத்துக் கிடந்தது, ஒரு உலகளந்த சிலையைப் போல? ஏன் அவ்வளவு விலை? அப்படியென்ன சிறப்பு அதில்? உலகத்தில் அதன் பிறப்பு நோக்கம் அதுமட்டும்தானா? நீலக் கடலின் ஆழம் வழியாக இந்தக் கேள்விகளை ஏந்தி ஒரு காலத்தில் உலகத்தின் வெவ்வேறு மூலைகளுக்குப் பயணம் செய்திருக்கிறேன்.

கடல் அட்டை என அழைக்கப்படுகிற கடல் வெள்ளரி. ஆங்கிலத்தில் அதை *"Sea Cucumber"* என்பார்கள். அதைப் பற்றி இணையத்தில் தேடினால் தகவல்கள் கொட்டிக் கிடக்கின்றன. எனவே தேவைக்கு அதிகமான விஷயங்களை இங்கே சொல்லாமல், அதனுடனான என் அனுபவங்களை மட்டுமே பகிர்கிறேன்.

செம்மரம் போல எல்லா விலையுயர்ந்த பொருட்களுக்குப் பின்னாலும் சங்கையொத்த மூக்கினை உடைய சீனர்களின் நம்பிக்கை நங்கூரம் போல சப்பணமிட்டு அமர்ந்திருக்கும். கடல் அட்டை விஷயத்திலும் அப்படியே. கடல்

அட்டை உண்ணுவதென்பது சீனர்களைப் பொறுத்தவரை தொன்றுதொட்டு வரும் பழக்கமும் பெருமையும் ஆகும்..

இங்கே கல்யாணம் பண்ணி மறுவீடு செல்லும் பெண்களுக்குச் சீதனம் கொடுத்து அனுப்புவதைப் போல, அங்கே கைநிறையக் கடல் அட்டைகளைக் கொடுத்து அனுப்புவார்கள். மலேசியாவில் நான் பார்த்த சீனன் ஒருத்தன், தன் தங்கைக்கு இப்படிக் கொடுத்து அனுப்ப, உழைத்துச் சம்பாதிக்க வேண்டுமென கண்ணீர் உகுத்து டி.ராஜேந்தர் போல தலையைச் சிலுப்பிக் கொண்டு சொன்னான். "தட்டிப் பாத்தேன் கொட்டாங்குச்சி" எனப் பாடியிருந்தாலும் ஆச்சரியமில்லை.

பண்டிகை விருந்துகளில் கடல் அட்டையைச் சமைப்பதை ஒரு சடங்காகவே சீனர்கள் செய்கிறார்கள். வழக்கம் போல ஆண்மை விருத்திக்கு உகந்த உணவுப் பொருளாகவே இதைச் சீனர்கள் கருதுகிறார்கள். சீன மருத்துவத்தில் நரம்புத் தளர்ச்சியைப் போக்க கடல் அட்டை அருமருந்து. அதனால்தான் தங்கத்தின் விலையைக் கூட அதற்குத் தரத் தயாராக இருக்கிறார்கள்.

ஒருமுறை சந்தையொன்றில் குவித்து வைக்கப்பட்டிருந்தவைகளைப் பார்த்து மிரண்டு போயிருக்கிறேன். உலகில் உள்ள வெள்ளை அட்டை, நூலட்டை, சங்கு அட்டை உள்ளிட்ட அத்தனை வகைகளும் காட்சிக்கு வைக்கப்பட்டிருந்தன. ரகம் வாரியாக எடை வாரியாக. காசு இறாலைப் போலத்தான். ஆனால் இறால் அலுமினியம் என்றால், இது வைரம்.

கிலோவிற்கு ஐம்பது நிற்பது, கிலோவிற்கு பத்து நிற்பது, கிலோவிற்கு ஐந்து நிற்பது எனப் பிரித்து அதன் தரத்திற்கு ஏற்ப விலை. தோராயமாக கிலோவிற்கு ஐம்பது டாலரில் துவங்கும் அடிப்படை விலை உச்சபட்சமாக ஐநூறு டாலர் வரை போகும். கணக்கு கொஞ்சம் கூடலாம், குறையலாம் என்றாலும் வைரம் வைரம்தான்.

அதனைப் பட்டை தீட்டுகிற பக்குவத்தை தமிழ்நாட்டில் ஒரு இடத்தில் பார்த்திருக்கிறேன். அடித்துக் கேட்டாலும் எங்கே எனச் சொல்ல மாட்டேன். சோர்ஸை காட்டிக் கொடுப்பது அழகா, முறையா? எனக்கே அதன் சமையல்முறை நன்றாகத்

தெரியும். டன் கணக்கில் கொடுத்தால்கூட அவித்துத் தந்து விடுவேன். ஏதோ நிலக் கடலையை அவிப்பது போலச் சாதாரண காரியம் இல்லை இது. இதிலும் இன்னார் கைப்பக்குவம் எல்லாம் உண்டு.

பிரியாணி செய்வதற்குண்டான மிகப் பெரிய தேக்ஸா வேண்டும் அதற்கு. கூடவே கிண்டுவதற்கான ஆளளவு உயர்ந்த கரண்டிகளும். பிடித்து வரும் அட்டைகளைத் தரையில் போட்டவுடன், அது உண்ட மண்ணைக் கக்கும். சின்னதான ரயில் பெட்டிகளை ஒத்த மாதிரி, அறுபடாத ஒரு மணல் சங்கிலி. அது வாயைத் திறந்து மூடுவதுகூட, சின்னக் கண்ணன் ஆவென வாயைத் திறந்து மணலைக் காட்டுவதைப் போலவே இருக்கும்.

இந்த இடத்தில்தான் கடல்நீல நிறக் கண்ணனைப் போல, அட்டையின் பிறப்பின் நோக்கத்தையும் சொல்ல வேண்டும். உலகைத் தின்று செரித்துச் சுத்திகரிக்கிற உயிரினங்களில் கடல் அட்டைக்கு முக்கியமான பங்கிருக்கிறது. சின்ன வயதில் பார்த்த மலமுருட்டி வண்டிற்குக்கூட அந்தப் வரிசையில் இடமிருக்கிறது. பூமி அதன் பட்டியலில் எல்லாவற்றிற்குமே சரிசமமாய்த்தான் இடம் அளித்திருக்கிறது.

கடல் அட்டை என்ன செய்கிறதென்றால், கடலின் அசுத்தங்களை உண்டு செரித்து கடலின் மறுசூழற்சிக்கு உத்திரவாதம் அளிக்கிறது. மீன் வளம் பற்றிப் பேசும் போது கடல் அட்டையின் பிறப்பின் நோக்கத்தைப் பரிகசித்துவிட முடியாது. அது இன்னொரு வகையில் அபூர்வமான விலங்கினம். எதிரிகள் தாக்குகையில் உடல் துண்டு பட்டாலும் மறுபடியும் தன்னைத்தானே வளர்த்துக் கொள்ளும் வல்லமை உடையது. தலை தப்பித்தால் போதும், மீண்டும் அது பூரணமாகி வளர்ந்து விடும். அதனால்தான் அந்த அபூர்வமானதை அவிப்பதற்குக்கூட அத்தனை பக்குவம் தேவைப்படுகிறது.

மண்ணை அது கக்கியவுடன், அதனை மல்லாக்கத் திருப்பிப் போட்டு குடலைக் கீறி எடுத்து விட்டால், அது வெறும் ரப்பர் பை மாதிரி ஆகிவிடும். தேக்ஸாவில் கொதித்துக் கொண்டிருக்கும் கடல்நீரில் அதைப் போட்டு மணம் வருகிற வரை வேகவிட்டு,

தோராயமாக இருபது நிமிடம் கழித்து கரண்டியால், கடிகாரச்சுற்றில் மாறி மாறிக் கிண்டிக் கொண்டிருக்க வேண்டும். வேண்டும் என்கிறவர்கள் புகைப்படத்தைத் தேடி எடுத்துப் பாருங்கள். உருளையாய்ப் படத்தில் இருப்பதைப் போல, அப்போதுதான் அது திரண்டு வரும்.

அவித்ததை அப்படியே ஒரு பெட்டியில் போட்டு இருபத்திநாலு மணி நேரம் விட்டுவிட வேண்டும். மறுநாள் நீளமாய் தொளதொளவென முதியவன் ஒருத்தனின் அதைப் போலக் கிடக்கும் அதை எடுத்து, கல்லில் வைத்துச் சுரண்ட வேண்டும். அதன் மேல் ஒட்டியிருக்கிற சுண்ணாம்புப் படிமங்களை நீக்குகிற ஏற்பாடு. படிமங்கள் கண்ணில் தட்டுப்பட்டால், அதிக விலை போகாது.

வெள்ளையாய் பிடிபட்ட அட்டை, இந்தப் படிநிலைகளுக்குப் பிறகு, முதுகில் கறுப்பு நிறம் வயிற்றில் வெள்ளை என வேறு தோற்றம் பூண்டுவிடும். மறுபடியும் அதை அவித்து, கரண்டியால் சுழற்றி எடுத்துக் கவிழ்த்தால், குதிரைகளின் அதைப் போல நீண்டு விரைத்துத் தரையில் கிடக்கும். அப்போது அதை எடுத்து எதிரே தெரிகிற சுவரில் எறிந்தால், பூமராங் போலத் திரும்ப கைக்கு வர வேண்டும். அதுதான் மிகச் சரியான பக்குவம். உண்மையைத்தான் சொல்கிறேன். எமிக்கு அப்படித்தான் பந்தை எறிந்து திரும்பி வருகையில் பிடிப்பதைப் போல அதனை வைத்து வித்தை காட்டி விளையாடினேன்.

பிறகு மாசிக் கருவாட்டைக் காய வைப்பதைப் போலக் கட்டையாக்கி விட வேண்டும். ஈரப்பதம் கொண்டவைகளுக்கு விலையில்லை. இதே மாதிரி அவிப்பதில் நூலட்டைக்கு ஒரு பதம். சங்கு அட்டைக்கு இன்னொரு பதம். அல்பியின் பொண்டாட்டி ஒருதடவை காயப் போட்ட தொகையில் இருந்து ஒன்றை எடுத்து சவ்வக் சவ்வக்கென கடித்துக் கொண்டிருப்பதைப் பார்த்தேன். பசிபிக் பகுதியில் பெண்கள் இவ்வாறு சாப்பிடுவதும் உண்டு. எனக்கும் ஆசை வந்து கையை நீட்டிக் கொஞ்சத்தை வாங்கி வாயில் போட்டேன். பல்லில்லாத முதியவன் கறியை மெல்லுவதைப் போல இருந்தது. அதுவொரு

ரப்பர் என உணர்ந்தேன். எனக்கான உணவுப் பண்டம் அது கிடையாது என உடனடியாகத் தோன்றியது.

சீனர்கள் பிறகு எப்படித்தான் அதைச் சமைக்கிறார்கள்? பிலிப்பைன்ஸ் சீனனான ஜெரோமயிதான் முதலில் அதை எனக்குக் காட்டித் தந்தான். அவிப்பதைப் போல, அதனை உண்ணும் பக்குவத்திற்கு தயார் செய்வதும் ஒரு கலையே. கட்டை மாதிரி இருப்பதை மறுபடி வேக வைத்து, சீன மூலிகைகள் போட்டு ஒருநாள் முழுக்க ஊற வைக்கிறார்கள்.

கடலில் இருந்து பிடிக்கையில் அரையடி நீளத்தில் இருக்கும் அது காய்ந்தவுடன் விரல் நீளத்திற்கு சுருங்கி விடுகிறது. மீண்டும் சமைக்கையில் முதலில் அவிக்கும் போது இருந்த மாதிரி மாறி விடுகிறது. அதை ரொட்டியை வெட்டுவதைப் போல வெட்டிப் பிறகு சூப் மாதிரிச் சமைக்கிறார்கள். சீனர்களைப் போலத் தலைகுனிந்து ஒருமுறை முழுக் கிண்ணத்தில் இருந்ததையும் குடித்து மென்று தின்று நிமிர்ந்த போது, உடல் எங்கும் வியர்த்திருந்தது.

வழக்கமாக சாப்பிடுகையில் அப்படியெல்லாம் நடக்காது. "சாப்பிட்ட உடனேயே ரத்த ஓட்டம் அதிகரிச்சுடும் பாஸ். இப்ப உன்னை விட்டா குதிரை தோத்திடும்" என்றான் ஜெரோமயி கண்களைச் சிமிட்டி. ஆமாம், எனக்கும் அப்போது அப்படித்தான் தோன்றியது. அதனால்தான் என்னவோ கடலட்டை சூப்பிற்கு அப்படியொரு விலை.

சீனர்கள் அதனாலேயே உலகம் முழுக்க அது படுத்து உருள்கிற பக்கமெல்லாம் தங்களது சின்னக் கால்களைப் பதிக்கின்றனர். சமீபத்தில் ஒரு செய்தியைப் படித்தேன். இலங்கையில் சீன நிறுவனங்களின் துணையுடன் கடல் அட்டை வளர்ப்பு தொழில்முறையாகத் துவங்கி விட்டது. கூண்டு வைத்து வளர்க்கும் முறை. சராசரியாக கடலட்டை இலட்சக்கணக்கான முட்டைகளை இடும் என்கிறார்கள். அதுபோக ஆய்வகங்களில் குஞ்சைப் பொறித்து கடலில் விட்டு வளர்த்து விற்கிற முயற்சி அங்கே துவங்கி விட்டது. ஏற்கனவே பிலிப்பைன்ஸில் வெற்றிகரமாக செயல்படுத்தப்பட்ட முறைதான் இது.

இலங்கையில் இதற்கு எதிர்ப்பும் ஆதரவும் உண்டு. அங்கே என்ன நடக்கிறது என்பது நமக்கு முழுமையாகத் தெரியாது என்பதால் அதனைத் தாண்டிப் போய் விடலாம். ஆனால் இதை மையமாக வைத்து, இந்தச் சந்தையைப் பற்றிச் சொல்வதற்கு நிறைய விஷயங்கள் இருக்கின்றன.

முதலில் தமிழகத்தில் இருந்து துவங்குவோம். அடிக்கடி செய்திகளில் பார்த்திருப்பீர்கள். "கடல் அட்டை பதுக்கி வைத்திருந்த மீனவர்கள் கைது", " ஒரு டன் கடல் அட்டை மீண்டும் கடலில் கலப்பு" என்பதைப் போன்று. விஷயம் என்னவென்றால், மத்திய சுற்றுச்சூழல் அமைச்சகத்தால், அரிய விலங்கினங்களின் பட்டியலில் சேர்க்கப்பட்டு கடல் அட்டை பிடிப்பது தடை செய்யப்பட்டு இருக்கிறது.

இதுமாதிரி 2001 ஆம் வருடம் 61 வகையினங்களைப் பிடிப்பதற்குத் தடை உத்தரவு கொண்டு வந்தார்கள். தூத்தூரில் இருந்து நூற்றுக்கணக்கான மீனவர்கள் டெல்லி கிளம்பிப் போய் போராடி, சுறா பிடிப்பதற்கான தடையை மட்டும் நீக்கித் திரும்பினார்கள். அவர்கள் மட்டும் போராடாமல் இருந்திருந்தால், இப்போது மாதிரி நாக்கைச் சுழற்றி, சின்ன வெங்காயம், பூண்டு போட்டு, நல்லெண்ணெய் எல்லாம் ஊற்றிச் செய்த சுறாப் புட்டை சாப்பிட்டுக் கொண்டிருக்க முடியாது.

2001 ஆம் ஆண்டிலிருந்து இப்போது வரை மீனவர்கள் கடல் அட்டை பிடிக்க அனுமதிக்க வேண்டும் எனப் போராடிக் கொண்டிருக்கின்றனர். தெரியாமல் வலையில் சிக்கினால்கூட முப்பதாயிரம் ரூபாய் அபராதத்துடன் ஏழு ஆண்டு சிறைத் தண்டனை. அப்படி நிறையப் பேர் வழக்கு போடப்பட்டு இருக்கிறார்கள். அதற்காக தமிழக மீனவர்கள் அத்தனை பேரையும் அக்மார்க் தங்கம் என்று சொல்ல வரவில்லை.

தடை செய்யப்பட்ட இழுவைமடி வலைகளை எல்லாம் சர்வசாதாரணமாகப் பயன்படுத்துகிறவர்கள் ஆயிற்றே? மீன்பிடித் தடை காலத்தில்கூட பைபர் படகில் யமஹா இரட்டை எஞ்சினை பயன்படுத்தி முகத்துவாரங்களில் சினை இறால்களை வேட்டையாடத் துணிந்தவர்கள் ஆயிற்றே?

அடுத்தவன் எல்லைக்குப் போய் தடைசெய்யப்பட்ட வலைகளைப் பயன்படுத்தி அவனுடைய கடல் வளத்தையும் அழித்துவிட்டு, நியாயம் பேசுகிறவர்கள் ஆயிற்றே? இதைப் பற்றியெல்லாம் இங்கே வெளிப்படையாகப் பேச இயலுமா என்ன?

அதனால் கண்மூடித்தனமாக விவசாயிகளைப் போல மீனவர்களையும் ஆதரிக்க நான் தயாராக இல்லை. அதேசமயம் பிரச்சனைகளின் பொருட்டு அவர்களை ஆதரிக்கத் தயங்கவும் மாட்டேன். கடல் அட்டை விஷயத்தைப் பொறுத்தவரை மத்திய அரசு செவியற்றுச் செயல்படுகிறது. சமீபத்தில் தேர்தல் பிரச்சாரத்திற்கு ராமேஸ்வரம் வந்த மத்திய அமைச்சர் ஒருத்தர், கடல் அட்டை மீதான தடை நீக்கம் பரிசீலிக்கப்படும் என்று சொன்னதையும் இங்கே கவனத்தில் கொண்டு வருகிறேன். ஆக, அதற்கான பேச்சுக்கள் துவங்கி விட்டன. அதனால்தான் இதை எழுதவும் செய்கிறேன்.

இந்தியாவைத் தவிர சுற்றி இருக்கிற நாடுகளில் எல்லாம், கடல் அட்டை பிடிப்பு தடை செய்யப்படவில்லை. சுற்றி எரிகிற நெருப்பிற்கு நடுவே கற்பூரம் போலத்தான் நம்முடைய நிலை. பிற நாடுகள் பிடிப்பு என்கிற நிலைதாண்டி வளர்ப்பு என்கிற அடுத்த கட்டத்திற்கு நகர்ந்துவிட்டனர்.

தடை காரணமாக இங்கே பிடிப்பு நடைபெறவே இல்லையா? சட்டத்தை மீறுவதில் கடல் விதிவிலக்கா என்ன? இங்கிருந்து இலங்கை போய், சிங்கப்பூர் அடைந்து அங்கிருந்து ஹாங்காங் வழியாக கடலட்டைகள் சீன தேசத்தை தினமும் எட்டத்தான் செய்கின்றன. எத்தனை தடை போட்டாலும் அந்த வியாபாரத்தை தடை செய்யவே முடியாது. பிறகு திறந்துவிட்டுத் தொலைத்தால்தான் என்ன?

கரையில் சட்டம் தீவிரமாக வலை வீசுகிறது. அதேசமயம் ஆழ்கடலில் வலை வீசும் வணிகக் கப்பல்களுக்கு இந்தச் சட்டம் பொருந்தாதா? இதைப் பற்றி எல்லாம் அரசு எப்போது ஆழமாக யோசிக்கத் துவங்கும்? கடலைக் காப்பது எனச் சொல்வது நல்ல விஷயம்தான். ஆனால், கடலைக் காக்கும்

பொறுப்பு மீனவர்களுக்கு மட்டுமா? தரைச் சமூகத்திற்கு அதில் பங்கே இல்லையா?

தூய நீரை கடலில் சேர்க்கும் ஆற்றின் முகத்துவாரங்களை எல்லாம் புதர் மண்டக் கொடுத்து அடைத்தது யார்? தரைச் சமூகம் கடலுக்குச் செய்த தீ வினை இது இல்லையா? ஒருதடவை கொங்கு பனியன் நிறுவன உரிமையாளர் ஒருத்தரிடம் பேசிக் கொண்டிருந்தேன். "இங்க இருக்கற சாயக் கழிவுகளை எல்லாம் ஒரு கொழாய் போட்டு நேரா கடல்ல கொண்டு போய் விடற மாதிரி ஒரு திட்டத்தை அரசு கொண்டு வரணும்ங்க" என்றார் கூச்சமும் அறிவும் இல்லாமல்.

இப்படி எல்லா வகைகளிலும் தரை, கடலை மாசுபடுத்தி விட்டு, மீனவனை மட்டும் குற்றம் சாட்டுவது நியாயமா? மறுபடியும் சொல்கிறேன், அதற்காக அவர்களை தங்கப் பதக்கம் சிவாஜி மாதிரி என்றெல்லாம் சொல்லவில்லை. கடல் வளத்தை அழிப்பதில் மீனவர்களுக்கு நிகராகப் பொது தரைச் சமூகத்திற்கும் பங்கிருக்கிறது என்பதைத்தான் இந்தயிடத்தில் அழுத்தமாகச் சொல்கிறேன்.

ஏற்கனவே சமீபமாக மீன்பிடித் தொழில் ஒன்றும் சொல்லிக் கொள்கிற மாதிரி இல்லை. நான் பிறப்பால் மீனவன் இல்லை என்பதால் அதன் அடியாழங்களுக்குள் செல்ல விரும்பவில்லை. பேராசிரியர் வறீதையா போன்ற கடலோடிகளிடம் கேட்டுப் பாருங்கள். அவரே ஒரு கடல் முத்துக்கு நிகரானவர்தான். கடல்பாடுகள் பற்றி கதை கதையாய்ச் சொல்வார். அப்படி எனக்கு கடலைப் பற்றி நிறையக் கற்றுக்கொடுக்கவும் செய்திருக்கிறார்.

ஒரு விஷயத்தை தடை காரணமாகப் பிடிக்கக் கூடாது என்றால், யாரும் பிடிக்கக் கூடாது. ஆனால் ஆழத்தில் தங்கு தடையில்லாமல் நடக்கும் கடல் அட்டை வணிகம், தரைக் கடலில் மட்டும் நொண்டியடிப்பதற்கு என்ன காரணம்? அமைந்திருக்கிற புதிய தமிழக அரசு ஆக்கப்பூர்வமாக இந்த விஷயத்தில் முன்னகர வேண்டும். இப்போது இருக்கிற மீன்வளத் துறை அமைச்சருக்கு முதலில் எல்லா வகை மீன்களைப்

பற்றியும் சொல்லித் தர வேண்டும் என்பதை ஆணித்தரமாக நம்புகிறேன்.

ஏனெனில் சமீபத்தில் அவர் சார்ந்த துறை பற்றி அவர் கொடுத்த ரேடியோ பேட்டியொன்றைக் கேட்டேன். நல்லவேளை சுறாமீனுக்கு இதையெல்லாம் கேட்கிற சக்தியில்லை. இல்லையெனில் எக்குத்தப்பாக குரல்வளையைக் கடித்து வைத்திருக்கும்.

தமிழகக் கடற்பரப்பை ஒட்டிய நாடான இலங்கையில் கடல் அட்டை சம்பந்தமான இன்னொரு பாய்ச்சல் நடக்கத் துவங்கி விட்டது. அதன் சாதக பாதங்கள் பற்றி அவர்கள் சொல்வதையும் கேட்போம். இங்கும் கடல் அட்டை பிடிப்பு மற்றும் வளர்ப்பு சம்பந்தமான அரசின் கொள்கை முடிவு குறித்த விவாதங்கள் துவங்க வேண்டும்.

இங்கே விவரித்தவைகளில் பிழைகள்கூட இருக்கலாம். ஏனெனில் பரந்து விரிந்த கடலைப் போலவான துறை இது. நானோ கரையில் இருந்தே படகோட்டியவன். ஆனால் உரையாடல் துவங்க வேண்டும் என்பதில் நிச்சயம் எனக்கு மாற்றுக் கருத்தில்லை. சர்வதேசச் சந்தையில் சட்டத்திற்கு புறம்பானது எனச் சொல்லப்படும் கடலட்டை இங்கிருந்து தங்கு தடையில்லாமல் கிளம்பிப் போய், பலருக்கு வருமானத்தை ஈட்டித்தந்தபடியேதான் இருக்கிறது. அது இங்கிருப்பவர்களின் தட்டில் முறையாக விழுந்தால்தான் என்ன?

தமிழக மீனவர்களும் ஊதாரி மைந்தனைப் போல தன்னுடைய வளத்தைப் பொறுப்பற்று விசிறியடிக்காமல் இருக்க இனியாவது கற்பார்கள் என நம்புவோம். ராஜ அட்டை விஷயத்தில், கடலின் தடத்தில் இயற்கையாய்ப் பயணிக்கும் படகைப் போலத் துவங்கட்டும் புதிய பயணம்.

வெள்ளரியின் வாய்பிளப்பில் தெரிகிறது கடல்பாடு. குதிரையின் குளம்படிச் சத்தம் காதுகளில் கேட்கிற சீனனைப் போல நிமிர்ந்து அமர்கிறேன்.

உப்பில்லா பண்டம்

இப்போதுதான் டிப்ளமோ படிப்பை முடித்த தம்பியொருத்தன் தினமும் என்னோடு அதிகாலை ஏலத்திற்கு வந்து கொண்டிருக்கிறான். "நாம ஒவ்வொரு கிலோவா விக்கறதுக்கு பதிலா ஏன் சார் மொத்தமா ஹோட்டல்களுக்கு பல்க்கா ஆர்டர் எடுத்து விக்கக்கூடாது. எதுக்கு இப்படி நாயா பேயா அலையணும். உக்காந்த இடத்தில இருந்து கைமாத்தி விட்டிரலாமே" என்றான் ஒருதடவை கண்கள் மினுங்க. நாங்கள் அப்போது காசிமேடு ஐஸ் பேக்டரி இருக்கிற இணைப்புச் சாலையில் நடந்துகொண்டிருந்தோம்.

இருபுறமும் இருந்த கட்டிடங்கள் காரைபெயர்ந்து இடிந்து விழுகிற நிலையில் இருந்தன. மேல் குடிசை போட்ட மண் கட்டிடங்கள் முற்றிலும் சிதிலமாகி இருளடைந்து கிடந்தன. அதன் வாயிலில் பன்றிக் குட்டிகள் சில படுத்துருண்டு கொண்டிருந்தன. ஒரு பத்து வருடத்திற்கு முன்புகூட ஜேஜேவென வியாபாரம் நடந்த செட்கள் எல்லாம் இடிந்து விழக் காத்திருந்தன.

உப்புக் காற்று எம்மாம் பெரிய கட்டிடத்தையும் அரித்து விடும் என்கிற நிலையில், இக்கட்டிடங்கள் எல்லாம் எம்மாத்திரம்? உப்புக் காற்று அரிக்கும் வாழ்வு என ஒரு வரி மேலெழுந்து வந்தது. கூடவே உப்பில்லா பண்டம் என்கிற வரியும்.

உடனடியாக அப்போதே இதை எழுதத் தீர்மானித்தேன். இதுவுமே அந்தத் தம்பி கேட்ட கேள்வியொன்றின் வழியாக செல்லரிக்கும் விஷயத்தைப் பற்றியதுதான்.

மொத்த வியாபாரம், சில்லரை வியாபாரம் என்பது தனித்தனி துறை. ஒவ்வொன்றிற்கும் தனித்தனியாகவே துறை சார்ந்த ஒழுக்கங்கள் இருக்கின்றன. ஒன்று அரபிக் கடலென்றால், இன்னொன்று வங்கக் கடல். அந்தளவிற்கு இரு துறைகளுமே பரந்துபட்ட வீச்சையும் ஆழத்தையும் கொண்டவை.

இப்போது இங்கே சொல்வது அந்தக் கடலில் இருந்து கையில் அள்ளுகிற நீரளவில் மட்டுமே. அனுபவங்களில் இருந்து பாடம் படிக்க விழையாமல், குருட்டு தைரியத்தில் கடலை நோக்கிப் போகிறவர்களுக்கான ஆற்றுப்படுத்தல் மட்டுமே. இதில் வென்று கொடி நாட்டியவர்கள் பற்றிச் சொல்லவில்லை. துவண்டு சுருண்ட நாணயத்தின் இன்னொரு பக்கத்தைப் பற்றியது.

கடை துவங்கிய புதிதில் ஹோட்டல்களுக்கு மொத்தமாக சப்ளை செய்வது குறித்த பிரமைகளும் அதுசார்ந்த முயற்சிகளும் முன்னெடுப்புகளும் எங்களுக்கும் இருந்தன. சென்னையில் இருக்கிற நட்சத்திர ஹோட்டல்கள் சிலவற்றிற்கும் உயர்தர க்ளப்புகள் சிலவற்றிற்கும் சப்ளையராகவும் இருந்தவகையில் சந்தித்த பெருஞ்சிக்கல்களைச் சொல்கிறேன்.

பெரும்பாலும் நட்சத்திர விடுதிகள் ஆண்டு முழுவதும் ஒரே விலை என்கிற அடிப்படையில் செயல்படுபவை. ஒருவகையில் ஆண்டு குத்தகை என்கிற வகையில் நம்முடைய தலையை அவர்களிடம் வெட்டக் கொடுப்பது. அந்த வேலையை அவர்களும் ரசித்துச் செய்வார்கள். உதாரணமாக வருடம் முழுவதும் முழு வஞ்சிர மீனை அறுநூறு ரூபாய் என்கிற ஒப்பந்தத்தில் அளிப்பது.

விலை எண்ணூறு ரூபாய் எனக் கூடிவிட்டது என்கிற பேச்சுக்கெல்லாம் அங்கே இடமில்லை. அதே சமயம் நானூற்றைம்பதாக விலை குறைகிற நேரத்தில், கெலித்து விடலாம் என்கிற உற்சாகத்தில் போய் நின்றால், அங்கே நமக்குப் பதிலாக இன்னொரு வண்டி நின்றுகொண்டிருக்கும். நம்மை

மாதிரி பல சப்ளையர்களோடு ஒரே நேரத்தில் தொத்துக்கால் போட்டு விளையாடிக் கொண்டிருப்பார் அந்த நிறுவனத்தின் கொள்முதல் மேலாளர்.

பெரும்பாலும் அந்த ஒப்பந்த விலையை ஒட்டியே, கிலோவிற்கு முப்பது நாற்பது ரூபாய் என்கிற அளவில் வியாபாரம் நடக்கும். எங்களை மாதிரியான ஆட்களைப் பொருத்தவரை, பிரதமர் வந்தா தங்குகிற ஹோட்டலுக்கு நாங்கள் சப்ளையர் என்கிற கௌரவம் சார்ந்த வியாபாரம் மட்டுமே இது. பெருங்காசு வைத்துச் செய்பவர்களின் கதையெல்லாம் தனிரகம்.

ஆட்டைத் தூக்கி குட்டியில், குட்டியைத் தூக்கி ஆட்டில் என்கிற மாதிரியான சூழல் வாய்த்தவர்களைப் பொறுத்தவரை இது கவனம்கூடி பயணம் செய்ய வேண்டிய சாலை. தங்கத்தின் விலையைப் போல அன்றாடம் ஏறியிரங்கும் மீன் வியாபாரத்தில் இது போன்ற ஒப்பந்தங்கள் எதிலும் சிக்கிக் கொள்ளக் கூடாதென்பது சுறா மீன் கடித்த கையைப் போல பட்டுக் கொண்ட பிறகுதான் விளங்குகிறது.

இந்த வியாபாரத்தில் அதிகபட்சம் கிலோவிற்கு முப்பது ரூபாய் இலாபத்திற்கு மேல் அனுமதிக்கவே படுவதில்லை என்பதைப் பிற்பாடு உணர்ந்துகொண்டேன். கண்ணுக்குத் தெரியாத கயிறொன்றில் கட்டப்பட்டிருக்கிற மாட்டைப் போலத்தான் நாமும் என்கிற உணர்வு வந்த தினத்தில் அந்த வியாபாரத்தைச் சுத்தமாக உதறினேன்.

இந்த ரக ஹோட்டல்கள் அறுபது நாட்களுக்கு ஒருதடவை பில் செட்டில்மெண்ட் என்கிற அடிப்படையில் செயல்படுபவை. தினமும் குறைந்தது ஒரு ஹோட்டலுக்கு பத்தாயிரம் ரூபாய் என்றால் மாதத்திற்கு எவ்வளவு? மூன்று இலட்ச ரூபாய்க்கு குறைந்த வட்டி எவ்வளவு? பொருள் வழங்கிய வகையில் கிடைக்கிற இலாபம் எவ்வளவு? என்கிற கணக்குகளையெல்லாம் ஆற அமரப் போட்டுப் பார்த்தால் நான் முன்னே சொன்ன வெட்டுத் தலை உதாரணம் விளங்கும்.

நட்சத்திர ஹோட்டல்களுக்கு அடுத்தபடியாக, செட்டிநாடு,

கொங்குநாடு போன்ற மத்திய தரத்திலான ஹோட்டல்கள். இன்றைய தேதியில் சிந்தாதிரிப் பேட்டை சந்தைக்குள் நுழைந்து கதைகளைக் கேட்டுப் பாருங்கள். அத்தனையும் கண்ணீர் ஆறாய்ப் பெருகுகிற சித்திரங்கள். இந்த கௌரவ வியாபாரத்திற்கு அவர்கள் கொடுத்த விலை அதிகம்.

எல்லோருக்கும் தெரிந்த அந்தத் தெற்கத்தி செட்டிநாடு உணவகம் தன்னுடைய மீன் சப்ளையருக்கு மட்டும் இருபத்தியேழு இலட்சம் ரூபாய் பாக்கி வைத்திருக்கிறது. ஈரோட்டைச் சேர்ந்த அண்ணன் விலாஸ் என்கிற ஹோட்டலில் இருந்து எங்களுக்கு அழைப்பு வந்தது. அப்போது ஆசை எட்டிப் பார்த்தது என்பதையும் மறுப்பதற்கில்லை. எதற்கும் விசாரிப்போம் என அந்த ஹோட்டல் கடை போட்டிருந்த கட்டிடத்தின் உரிமையாளரான நண்பர் ஒருத்தரிடம் விசாரித்தேன். "தயவு செஞ்சு சிக்கிராதே. அவனுக எனக்கே ஒரு வருஷம் வாடகை பாக்கி வச்சிருக்கானுக" என்றார்.

அப்புறம் மெல்ல பேட்டைக்குள் காது கொடுத்துக் கதை கேட்டுப் பார்த்தேன். ஏமாற்றுவதை மட்டுமே நோக்கமாகக் கொண்டு அந்த நிறுவனம் பல சப்ளையர்களைப் பயன்படுத்தியது தெரிய வந்தது. ஒவ்வொருத்தருக்கும் பல இலட்சம் பாக்கி. தனது மனைவியோடு ஹோட்டல் வாசலில் போய் தீக்குளிக்கப் போவதாகச் சொன்ன அண்ணன் ஒருத்தருக்கு மட்டும் பதினேழு இலட்ச ரூபாய் பாக்கி விழுந்திருக்கிறது.

இதுபோல் சென்னையில் உள்ள புகழ்பெற்ற ஹோட்டல் சங்கிலிகள் பலவும் அவர்களுடைய சப்ளையர்களை மரண பயம் காட்டித் தொங்கலில்தான் வைத்திருக்கின்றன. வேண்டுமானால் இந்தத் துறையில் உள்ள நண்பர்களிடம் கேளுங்கள், விபரத்தைச் சொல்வார்கள்.

இதில் மேலே குறிப்பிட்டுள்ள ஹோட்டலைப் போன்றவர்கள், மொத்தமாக ஏமாற்ற வேண்டும் என்கிற நோக்கோடு செயல்படுபவர்கள். பணம் கேட்கப் போனால், முன்னாள் முதல்வரின் உறவினர் எனச் சொல்லி மிரட்டுகிறார்கள் என்று அந்த ஹோட்டலைப் பற்றி ஜூனியர் விகடனில் கட்டுரையே

வந்தது. இந்த வகையினர் வெகு சிறுபான்மையினர் என்பதால் இதை ஒட்டுமொத்த சித்திரமாக ஒருதுறை சார்ந்த விவரிப்பில் முன்வைக்க முடியாது. எனினும் இப்படியும் இருக்கிறார்கள் என்பதைக் கவனப்படுத்தாமலும் இருக்க முடியாது.

இச்சிக்கல்களுக்கு நடுவிலும், எதற்காக விடாமல் சப்ளை செய்கிறார்கள்? இந்த மாதிரி ஏமாற்றுபவர்களைத் தாண்டி மிச்சம் உள்ள ஹோட்டல்களின் நோக்கம், மொத்தத்தையும் தட்டிப் பறிப்பதல்ல. ஆனால் ஒரு சங்கிலியில் கட்டி வைத்திருக்கிற செல்ல நாயைப் போல பரிபாலனம் செய்வது. அத்தனை செளகரியங்களும் கிடைக்கும் என்றாலும், நாய் நாய்தான் என்பதுமாதிரி. இன்னொரு வகையில் புலியின் வாலைப் பிடித்தது போல என்கிற உதாரணம் மிகச் சரியாகப் பொருந்திப் போகும்.

இரண்டு லட்ச ரூபாய் பாக்கி கேட்டுப் போய் நிற்கும் போது முப்பதாயிரத்திற்கு காசோலை தருவார்கள். அதை வாங்குவதற்குள் நாற்பதாயிரம் ரூபாய்க்கு சரக்குப் போட வேண்டும். இந்த சப்ளை சங்கிலியை அறுந்துவிடாமல் பார்த்துக் கொள்ள வேண்டும். சப்ளை சங்கிலியில் தொடர்ந்து இருக்கிற வரைக்கும்தான் காசோலை போன்ற மாலை மரியாதைகள்.

அவர்கள் இவர்களுக்கு பாக்கி வைத்திருக்கிறார்கள். இவர்கள் இன்னொருத்தருக்கு பாக்கி வைத்திருக்கிறார்கள். அவர் வேறொருவருக்கு பாக்கி வைத்திருக்கிறார் எனத் தொடரும் ஒரு சுழற்சி வியாபாரம் இது. இந்த சங்கிலியில் எங்கேனும் ஒரு கண்ணி அறுந்துவிட்டால், யாருக்கோ அது பேரிடி. யாரோ ஒருத்தர் தற்கொலையின் முனைக்குத் தள்ளப்படுவார். அது இந்தத் துறையில் நிறையவே நடந்திருக்கிறது.

முன்னே சொன்ன, மனைவியுடன் தீக்குளிக்கத் தயாராக இருந்தவர் இப்போது இந்த மரண முனையில்தான் நிற்கிறார். என்றேனும் கண்ணீர் அஞ்சலி போஸ்டரில் அவர் வாய்விட்டு மகிழ்ந்து சிரித்தாலும் ஆச்சரியப்படுவதற்கில்லை. இப்போது அந்தச் சுழற்சியின் கண்ணி அறுபட்டுவிட்டதால், சிந்தாதிரிப் பேட்டைக்குள் ஒளிந்து மறைந்து வியாபாரம் செய்து

கொண்டிருக்கிறார். ஏனெனில் அவர் பாக்கி வைத்தவர்கள் அவரைத் தேடிக்கொண்டிருக்கிறார்கள்.

அவர்களை வேறொருவர் தேடித் துரத்திக்கொண்டிருக்கலாம். பூனை எலியோட்டம் இத்துறையில் சகஜமானது. சிலநேரங்களில் மனசாட்சியை எல்லாம் கழற்றி வைத்துவிட்டு ரசித்தாடும் ஆட்டமும்கூட. இன்னொரு கோணத்தில் வேறு வழியில்லாத, கையறு நிலையிலாடும் வாழ்விற்கான ஆட்டமும்.

ஆற அமர யோசித்துப் பார்த்தால், இந்தக் கண்ணியில் கடைசியில் உண்மையாகப் பாதிக்கப்படுவது பொருளின் உற்பத்தியாளர்கள்தான். கைமாற்றி விடுபவர்களுக்கு எப்போதுமே சொல்வதற்கு நிறையக் கதைகள் கைவசம் இருக்கின்றன. ஏதோ சிறுதொகையாவது அவர்களுக்குக் கிடைத்து விடுகிறது.

மூன்றாவது வகை, சிறிய ஹோட்டல்கள். இவர்களால் பெரியளவிற்கு பெரும்பான்மையானோருக்குப் பாதிப்புகள் இல்லையெனினும் கீறல்களும் இல்லாமல் இல்லை. அவர்களின் கொள்முதல் அளவு குறைவு. பில் டூ பில் என்கிற முறையில் தொகையை அளிப்பதாகச் சொன்னாலும் பாக்கி வைக்கிற பழக்கம் இந்த பக்கிகளுக்கும் உண்டு.

ஆனால் அதற்கு நியாயமான காரணங்களும் இருக்கும். "ஏவாரமே இல்லைண்ணே. டெய்லி வட்டிக்கு இன்னைக்கு எடுத்து வச்சிருக்கேன்" என பரோட்டாவுக்குப் பிசைவதைப் போல கையைக் கசக்குவார்கள். இதுபோல் ஐந்து ஹோட்டலுக்கு சின்னளவில் சப்ளை செய்வோம். ஒரு ஹோட்டலின் பெண்டிங் முப்பத்தி ஐந்தாயிரம் என்று வைத்துக்கொள்ளுங்கள். திடீரென சொல்லாமல் கொள்ளாமல் வியாபாரம் நஷ்டமாகி, மூடி விட்டுச் சென்றுவிடுவார்கள். கணக்குப் பார்த்தால், மீதி நான்கு ஹோட்டல்களுக்கு சப்ளை செய்ததன் வழியாக வந்த ஒட்டுமொத்த இலாபத் தொகையாக அது இருக்கும்.

ஆக, அந்த மூன்று மாதம் ஐந்து ஹோட்டல்களுக்கும் செய்தது எல்லாம் இலவசச் சேவை என்கிற காந்தி கணக்கில் வந்து

சேர்ந்து விடும். சிலநேரங்களில் நஷ்டக் கணக்காக. இப்படித்தான் இந்த காந்தி கணக்கு மேல் மட்டத்தில் இருந்து கீழ்மட்டம் வரைக்கும் அழுத்தமாக நங்கூரமிட்டு அமர்ந்திருக்கிறது.

மொத்தத்தில் இது மதிப்புக் கூட்டி விற்பவர்களின் காலம். உற்பத்தியாளர்களுக்குப் போதாத காலமும். புத்தக வியாபாரத்தில் கூட இதைப் பார்க்கலாம். "சேல்ஸே இல்லைங்க" என கடைசியில் ஆணியை அடிப்பது பொருளின் உற்பத்தியாளரான எழுத்தாளரின் தலையில்தான். மறுபடியும் ஹோட்டலுக்கு வருவோம். பொருளை மதிப்புக் கூட்டி விற்று அதன் எல்லா செலவினங்களுக்கும் பயன்படுத்திக் கொள்கிறது அந்நிறுவனம். மின்சார வாரியத்திற்கு பாக்கி வைக்க முடியுமா? ஆனால் உணவுப் பொருள் உற்பத்தியாளனுக்கு பாக்கி வைப்பது அடிப்படை உரிமை என்பது போல ஒரு புரிதலும் செயல்பாடும் இருக்கிறது.

பொதுவாகவே காய்கறி இறைச்சி போன்ற அழுகுகிற பொருட்களுக்கு வருகிற ஆபத்து இது. மேசை, நாற்காலி என்றால் வைத்துப் பதுக்கி நேரம் பார்த்து விற்றுக்கொள்ளலாம். தக்காளியையும் மீனையும் எத்தனை நாள் பொத்திப் பாதுகாக்க முடியும்? எனவே இங்கே பெரிய அளவில் பொருளை அழித்துக் கொடுப்பவர்களின் கையே ஓங்கியிருக்கும். பொருள் போயழிந்தால் தேவலை என்கிற நிலையில்தான் இந்தக் கடன் வியாபாரம் நடக்கிறது.

ஆனால் ஆண்டுக் கணக்கில் போராடி, நிலைநின்று எழுந்து நிற்பது என்கிற வகையில் சில்லறை வியாபாரம் கொஞ்சம் சிக்கலானதும் பெருமுயற்சிகள் பலதைக் கோருவதும்தான். அதேசமயம் கையிலே காசு வாயிலே தோசை என்கிற வகையில் மிகப் பாதுகாப்பானது. என்னிடம் தொழில் சம்பந்தமாகக் கேட்டு வருபவர்களிடம் சொல்வது இதுதான். வட்டிக்கு வாங்கியோ சொற்ப முதலீட்டிலோ செய்வதென்றால், இந்த மாதிரி அழுகுகிற பொருட்களில் மொத்த வியாபாரம் செய்யாதீர்கள். அதிலும் இதுபோன்ற கடன் வியாபாரங்கள் பக்கம் தலையையே வைத்துப் படுக்காதீர்கள்.

தாங்குகிற சக்தியிருந்தால் எதையும் செய்து பார்க்கலாம், தப்பில்லை. உருண்டு புரண்டு, புரட்டித் திரட்டி ஆற்றில் குதிக்க விழைபவர்களுக்காக இதைச் சொல்கிறேன். இதில் கோலோச்சும் மற்றவர்களை இந்தக் கணக்கில் சேர்க்கவே இல்லை.

இதில் சொல்லியிருப்பதெல்லாம் கொரானா காலத்திற்கு முந்தைய நிலவரம். இப்போது நிலைமை மரணக் கிணறு விளையாட்டை விட மேலும் கொடூரமானதாக மாறியிருக்கிறது. ஏற்கனவே கடுமையான நஷ்டத்தில் தவிக்கிற ஹோட்டல்கள் எல்லாம் என்ன செய்து மேலே ஏறிவருவது என்கிற தத்தளிப்பில் இருக்கின்றன. சும்மாவே கடிக்கிற சிங்கம், இப்போது பெரும்பசியில் இருந்தால் என்ன செய்யும்?

புரிந்து ஒதுங்கி விலகுவது ஒவ்வொருத்தரின் பொறுப்பும். இப்போதும் எங்களைத் தேடி ஹோட்டல்கள் வருகின்றன. "கிலோவுக்கு இருபது ரூவா கம்மியாகூட குடுக்கோம். ரெடி கேஷ்னா வியாபாரம் செய்வோம். இல்லாட்டி ஏவாரமே வேணாம்ங்க" என்கிற புள்ளிக்கு நகர்ந்து விட்டோம். இந்த தெளிவையும் தைரியத்தையும் அளித்தது, காலமும் சில்லறை வணிகமும்தான்.

பல நேரங்களில் எல்லா விஷயங்களிலும் சிறியதே சிறப்பு என்பது நிரூபணமாகுகிற உண்மை. இன்றைக்கு சில்லறை வியாபாரத்தில் கோலோச்சுகிறவர்கள் எல்லாம் ஒருகாலத்தில் ஒற்றை நாணயங்களாக எண்ணிக்கொண்டிருந்தவர்கள்தான். தட்டில் விழும் நாணயத்தின் சத்தக் குறைபாட்டைக் கண்டு மனம் புழுங்கியவர்கள்தான். பத்து பத்தாய் ஆயிரம் பல்லாயிரம் பத்துகளைத் திரட்டத் தெம்பிருப்பவர்கள், இங்கே வென்று விடுவார்கள்.

சில்லறை என்றுதான் அதற்குப் பெயர். ஆனால் பெரும்பாலும் யாரையும் அது தலைகுப்புறத் தள்ளுவதில்லை என்பதை என்னுடைய சிறிய அனுபவத்தில், உறுதியாகச் சொல்வேன். உலகின் உசத்தியான கௌரவமான பண்டமாகவே இருந்தாலும், உப்பில்லையெனில் அது குப்பைக்கே!

நெருப்புப் பந்து

சிலநாட்களுக்கு முன்பு என்னைத் தேடி, நெருங்கிய வட்டத்தைச் சேர்ந்த இளம் தம்பதியினர் வந்தார்கள். அவர்களுக்குள் நாள்பட்ட பிணக்கு இருப்பதாகவும் அதை எப்படியாவது தீர்த்து தரும்படியும் நண்பர் ஒருத்தர் கோரிக்கை வைத்து, வேண்டவே வேண்டாம் என மறுத்த நிலையிலும், விடாப்பிடியாக அனுப்பியிருந்தார். நான் இதுமாதிரியான கல்யாண ஊடல்களில் பெரும்பாலும் தலையிடுவதில்லை.

ஏனெனில் இந்த மாதிரி பஞ்சாயத்துக்களில் மத்தியஸ்தம் செய்யப் போகிறவர்களே தலை கிறுகிறுத்து தனியாகக் கிறுக்கன் மாதிரி அமர்ந்திருக்க வேண்டும். அத்தனை கல்யாண குணங்களையும் கொண்ட இந்தப் பஞ்சாயத்திலும் அதுதான் நடந்தது. நாற்காலி போட்டு அமர்ந்திருந்த எனக்கும் அவர்களுக்கும் முன்னால், தலைமுறை இடைவெளி என்கிற கோடு அழுத்தமாக ஊடாடியது. அவர்கள் இருவருக்கும் இடையிலான உறவில் உருவாகியிருந்த நோய் நாள்பட்டு அழுகி எதிரில் இருப்பவர்களின் நாசியை எட்டத் துவங்கியிருந்தது.

பையனை ஒப்பிடுகையில் பெண் நிரம்பவும் வசதி கொண்ட குடும்பத்தைச் சேர்ந்தவர். அந்த வீட்டின் ஒரே பெண் பிள்ளையும்கூட. பையனுமே குடும்பம் என்கிற வகையில்

சோடை போனவனில்லை. சொல்லிக்கொள்கிற மாதிரி அவனுக்கும் சொத்துபத்துக்கள் இருக்கின்றனதான்.

கூடவே சொல்லிக் கொள்கிற மாதிரி கல்வியும் அதுசார்ந்த வேலையும். மொத்தமே ஐந்து மாதங்கள் மட்டுமே காதல் செய்திருக்கிறார்கள். இவர்களுக்கு இன்னும் பொறுமை இருந்த போதிலும் குடும்பத்தினர் இழுத்து திருமணம் செய்து வைத்து விட்டனர்.

திருமணம் ஆன அடுத்த நாளில் இருந்தே இருவருக்கும் இடையில் புகைச்சல்கள் துவங்கி விட்டன. ஒரு அறைக்குள் நெருக்கமான இருமுகங்கள். அறைக்குள்ளேதான் முகங்களின் இயல்பு தங்குதடையின்றி வெளிப்படவும் செய்கிறது இல்லையா? பையன் தங்களது பிரச்சினை குறித்துப் பேசத் துவங்கியவுடன் அந்தப் பெண் இடைமறித்து "நீ வாயை மூடுடா நாயே" என கத்தத் துவங்கினார். தேநீர் அருந்திவிட்டு வருகிறோம் என்கிற சாக்கில் பையனை தனியாகத் தள்ளிக் கொண்டு போனேன். அவன் மிச்சக் கதையைச் சொல்லத் துவங்கினான்.

அந்தப்பெண் அவனை துளிகூட மனிதனாக மதிப்பதில்லை எனச் சொன்ன அவன், "வெளீல பாக்கறதுக்குத்தான் இப்படி. ஆனா பேச ஆரம்பிச்சா அசிங்க அசிங்கமா பேசுவா. என்னோட வீட்டில எல்லாம் இப்டீ பேசினதே இல்லை. படுக்கத்தான் கலியாணம் பண்ணயான்னு அப்பட்டமா கேட்பா" என்று சொல்லிவிட்டுத் தலையைக் குனிந்து கொண்டான்.

அவள் பின்தொடர்ந்து வருகிறாளோ என்கிற அச்சம் அப்போதுகூட இருந்தது அவனிடம். அடிக்கடி பின்னால் திரும்பித் திரும்பிப் பார்த்தபடி பேசின அவன், "எங்க அப்பா அம்மாட்ட பேசக் கூடாது. தினமும் போனை எடுத்து நோண்டுவா. எடுத்ததுக்கெல்லாம் அசிங்கமான வார்த்தை போட்டு திட்டுவா. ஒருநாளைக்கு ஐம்பது தடவையாவது பிச்சைக்காரப் பயல்னு திட்டுவா. அமைதியா சாப்பிட உக்காந்தா தட்டை பிடுங்கி சுவத்தில எறிவா. எதுத்து ஞாயமான கருத்தைக்கூட சொல்ல விட மாட்டா. கேட்டா, ஆமா உனக்கு கருத்தே இருக்கக் கூடாது. நான் சொல்றதை மட்டும்

கேளும்ப்பா. நான் சொல்றது மட்டும்தான் சட்டம் இங்க அப்படீம்பா. அவ ஆடி அடங்குற வரைக்கும் ஒருவார்த்தை பேசாம அடங்கி உக்காந்திருக்கணும். மீறிக் கிளம்பி வெளீல போனா மொட்டை மாடீல இருந்து குதிச்சிடுவேன்னு மிரட்டுவா. செஞ்சிரக் கூடிய ஆள்தான். அவளுக்குக் கோபம் வந்தா என்ன பண்ணுவான்னு அவளுக்கே தெரியாது. அடுத்த அரை மணி நேரத்தில என்ன பண்ணுவான்னு அவளை கணிக்கவே முடியாது. எந்நேரமும் வெடிகுண்டை கட்டிப் பிடிச்சுப் படுத்துக் கிடக்கிற மாதிரியே இருக்கு. பதட்டமாவும் பயமாவுமே இருக்கு. ஆபிஸ் வேலைல இருந்தாகூட போன்ல கூப்டு அந்தக் கத்து கத்துவா" என்றான்.

இதைச் சொல்லும்போது அவனது கைகளைக் கவனித்தேன், அவை நடுங்கிக்கொண்டிருந்தன. திரும்பப் போய் அமர்ந்த பிறகு அந்தப் பெண்ணின் செய்கைகளை நுணுக்கமாகக் கவனித்தேன். அந்தப் பெண் காதுகளே இல்லாத உயிரினம் என்பதை எளிதாகவே கண்டுகொண்டேன்.

அவருடைய தரப்பாக அவர் நம்பிய அல்லது நம்ப விரும்பிய விஷயங்களை மட்டுமே சொல்லிக்கொண்டிருந்தார். குறுக்கே கேள்வி கேட்டால் கோபத்தில் மூக்கு சிவந்தது. பிறருக்கும் ஒரு தரப்பிருக்கும் என்பதை நம்ப விரும்பாதவராக அல்லது அப்படி ஒன்று உலகத்தில் இருக்கிறது என்பதையே அறியாதவராக இருந்தார். அவருடைய உலகத்தில் அவருக்கான நியாயங்களுடனான சிலந்தி வலையொன்றைப் பின்னி அதற்குள் மனமூன்றித் திளைத்துக் கொண்டிருந்தார்.

அந்த வலைக்கு வெளியே இருப்பவர்கள் எல்லாம் பொய்யர்கள், தனக்கு எதிராகச் சதி செய்பவர்கள் என்கிற எளிதான புரிதல் கொண்டிருந்தார். அவருடைய வெடிப்புச் செய்கைகள் அடங்கிய வாழ்விற்கு அப்புரிதலே ஊக்கியாகவும் இருந்தது. என்னால் எதுவுமே செய்யமுடியாத கையறு நிலையில் திருப்பி அனுப்பி வைத்தேன். "பிரியறதைப் பத்தி யோசிக்கவே எனக்கு பயமா இருக்கு. எங்க குடும்பத்தில யாருக்குமே இப்டீ நடந்ததில்லை" என்றான் பையன். அவன் தயங்குவதன் அடியாழத்தைப்

புரிந்து கொண்டேன். கர்ண கொடூரமான இசைத்தட்டு என்றாலும், கீறல் எதுவும் அதில் விழுந்துவிடக் கூடாதென பையன் பதறுகிறான் என்பதை உணர்ந்தேன்.

இசைத்தட்டு கொஞ்சம் சத்தத்தைக் குறைத்தால், இன்னும் கொஞ்ச காலம் இந்த வண்டி இழுத்துக்கொண்டு ஓடும் எனத் தோன்றியது. அதேசமயம் அதற்கு வாய்ப்பே இல்லை என்பதையும் உணர்ந்தேன். அவர்களுக்காக வேண்டிக் கொள்வதைத் தாண்டி என்னால் என்ன செய்துவிட முடியும்?

பெண்கள் மட்டுமா? பெண் என்று சொன்ன இடத்தில் ஆண் என்று மாற்றி இதற்கிணையாக நூறு கதைகளை என்னுடைய அனுபவத்தில் சொல்ல முடியும். அம்மா கோண்டுவாக இருக்கும் பையன் ஒருத்தன் அவனுடைய மனைவிக்குச் செய்த கொடுமைகளை இந்தப் பக்கத்தில் எழுதவே முடியாது. அவ்வளவும் இரத்தமும் சீழும் தோய்ந்த சித்திரவதைகள். முதல் கதையிலாவது பிச்சைக்கார என்கிற மாதிரியான வார்த்தைப் பிரயோகங்கள் மட்டும்தான். ஆனால் இந்தக் கதையில் நேரடியான நடத்துமுறைகள்.

அந்தப் பெண்ணைக் கீழிலும் கீழாக அக்குடும்பத்தினர் நடத்தினர். உதாரணமாக, அப்பெண்ணின் உள்ளாடையில் இருக்கிற சிறு நூல்பிரிவைக் கூட அந்தப் பையனின் அம்மா அவன் வழியாக அறிந்திருந்தார். வெளியேற முடியாமல் அப்பெண் அந்தச் சிறைக்குள் உழன்றுகொண்டிருந்தார்.

ஆண்/பெண் உறவில், குடும்ப அமைப்பில் இவையெல்லாம் எப்போதும் இருப்பதுதானே எனக் கேள்விகள் எழலாம். ஆம், எப்போதும் இருப்பதுதான். ஆனால் இப்போது வெகு சிக்கலானதாகவும் நுட்பமான கீறல்களையும் கொண்டதாகவும் இருக்கிறது. என் ஊடகத் தொழில் வாழ்வில் இது போலானவர்கள் பலரை நெருங்கிப் பார்த்திருக்கிறேன். பெண்ணொருத்தி அலுவலக வாயில் தேடி வந்து தினமும் தனது கணவனை அசிங்கப் படுத்துவதைக் கண்டிருக்கிறேன். அந்தப் பையனின் இயலாமையை உமிழும் கண்களை நெருங்கிப் பார்த்திருக்கிறேன்.

உலகத்தில் உள்ள அத்தனை துயரமும் அந்த ஜோடிக் கண்களில் குடிகொண்டிருந்தன. துயரம் தோய்ந்த கண்களோடு இதுபோல் இளம் பெண்களும் ஆண்களும் போகிற பாதையில் அடிக்கடி எதிர்ப்படுகின்றனர். அதுவொரு தனிக்கூட்டமாகவே இப்போதெல்லாம் உயர்ந்திருப்பதையும் காண்கிறேன்.

இவர்களைப் போன்றவர்களை நெருங்கிக் கவனித்ததில் ஒரேயொரு பொது அம்சம் கண்ணுக்குத் தட்டுப்பட்டது. காதுகளே இல்லாத தலைமுறை ஒன்று உருவாகி விட்டது. அது ஒரு தனி உலகம். அவ்வுலகத்தில் அச்சமும் பொறுமையற்ற தன்மையும் ஒன்றுசேரப் புதர் மண்டிக் குடியிருக்கின்றன. சகிப்பின்மை என்பது உடன் பிறந்த சொத்து என்பதைப் போலவொரு உறுதி. எதிர்தரப்புக் கருத்தாக எதையும் பேசக் கூடாதென்பதை விதியாகவே வைத்திருக்கிறார்கள். தான்/தன்னுலகம்/தன்னலம் என்பது ஓங்கிச் சுழல்கிறது அங்கே.

நெருங்கிக் கவனித்து நுணுக்கமாகச் சொல்வதென்றால், அவையெல்லாம் தனித்து வாழ மட்டுமே தகுதியான விலங்கினங்கள் என்பதும் புரிகிறது. இன்னொரு விலங்கோடோ, விலங்குக் கூட்டத்தோடோ வாழப் பழக்குவிக்கப்படாதவை. மீறி வாழ்கிற/வாழ விதிக்கப்படுகையில் ஒன்றை ஒன்று கடித்துக் குதறுவதற்கே முன்னுரிமை தருகின்றன. படை விலங்குகள் ஒன்றையொன்று மாய்த்தபடி இருக்கும் என்பதை குடும்ப வாழ்வில் நிகழ்த்திப் பார்ப்பதில் உற்சாகமும் கொண்டிருக்கின்றன. பொதுமைப்படுத்தி விட முடியாதளவிற்கு இதுவொரு சிறுகூட்டம்தான் என்ற போதிலும், இதன் காரணமாய் முயல் குட்டிகளையொத்த இளம் விலங்குகள் கொத்துக் கொத்தாய்ச் செத்துப் போவதாலேயே இதைக்கூடச் சுட்டிக் காட்ட வேண்டியிருக்கிறது.

உணர்வுகளின் உச்சநிலையிலேயே இப்போதுள்ள குழந்தைகள் நடைபயில்வதைக் காண்கிறேன். குளிர்சுனையாய் இருப்பவர்கள் அடுத்த நிமிடத்தில் பெருந்தீயாய் மாறுகிறார்கள். பெருங்காதல் கொண்ட பையன் அடுத்த நிமிடம், வெறுப்பின் உச்சத்தில் நின்று, தன்னிணையை நோக்கிச் செத்துப் போ என்கிறான். பின்னர் மறுபடியும் குளிர்சுனை.

ஆனால் வீசியெறிந்த வார்த்தைகள் மட்டும் காற்றில் கத்தியைக் கூர்தீட்டியதைப் போல அந்தரத்தில் தொங்கிக் கொண்டிருக்கின்றன. வீசும் வார்த்தைகளுக்கான அர்த்தத்தின் அடர்த்தியை உணராத கூட்டமா இது? நாவினால் சுட்ட வடுவை ஆழமாக ஏந்திய இதயங்களின் துயர கீதம், எதிர் விலங்கின் காதுகளில் விழாதா? தீச் சொற்களை உற்பத்தி செய்யும், சட்டென மாறும் எதிரெதிர் மனநிலைத் தடத்தில் நடைபோட எங்கே கற்றுக் கொண்டார்கள்? நான் மனிதர்களின் மனவமைப்பை விளக்குகிற நிபுணன் கிடையாது என்பதால், அதுசார்ந்த அறிஞர்களிடம் இப்பிரச்சினையைக் கவலையோடு கடத்துகிறேன்.

மொத்தத்தில் குழந்தை வளர்ப்பில் இப்போதுள்ள குடும்ப அமைப்பு அபாயகரமான கட்டத்தில் இருக்கிறது. தங்க ஊசியே என்றாலும் அதை வைத்துக் கண்களைக் குத்திக்கொள்ள முடியுமா? சக மனிதர்களின்பால் அச்சமும் நம்பிக்கையின்மையும் பொறுமையற்றத்தனமும் கொண்ட இயந்திரங்களை இவ்வமைப்பு, தன்னையறியாமல் உற்பத்தி செய்கிறதோ என்கிற அச்சம் எழுகிறது. எந்தவிதக் கூட்டுவாழ்விற்கும் அதுசார்ந்த அனுசரணைக்கும் கிஞ்சித்தும் தயாராக இல்லாத கூட்டம். மாமனார், மாமியார், நாத்தனார் இல்லாத பையன் வேண்டும் என திருமண பந்தத்தில் நுழைவதற்கு முன்பே எப்படி விதி விதிக்க இயலும்? அவர்கள் இல்லாமல் எவ்விடத்தில் இருந்து பொத்தென விழுந்தான் அவன்?

அப்படியே கேட்டாலும் அதை தவறெனச் சொல்லிக் கொடுக்கக்கூட முடியாமல் இந்த அமைப்பு ஏன் கைகளைப் பிசைந்துகொண்டு நிற்கிறது? "யார் பேச்சையும் எம்பையன் கேட்க மாட்டான். அவனுக்கு தோணறதைத்தான் செய்வான்" என்பதை எவ்வாறு மகிழ்ச்சியான செய்தியைப் போலக் கூட்டத்தில் பரிமாற இயலும்? வளர்கிறபோதே நங்கென கொட்டியிருக்க வேண்டாமா? திருமணப் பந்தத்தில் சைக்கோ மாதிரி என்கிற வார்த்தைகளை இருபால் வாய்ச் சொற்களில் இருந்து இப்போதெல்லாம் அதிகமும் கேட்பது எதனால்?

குடும்ப அமைப்பு இதைத்தான் பாடுபட்டு வரம் வாங்கி வந்து தயாரிக்கிறதா? திருமணமான இளம்வயதினர் தற்கொலை குறித்த புள்ளி விபரங்களை எடுத்துப் பாருங்கள், இந்தப் பிரச்சினையின் வீச்சு புரியும். இதுகுறித்து ஆழமான விவாதங்களை நடத்தி வளர்ப்பு முறையில் மாற்றங்களைக் கொண்டு வருகிற கட்டாயத்தில் இருக்கிறோம்.

அம்மாவின் குட்டி இளவரசனோ, அப்பாவின் குட்டி இளவரசியோ, உடன் வாழ்பவர்களுக்கு எவ்வாறு தோற்றமளிக்கிறார்கள்? சங்கடமாக இருக்கும் என்றாலும் சொல்லித்தான் தீர வேண்டும். பலநேரங்களில் உடன் வாழ்பவர்களுக்கு சைத்தானாகக் கோரைப் பற்களைக் காட்டிச் சிரிக்கிறார்கள். இந்த அமைப்பு தங்களின் செல்லங்களிடம் தங்கப் பந்தொன்றை தந்துவிட்டதாக இறுமாப்பு கொண்டு புளகாங்கிதம் கொள்ளவும் செய்கிறது.

ஆனால் அவர்கள் அதைவைத்து நெருப்புப் பந்து விளையாட்டை ஆடிக்கொண்டிருக்கிறார்கள். கண்ணுக்குத் தெரியாத வடுவொன்று கீறலைப்போல விழுந்திருக்கிறது. இசைத்தட்டிலிருந்து கேவலொலி எழுகிறது.

கட்டிங் கதைகள்

பெரிய மீனொன்றின் சிதறிய செதில்களாய், தமிழகம் முழுக்க, அதிகபட்சமாய் ஒரு பத்தாயிரம் பேர்தான் விரவியிருப்பார்கள். ஆனால் கோடிக்கணக்கான அசைவ சமையலறைகளில், இவர்களது கத்தி நுழையாத இடமே இல்லை எனலாம். ஒவ்வொருத்தரின் தட்டில் இருக்கிற மீன் துண்டுகளும் இவர்களது விரல்பட்டு நழுவியவைகளே. ஆனால் அவர்களது தட்டில், விழுந்து வாய்ப்பவை குறித்த ஒட்டுமொத்தச் சித்திரத்தை வரையும் பொருட்டே இதை எழுதுகிறேன்.

கட்டிங் மாஸ்டர் என்பதுதான் அவர்களின் தொழிலழைப்புச் சொல் என்றாலும் தங்களை கட்டர் அல்லது மாஸ்டர் எனவே அவரவர் நோக்கத்தின்படி பிரித்து அழைத்துக் கொள்வார்கள். இருசொற் சேர்க்கை ஏனோ அவர்களுக்கு இழுக்கு என்பதைப் போலக் கருதுவார்கள். அதென்ன கட்டிங் மாஸ்டருக்கு இவ்வளவு வியாக்கியானம்? என்கிற கேள்வியைக் கேட்பவர்களுக்காக அந்த கட்டிங் வித்தையைக் கொஞ்சம் விளக்குகிறேன்.

வஞ்சிரம் மீனில் மட்டுமே ஏகப்பட்ட கட்டிங்குகள் இருக்கின்றன. வஞ்சிரம் ஸ்லைஸ். இருப்பதிலேயே ஆகச் சிக்கலானது இதுதான்.

வஞ்சிரம் ஸ்லைஸ் போடத் தெரிவதுதான் அத்தொழிலில் பூரணமடைவது. ஒருதடவை கார்பரேட் நிறுவனமொன்றின் ஆர்டருக்காக ஓரகடம் சென்றிருந்தபோது அங்கே ஒவ்வொரு ஸ்லைஸூம் எண்பது கிராம் வர வேண்டுமென அடம் பிடித்தார்கள்.

மும்பையில் இருந்து அனுப்பப்பட்ட மெயிலைக் காட்டினார்கள் மிரட்டும் தொனியில். ஐந்து பத்து கிராம் கூடலாம், குறையலாம். மீறிப் போனால், மீன்களைத் திருப்பி அளித்துவிடுவோம் என்றார்கள். கூடவே முடியுமா என்ற கிண்டலும். கோடி ரூபாய் கொடுத்தால்கூட முழுக்காற் சட்டைக்கு மாறத் துணியாத, எங்களுடைய மாஸ்டரின் அழுக்கான கைலியைப் பார்த்தவுடன் வருகிற இளக்காரம் அது

என்னோடு வந்த மாஸ்டர் அதைக் கௌரவப் பிரச்சினையாக எடுத்துக் கொண்டார். வாயில் ஹான்ஸை அதக்கிக் கொண்டு குனிந்த தலை நிமிராமல் கத்தியோடு நீளவாக்கில் இருந்த, ஐந்து கிலோ அளவில் இருக்கிற, மேல்பூச்சு வெள்ளி மினுங்குகிற வஞ்சிர மீன்களோடு விளையாடத் துவங்கினார். மொத்தம் நாற்பத்தியிரண்டு மீன்கள்.

அப்போது அவருடைய கைகளையே பார்த்துக் கொண்டிருந்தேன். குனிந்த தலை நிமிராமல் இடது கையின் இரு விரல்களுக்கு இடையில் கத்தியை அவர் லாகவமாகச் செலுத்திய வேகம் பிரமிப்பில் ஆழ்த்தியது. விட்டால் இரண்டு விரல்களும் துண்டாகி விடுமென எனது மனம் அரற்றியது. ஆனால் கூர்ந்து அதையே கவனித்ததன் வழியாக அந்த லயத்தோடு என் மனமும் இணைந்து கொண்டு கூர்மையானது. இயந்திரம் ஒன்று தன்னைப் போல தன் வேகத்தில் இயங்கிக்கொண்டிருந்தது நிமிர்ந்தே பார்க்காமல். இத்தனை வலுவுண்டா அம்மனிதனுக்கு?

அவ்வியந்திரம் வெட்டித் தூக்கிப் போட்ட அத்தனை துண்டுகளும் மிகச் சரியாக எண்பது, எண்பத்தி ஐந்து கிராமிற்கு நடுவே இருந்தன. வியந்து போய்விட்ட அந்த பர்ச்சேஸிங் மேனேஜரை பார்த்து, "உங்க தொழில்ல நீங்க மட்டும்தான் கிங்கா இருப்பீங்களா" என்றார் எங்களுடைய மாஸ்டர்

ஹான்ஸை ஓர் ஓரமாக புளிச்செனத் துப்பிவிட்டு.

"கனமா இருக்கக் கூடாது. மெலீசா தகடு மாதிரி இருக்கணும்" என்பார்கள். ஐந்து கிலோ ஆறு கிலோ மீனில் அப்படிப் போடலாம். எட்டு ஒன்பது கிலோ மீனில்? இரும்புத் தகடை வெட்டுவதைப் போல மிகச் சரியாக நறுக்கித் தூக்கிப் போடுபவர்கள் எல்லாம் இங்கே சர்வசாதாரணம். வைரத்தை மட்டுமா பட்டை தீட்டுகிறார்கள்?

அதிலும் இந்தத் தொழிலில் வஞ்சிரமெல்லாம் தங்கம் மாதிரி. ஆறு கிலோ மீனை வெட்டினால் குறைந்தது நான்கு கிலோ இருநூறுகிராம் வர வேண்டும், தலை வால் போக. அப்போதுதான் அந்த மீன் வணிகரின் கையைக் கடிக்காது. தொழில் நேர்த்தி கொண்ட ஒரு மாஸ்டரால் மட்டுமே இந்த "யீல்ட்" சாத்தியம்.

குழம்பு மீனுக்கு தோல், முள்ளெடுத்து "க்யூப்ஸ்" போடுகையில், கையாள் கொத்தனார் வேலை பார்க்கையில் சுவரைச் சுரண்டி வைப்பது போல, அதிகப்படியான கழிப்புகள் இருக்கக் கூடாது. சிறிதும் சிதறி விடக்கூடாத அழகுச் சதை வியாபாரம்தான் இதுவும். ப்ரெட் ஸ்லைஸ், பிங்கர் பிஷ், பலூன் ஸ்லைஸ் என இதிலேயே ஏகப்பட்ட கட்டிங் வகைகள் இருக்கின்றன. வஞ்சிரத்தைத் தாண்டி, இதுபோல் ஒவ்வொரு மீனுக்கும் ஒவ்வொரு பக்குவம். பெங்காலி கட்டிங் வேண்டுகிற ஆட்களுக்கு சாதாரணமான கட்டிங்கை கொடுத்தால் தூக்கி எறிந்து விடுவார்கள்.

வவ்வாலையும் கொடுவாவையும் குறுக்கே போட்டு மிகச் சரியாக வெட்டிக் கொடுத்தால் பெங்காலி கட்டிங் தோற்று விடும். *Fillet* என்கிற தோல் முள்ளெடுக்கிற போது, தோலின் சிறு செதில்கூட அந்த இறைச்சித் துண்டில் ஒட்டாமல் எடுப்பதும் சாகசம்தான். அருகில் நின்று பார்த்தால்தான் அதன் மகத்துவம் புரியும். "சின்னப் புள்ளைங்களுக்கு தரணும். முள் சிக்கலாயிடும். வஞ்சிரம் எல்லாம் கட்டுப்படியாகுமா எங்களுக்கு" எனச் சொன்ன அம்மாவின் முகத்தைப் பார்த்து, இரு என்பதைப் போல சைகை காட்டி விட்டு சங்கரா மீனில் *fillet* போட்டுத்

தந்தார் எங்களுடைய மாஸ்டர். அவர் வெட்டும் அழகைப் பார்ப்பதற்காகவே அயிலா மீனில் முள்ளெடுக்கச் சொல்லிச் சாப்பிடுவேன் நான்.

துள்ளிக் குதிக்கிற விராலின் மண்டையில் கத்தியால் ஒரே போடு. உடனடியாக கழுத்தை அறுத்து துண்டங்கள் ஆக்கி விடுவார்கள். விராலை மாட்டை அடிப்பதைப் போல பொத்து பொத்தென்று அடித்துக் கொண்டிருப்பவர்கள் எல்லாம் நிச்சயம் கத்துக் குட்டிகளாகத்தான் இருப்பார்கள். பச்சை நண்டு என்கிற உயிர் நண்டு இருக்கிறது. அதைப் பற்றி இன்னொரு சந்தர்ப்பத்தில் விரிவாக எழுதுகிறேன். அதைக் கட்டு நண்டு எனவும் சொல்வார்கள். கொடுக்கை சணல் கயிற்றால் கட்டி அனுப்புவார்கள். ஒரு கிலோ அளவில் இருக்கிற அந்நண்டு கொஞ்சம் அசந்தால் விரல்களைத் துண்டாடிவிடும்.

முதுகோடு சேர்த்து அணைத்துப் பிடித்து, மல்லாக்கத் திருப்பிப் போட்டு அடிவயிற்றில் இருக்கிற பூமுகத்தில் கத்தியைத் திருப்பிப் போட்டு ஒரு தட்டு. முதுகு ஓடு தனியாகக் கழன்று வந்து விட வேண்டும். கத்துக் குட்டிகள் நண்டின் கரும் பச்சை நிற ஓட்டை நகத்தால் கவ்வி மேல்நோக்கி இழுத்து மூச்சு வாங்கிக் கொண்டிருப்பார்கள். மாஸ்டர்கள் அதைப் பார்த்து நண்டின் சிவந்த பெரும் கொடுக்கெனச் சிரிப்பார்கள்.

எதற்காக இதையெல்லாம் விளக்கமாகச் சொல்கிறேன் என்றால், இதிலும் கை மற்றும் செய்நேர்த்தி இருக்கிறது என்பதை உணர்த்தவே. மீன் விற்பனை தொழிலின் ஆதார அச்சு மாஸ்டர்களே. நல்ல மனைவியோ கணவனோ அமைவதைப் போல, அது கூடி வரவேண்டும். எட்டுப் பொருத்தங்களும் இந்த விஷயத்தில் பக்காவாக பொருந்த வேண்டும். தாடி வைத்து "எண்ட்டர்" பட்டன் தட்டுபவர்கள் எல்லாம் கவிஞர்களா? அதைப் போலத்தான் இதுவும்.

இருபது இலட்சம் ரூபாயில் கடை போடலாம். ஆனால் மீன் தொழிலைப் பொறுத்தவரை அதைத் தாங்கிப் பிடிப்பது என்னவோ, இருநூறு ரூபாய் மதிப்பிலான கத்திதான். அதை அவர்களும் உணர்ந்தே இருக்கிறார்கள். கட்டிங்கில் இரண்டு

வகையுண்டு. மார்க்கெட் கட்டிங். ஸ்டால் கட்டிங். சந்தைக்கு காலையில் கத்தியோடு போய் அமர்ந்தால், கிலோவிற்கு இவ்வளவு என கஸ்டமர்களிடம் வாங்கிக் கொள்வார்கள். பதினோரு மணி வரை மட்டுமே வேலை. புதன் மற்றும் ஞாயிற்றுக்கிழமைகளில் குறைந்தது மூவாயிரம் ரூபாய் வரை சம்பாதித்து விடுவார்கள்.

ஸ்டால் கட்டிங் என்றால் சாயந்திரம் வரை இருக்க வேண்டும். தினமும் குறைந்தது எழுநூற்று ஐம்பது ரூபாய். ஞாயிறு என்றால் தனிக் கணக்கு. நாங்கள் கடை துவங்கும் போது மூத்த வியாபாரி ஒருத்தர் ஆசி வழங்கும் தொனியில், "பொண்டாட்டியோட மல்லுக் கட்டி தம் கட்டி வாழ்ந்து பார்த்திருப்பீங்க. அதைவிட மரணக் கயிறு விளையாட்டு இந்த வாழ்க்கையில உண்டா? இனிமேதான் அதை பாக்கப் போறீங்க. வாழ்க வளமுடன்" என்றார். அந்த வியாபாரி கசாப்பு தொழிலில் இருக்கிற ஒரு வள்ளலார் பக்தர். அவரின் ஆசியுடனான வார்த்தைகள் பொன்னெழுத்துக்களால் பொறிக்கப்பட வேண்டியவை என்பதைப் பிற்பாடு உணர்ந்தேன்.

என்னுடைய தனிப்பட்ட அனுபவங்களின் வழியாக இந்தக் கதையின் இன்னொரு பக்கத்தைச் சொல்லத் துவங்குகிறேன். எங்கள் கடை துவங்கிய பனிரெண்டு ஆண்டுகளில் இதுவரை நூற்றுக்கும் மேற்பட்ட மாஸ்டர்களைக் கடந்து வந்து விட்டோம். சராசரியாக ஆண்டுக்குப் பத்து புதிய முகங்கள். கார்ப்பரேட் கம்பெனியில்கூட இப்படி வேகமாக ஆட்கள் மாற மாட்டார்கள். "பிங்க் சிலிப்பை" எல்லாம் இங்கே மாஸ்டர்கள் தங்களுக்குத் தாங்களே அளித்துக் கொள்வார்கள்.

ஒருதடவை இங்கே சமாளிக்க முடியாமல் நண்பர் ஒருத்தர் வழியாக மாஸ்டர் தேடி கன்னியாகுமரிக்குப் போனேன். பைபர் படகில் கடலில் போய்க் கொண்டிருந்த போது, குரூஸ் அண்ணன் தொலை தூர வானத்தைக் காட்டி, "மனுசங்கதாம் வேற வேற மாதிரி இரிப்பான்க. எங்க போனாலும் பேய்க ஒரே மாதிரிதான்" என்றார்.

இருநூறு ரூபாய் கத்திதான் அச்சு இத்தொழிலுக்கு என்பதைப்

போல, மாஸ்டர்களைத் தாங்கிப் பிடிக்கும் பிடிமானம் ஒன்றே ஒன்றுதான். குடி, குடி, பெருங்குடி. அது இல்லாத எவருமே இத்தொழிலில் இருக்க முடியாது என்கிற விதியே வைத்திருக்கிறார்களோ? மார்க்கெட் கட்டிங்கில் இருப்பவர்களின் காலுக்கடியில் இருக்கிற துண்டை எப்போதாவது விலக்கிப் பாருங்கள். ஒரு கட்டிங் அடித்து விட்டு மிச்சம் வைத்திருக்கிற ஒரு போத்தல் சுருண்டு படுத்திருக்கும். மடியில் குழந்தைக்கு நிகராக உடனிருப்பதும் அதுதான்.

ஞாயிற்றுக்கிழமை சம்பாதித்த பணத்தை அடுத்த சில தினங்களுக்குள் குடித்து முடிக்காவிட்டால், கட்டை வேகாது என்பதைப் போல ஒரு ஆவேசம். உலகிலேயே கணிக்க முடியாதவர்கள் என ஒரு பட்டியலிட்டால் அதில் மாஸ்டர்களுக்கே எப்போதும் முதலிடம் தருவேன். எப்போது வேண்டுமானாலும் வெடிக்கக் காத்திருக்கிற குண்டைப் போல, நம்மைப் பதற்றத்திலேயே வைத்திருப்பார்கள். சிலநேரங்களில் சொல்லி வைத்த மாதிரி புதன் ஞாயிற்றுக் கிழமைகளில் வவ்வாலில் இறக்க வேண்டிய கத்தியை நம்முடைய கழுத்தில் இறக்கி விடுவார்கள். தொடர்பு எல்லைக்கு அப்பால் போய் விடுவார்கள். அடுத்த நாள் எதுவுமே நடக்காத மாதிரி சிரித்தபடி வந்து நிற்பார்கள். குழந்தை குட்டிகளை வைத்துக்கொண்டு வெட்டிக்கொண்டா போக முடியும் என்பதைப் போல, மன்னித்து ஏற்றுக்கொள்ள வேண்டும்.

அந்தப் பக்குவத்திற்கு அவர்கள் நம்மைத் தயார்படுத்தி விடுவார்கள். மாஸ்டர்களோடு வாழப் பழகுவது ஒரு கலை. அதுகூடி வந்துவிட்டால், இப்பூலோகத்தில் எதனையும் நேருக்கு நேர் நின்று சமாளித்து விடலாம்.

பெருங்குடி சொத்தாய் பொய்களையும் போர்வையாய் நாக்கில் போர்த்திவிடும் யாவருக்கும். மாஸ்டர்கள் மட்டும் விதிவிலக்கா என்ன? “பக்கத்தில ஒரு சாவு சார்”, “வெளிக்கு போகையில ரத்தமா போவுது”, “போன எம் மருமவன் தூக்கிட்டு போயிட்டான். அதான் அடிச்சு சொல்ல முடியலை” என்கிற ரீதியில் தட்டச்சு செய்துகொண்டே போகலாம். தேடி வீட்டிற்கே

நேராகப் போனால், வாசலில் செருப்பு கிடக்கும். ஆனால் ஆள் பாதயாத்திரை போய் விட்டதாக இயலாமை தொனியுடன் வீட்டினுள் இருந்து பெண் குரல் கேட்கும்.

அவசரத்திற்கு ஒருதடவை லோகு மாஸ்டரை அழைக்கப் போனேன். அவருடைய கைகள் கத்தியைப் பிடிக்க முடியாதபடி நடுங்கிக்கொண்டிருந்தன. அந்த அதிகாலையில் வண்டியில் வைத்து அமர்த்தி, ப்ளாக்கில் சரக்கு வாங்கத் தேடியலைந்தேன். “ஒரு கட்டிங் போட்டுட்டா போதும் சார். ஒரு லோடு வெரால கூட வெட்டித் தூக்கி எறிஞ்சுருவேன். பாழாய் போன குடி. என்ன பண்றது” என்றார். சொன்ன மாதிரியே கட்டிங் போட்ட பிறகுதான் இயந்திரம் உயிர்ப்பித்து ஓடியது.

லோகுவைப் போலத்தான் இந்த தொழிலில் அத்தனை பேரும் இருக்கிறார்கள். ஒன்றிரண்டு விதிவிலக்குகள் இருக்கலாம். ஆனால் நான் என்னுடைய அனுபவத்தில் பார்த்ததே இல்லை. ஒருதடவை பட்டாளத்தில் மீசைக்காரரிடம் கத்தி அடிக்கக் கொண்டு போனேன். கத்தியைப் பார்த்ததுமே அது யாருடையது எனச் சொல்கிற இன்னொரு மாஸ்டர் அவர். அன்றைக்குத்தான் கத்தியில் பொறிக்கப்பட்டிருந்த எழுத்துக்களைக் கூர்ந்து பார்த்தேன்.

கத்தியை பழுக்கக் காய்ச்சி மெலீசாக தட்டிக் கொடுத்து விட்டு, "இந்தக் கத்தியோட பதமெல்லாம் ரெண்டாம்பட்சம். அவனுக்குள்ள ஆயில் ஊத்தணும். அதான் இதோட செயல்பாட்டுக்கு காரண்டி" என்றார். எத்தனையோ கத்திகளையும் ஆயில்களையும் ஆயுள்களையும் கண்ட மீசைக்காரரே அடங்கியொடுங்கி சாய்வு நாற்காலியில் படுத்திருந்தார் இதைச் சொல்கையில்.

மிதமிஞ்சிய குடியின் காரணமாக இந்தப் பிரிவு விட்டில்களைப் போலப் பொத்தென, கொத்துக் கொத்தாய் விழுந்து செத்துப் போவதைக் கண்கூடாகப் பார்த்துக் கொண்டிருக்கிறேன். நான் மேலே சொன்ன நூறு பேரில் மட்டும் இருபதிற்கும் மேலானவர்கள் இதன் காரணமாகச் செத்துப் போய் விட்டனர். இரத்தக் கொதிப்பு நோய்க்கு மாத்திரை எடுத்துக்கொண்டிருந்த

நிலையிலும், விடாத குடியின் காரணமாக நரம்பு வெடித்துச் செத்துப்போன ரமேஸிற்கு இருபத்தெட்டு வயதுதான். அவன் சாகையில் அவனுக்கு மூன்று குழந்தைகள்.

மார்கெட் கட்டிங்கிலிருந்து தப்பித்து ஸ்டால் கட்டிங் வருகிற ஒரு சிலரே ஓரளவிற்குத் தப்பிக்கிறார்கள். அப்படியும் கண்ணில் மண்ணைத் தூவி விட்டு, சாப்பிடப் போகிற சாக்கில் கட்டிங்கை மட்டும் விழுங்கிவிட்டுத் திரும்புகிறவர்களே அதிகம். முத்தம் கொடுக்கப் போகையில் விலகுவதைப் போல பம்மாத்து காட்டினால் புரிந்து கொள்ள வேண்டும். ஆனால் சந்தையைப் பொறுத்தவரை யாராலும் கட்டுப்படுத்த முடியாத தேசத்தின் ராசாக்கமார்கள் அவர்கள்.

எதற்காக இதை எழுதத் துவங்கினேன் என்கிற கதைக்கு வருகிறேன். இப்போது என்னிடம் வேலை பார்க்கும் மாஸ்டருக்கு இருபத்து மூன்று வயது. தங்கமான பையன். தனது பிறந்தநாள் எதுவென்றே தெரியாத அவன், அஜீத் பிறந்த மே ஒன்றாம் தேதியை தனதாக வரித்துக் கொள்கிற அளவிற்கு வெள்ளந்தி. அவனை நான் வாயாரத் தம்பி என்றே அழைப்பேன். அப்படி அழைக்கையில் அகம் மகிழ்ந்து அவன் சிரிப்பதைப் பார்க்கும்போது, பூவினொரு மலர்வு போலவே இருக்கும். ஆனால் பெருங்குடி அவனையும் விட்டு வைக்கவில்லை. தனக்கு யாருமே இல்லை என்கிற உணர்வில் ஆட்பட்டு இருப்பவன். பொதுவாகவே குடி அந்த மனநிலையை உருவாக்குகிறது என்றாலும், அவனது உணர்வில் உண்மை இல்லாமலும் இல்லை.

பத்து நாள் தொடர்ந்தாற் போல வேலைக்கு வந்தால் அடுத்த சில நாட்கள் காணாமல் போய் விடுவான். போய்ப் பார்த்தால், கையை அறுத்துக் கொண்டு படுத்திருப்பான். கத்தியோடே புழங்குவதால் இங்கு அறுத்துக்கொள்கிற பழக்கம் வழக்கமானதும் சாதாரணமானதும். “மார்கெட்டில ஒரு சண்டைங்க சார். பீலிங் தாங்க முடியலை சார். அதான் அறுத்துக்கிட்டேன் சார்” என்பான் மனம் கசிந்து. இன்னொரு தடவை மருந்தைக் குடித்துவிட்டான். மற்றொரு தடவை

போதையில் ஆட்டோ ஒன்றை நொறுக்கிவிட்டு, அதன் காரணமாக காவல்நிலைய படிக்கட்டை மிதித்து விட்டு வந்தான். சன்னதம் அடங்கிய தருணங்களில் வெள்ளை ரோஜா மலரைப் போல மென்மையாய் சிரித்துக்கொண்டே இதையெல்லாம் சொல்லுவான்.

அவனுடைய வீட்டின் எதிரே ஒரு கட்டணக் கழிப்பறை இருக்கிறது. அதன் வாசலில் இருக்கிற தள்ளுவண்டியில் ஒடிசலான மனிதர் ஒருத்தர் படுத்துக் கிடப்பதை தினம்தோறும் பார்ப்பேன். தடுமாறி நடந்து வந்த அவரது பெயர் சோமு என அறிந்து கொண்டேன். ஜாம் பஜார், சிந்தாதிரிப் பேட்டை சந்தைகளில் ஒருகாலத்தில் கோலோச்சிய மாஸ்டர் என்றார்கள். அவர் ஆற அமர அவருடைய கதையை என்னிடம் சொல்லி விட்டுக் கோரிக்கை ஒன்றையும் வைத்தார்.

"ஒரு காலத்தில ஒரு டன் வஞ்சிரம் மீனைக் கூட ஒத்தாளா வெட்டுவேன் சார். பாழாப் போன குடி எல்லாத்தையும் பொரட்டிப் போட்டிருச்சு. இன்னைக்கு என்னால ரெண்டு இட்லிகூட துன்ன முடியாது. இதா இந்தா இருக்கற கக்கூஸுல கழுவிதான் எங்கம்மா எனக்கு கஞ்சி ஊத்துது. பொண்டாட்டி புள்ளைங்கள்ளாம் இருந்தாலும் நான் அனாதைதான்" என்று சொல்லிவிட்டு சற்றுநேரம் கடலையே பார்த்துக் கொண்டிருந்தார். நான் அவருக்கு இன்னொரு கட்டிங்கை ஊற்றினேன்.

"இந்த மார்க்கெட் இருக்கு பாருங்க. அது அள்ளி அள்ளி குடுக்கும். ஆனா அதுக்கு ஏத்தாப்புல அட்டைப் பூச்சி மாதிரி ரத்தத்தையும் உறிஞ்சும். இந்த மார்க்கெட் நரகம் மாதிரி. எத்தனையோ பேரோட வயித்தை நிரப்பி குளிர்ச்சியா வச்சிருக்கு. ஆனா கட்டர்களோட வாழ்க்கையைப் பார்க்கிறீங்கள்ள. எவ்வளவு சம்பாரிச்சு என்ன? ஏதாச்சும் கைல தங்குதா. யாராச்சும் உருப்பட்டு நிமிர்ந்து நின்னிருக்கானா. இந்த மார்கெட்டுக்குள்ள நுழைஞ்சவனை அது கொல்லாம விடறதே இல்லை. இதில இருந்து விலகி ஓடுனவன் மட்டுந்தான் தப்பிச்சிருக்கான். உண்மையைச் சொல்லணும்னா இது நரகக் குழி சார்" என்றார்.

நான் கிளம்பும்போது கைகளைப் பிடித்துக் கொண்டு சொன்னார். "உங்கட்ட வேலை பாக்குற ராசு அப்பா இல்லாத பையன் சார். அவனோட அப்பாவும் நானும் தோஸ்த்து. போதைக்குதான் அவனையும் சாகக் குடுத்தோம். இந்தப் பயல் ஒரு எழுத்து படிக்கலை. கத்திய கைல குடுத்து இந்தத் தொழில அவனுக்கு கத்துக் குடுத்ததே நாந்தான். இத கத்துக் கொடுக்காம இருந்தா வேற பக்கம் தப்பிச்சு போயிருந்திருப்பானோ என்னவோ. ஒரு அப்பன் ஸ்தானத்தில இருந்து இந்த நரக குழியில உக்கார வச்சிட்டேன். எப்டீயாச்சும் அவனை மீட்டுக் குடுத்துருங்க சார்" எனச் சொல்கையில் முண்டகக்கண் அயிலா மீனை ஒத்த அவரது விழிகளில் கண்ணீர் பெருகியது.

நான் அவனிடம் இந்தக் கதையை ஒரு ஓய்வான சந்தர்ப்பத்தில் சொன்ன போது, அவனுடைய கண்களும் கலங்குவதைப் பார்த்தேன். இன்று அதிகாலையில் கடற்கரை வழியாக வரும் போது, "வேளாங்கண்ணிக்கு நாற்பது நாள் மாலை போடப் போறேன் சார்" என்றான் திடீரென நான் எதுவும் கேட்காமலேயே.

சட்டெனத் திரும்பி தந்தைமை உணர்வோடு அவனது கண்களை நான் உற்றுப் பார்த்ததை உணர்ந்தானா என்பது எனக்கு தெரியவில்லை. எங்களது முதுகிற்குப் பின்னால் உயர்ந்து நின்றிருந்தது எல்லாமறிந்த கலங்கரை விளக்கம்!

மணியோசை!

இன்றைக்கு அதிகாலையில் காசிமேடு மீன்பிடித் துறைமுகத்தில் நீண்ட நாட்களுக்குப் பிறகு நடை போன போது, கடலின் அடியாழ வயிற்றை உற்றுப் பார்க்காமல் நின்றிருந்த விசைப்படகுகளை நெருங்கி நோட்டம் விட்டேன்.

உற்சாகமாய் கறுத்த மனிதர்கள் தங்களின் படகுகளின் மேலேறியும் கீழ் புகுந்தும் செப்பனிட்டுக்கொண்டிருந்தனர். தெப்பக்காடு யானைகள் முகாமில், கொம்பன்கள் பலரைப் படுக்கப்போட்டு அதன் பாகன்கள் குளிப்பாட்டுவதைப் போலவே இருந்தது அக்காட்சி. வலைகளை விரித்து யானைகளின் மீது போர்த்தி அளவு பார்த்தனர். சிரிப்பும் கும்மாளமுமாக, நிலை நிற்கிற தேரொன்றைப் பவனி விடத் தயாராகிற தோரணை தெரிந்தது அவர்களிடம்.

தூரத்தில் அன்னக் கூடையில் எலுமிச்சை சாதம் குவித்து வைக்கப்பட்டிருந்தது. அதிலிருந்து கானல் நீரிலிருந்து எழுவதைப் போல புகையெழுந்தது. பெருத்த கூழாங்கற்களைப் போல கோழி முட்டைகள் தட்டில் அடுக்கிவைக்கப்பட்டிருந்தன வெண் சங்குகளை ஒத்த நிறத்தில். ஒரு திருவிழாவிற்கு முந்தைய நாளைப் போல உணவின் மணம் மேலெழுந்து தவழ்ந்தது.

கடை தொடங்கிய பிறகு பல மீன்பிடித் தடைக்காலங்களைப் பார்த்து விட்டேன். முன்பெல்லாம் நாற்பத்தைந்து நாட்கள்தான். ஆனால் இப்போது ஏப்ரல் பதினைந்து துவங்கி ஜூன் பதினான்கு வரை அறுபது நாட்கள். நீண்ட நெடிய தடைக் காலம்தான் இது. பொதுவாகவே மீன்களின் இனப்பெருக்க காலம் இதுவா? என்பதிலும் எனக்கு குழப்பங்கள் இருக்கின்றன. அத்தனை மீன்களும் இந்தக் காலத்தில்தான் அதே சோலியாக இருக்குமா என்ன? ஆராய்ச்சியாளர்கள்தான் அதைப் பற்றிச் சொல்ல வேண்டும்.

எப்போதும் இல்லாத அளவிற்கு இந்த தடைக்காலத்தில் படாதபாடு பட்டுவிட்டோம். கூடவே கொரானா ஊரடங்கும் இணைந்து விட்டதால் கூடுதல் சிக்கல்கள் இவ்வியாபாரத்தில் இருப்பவர்களுக்கு முளைத்தன, வாளை மீனில் இருக்கிற சிறு முட்களைப் போல.

போன ஊரடங்கின் போது, திடீரென அறிவிப்பு வெளியானதால், எடுத்து வைத்த மீன்களெல்லாம் விலை போகாமல், பலர் வியாபாரத்தை முன்னெடுக்க முடியாமல் இழுத்து மூடி விட்டனர். இலட்சக்கணக்கில் கடனாளியாகி மறைந்து ஒளிந்து வண்டியில் வைத்து வியாபாரம் செய்கிறவர்கள் சிலரைப் பார்த்தேன்.

அவர்களின் கண்களை, மீன்களுக்கு வருவதைப் போலவே மஞ்சள் படலம் போர்த்தியிருந்தது. சிலநேரங்களில் துயரத்தின் சாயலும் உண்டு அந்நிறத்திற்கு, இறுதி ஊர்வலத்தில் விசிறப்படும் சாமந்திப்பூவைப் போல. அதனால்தான் என்னவோ நொடித்துப் போனவர்கள் கொடுப்பதற்குப் பெயர் மஞ்சள் கடுதாசி. பத்து கடைகள் இருந்த இடத்தில் இப்போதெல்லாம் நான்குதான். "போன லாக்டவுண்ல பதினொரு இலட்ச ரூவா அவுட்டு. கடைய அடைச்சா கடன்காரன் வீட்டு நிலைவாசப் படியேறி வந்திருவான். அங்க வரக் கூடாதுன்னு இன்னும் விடாம இங்க கடை போட்டிருக்கேன். கைலருந்து வாய்க்கு எடுத்து வைக்கிறதுக்குள்ள தூக்குனது எங்க போகுதுன்னே தெரீல" என்றார் ஒரு கடைக்காரர்.

பட்டுச் சுட்டுக்கொண்டவர்கள், சவரக்கத்தியைத் தனக்குத்தானே கழுத்தில் வைத்துக் கொள்கிற கவனத்திலேயே வியாபாரம் செய்கிறார்கள் இப்போதும். தினமும் நாற்பது பெட்டிகள் இறக்கி வியாபாரம் செய்கிற அண்ணாச்சி இப்போது பத்திற்கு மேல் தாண்டுவதில்லை. "உப்புக்கு போடறதுக்கா ஏவாரம் பண்றோம். இத்தனை வருஷ கடல்பாடுல இப்படி தொண்டையில முள்ளு சிக்கினதில்லை" என்றார் அவர்.

அதனால் இந்தத் தடைபிடி காலம் முழுக்கவே மீன் தட்டுப்பாடு தலைவிரித்தாடியது. விலையும் கைக்குள் அடங்கவேயில்லை. ஒரேயொரு உதாரணம் சொல்ல வேண்டுமெனில் அயிலா மீனின் எடுப்பு விலையே இன்றைக்கு முன்னூற்று ஐம்பது ரூபாய்.

வாங்குபவர்களிடம் என்ன சொல்ல? "நாங்க கேரளாகாரங்க. கானாங்கெழுத்த அங்கல்லாம் ஒரு பீஸூ பத்து ரூபாதான்" என்றார் ஒருத்தர். "ஒரு மத்தியே இப்ப பத்து ரூபாய்க்கு கெடைக்காதுங்க" எனச் சொல்ல வாயெடுத்து நிறுத்திக் கொண்டேன். கவலை மீனுக்கு வந்த காலத்தைப் பாருங்கள், கிலோ நூற்றி முப்பது ரூபாயாம். கவலைக்கே இந்தக் கதியென்றால், வஞ்சிர மீனைப் பற்றிக் கேட்கவும் வேண்டுமா? எவ்வளவு விலை கொடுத்தும் வாங்கத் தயாராக இருந்தும் வஞ்சிரமெல்லாம் கிடைக்கவேயில்லை என்பதுதான் உண்மை.

பெரும்பாலும் உறைநிலையில் வைக்கப்பட்ட மீன்களே இந்த தடை காலத்தில் கடை விரிக்கப்பட்டிருந்தன. அரிசிக்குள் கல்லைப் பொறுக்கலாம். ஆனால் இக்காலத்தில் கற்களுக்குள் அரிசியைப் பொறுக்குகிற வேலையைச் செவ்வனே செய்தோம். அப்படியிருந்தும் கற்கள் கலந்துவிடத்தான் செய்தன.

கொள்முதலில் தோற்கிறோம் என்கிற ஆழமான மன வருத்தம் அவ்வப்போது கூடவே வந்தது. எந்நேரமும் பதினாறுக்கும் மேற்பட்ட வகைகளைக் கொடுத்துப் பழக்கப்பட்ட இடத்தில், வெறும் ஐந்தாறு வகைகள் என்கிற போது, நமக்கே ஒரு அய்யரவு வந்து விடுகிறது.

நுகர்வோர் கேட்பதைக் கொடுத்துவிட வேண்டுமென்கிற ஆவலாதியில் தூக்கமே இல்லாமல் சுற்றினோம். ரசித்துச் செய்கிற ஒன்றில் பணம் என்பது எப்போதும் இரண்டாம்பட்சம்தான். அதை வென்றுவிட்டோம் என்கிற மனநிலைக்கு ஏது நிகர்? ஒருநாள் நள்ளிரவில் இங்கிருந்து எண்ணூர் கடற்கரைக்குப் போய்க் காத்திருந்து, ஆறு கிலோ கை வஞ்சிரம் எடுத்தபோது ஈட்டிய மகிழ்ச்சிக்கு ஈடெதுவும் இல்லை.

வெள்ளை வவ்வால் ஒரேயொரு பெட்டி வருகிறது என்றார் அந்த அண்ணாச்சி. பதினைந்து பேர் அதற்காகக் காத்திருந்தனர். பெட்டியைப் பிரித்தவுடன் சடாரென பின்னோக்கி நகர்ந்து கொண்டார். அத்தனை பேரும் பெட்டியின் மீது பாய்ந்தார்கள். நான் நேக்காக சாரத்தைத் தூக்கிக் கட்டிய ஒருத்தரின் கால்களுக்குக் கீழே அமர்ந்து, சந்தினூடாகப் பெட்டிக்குள் கையை விட்டு ஒவ்வொன்றாய் எடுத்து சேகரித்தேன். ஒரு கிலோ தொள்ளாயிரம் கிராம் தேறியது.

அதைப் பார்த்த அந்தக்கா சிரித்துக்கொண்டே, "இப்படி அழுக்கு படாம பாலீஸா பொருளெடுத்தா அரைக்கிலோகூட தேறாது. எளந்தாரிதான நீங்க. பிடிச்சு தள்ளிவிட்டுட்டு சட்டுனு வார வேண்டாமா? என்ன பிள்ளையோ?" என உச் கொட்டி விட்டு, இன்னொருத்தரிடம் எனக்காக இறைஞ்சி கூடுதலாக ஒரு கிலோ வாங்கித் தந்தார். "டெய்லி இதே மாதிரி அசமஞ்சமா நின்னு என் கழுத்தை அறுக்கக் கூடாது பாத்துக்க. அந்த வாழைப் பழ காமெடீல வர்ற செந்தில் மாதிரி முகத்தை வச்சிக்கிறதுல ஒண்ணும் குறைச்சல் இல்லை" என்றார் என் பக்கத்து ஊர்க்காரரான அந்த அண்ணாச்சி. பெட்டிக்குள் கைவிடுகையில் ஐஸ் குண்டூசியைப் போலக் குத்தும் என்பதையும் அவர் அறிந்தே இருந்தார்.

இன்னொரு நாள் இதே மாதிரி முட்டி மோதுகையில் கொடுவா மீனின் முள் குத்திவிட்டது. கூட்டத்தைத் தவிர்த்து தனியாக எடுக்கலாம் என்று மூணு மணிக்கே போய் நின்றால், அங்கே நமக்கு முன்னே முன்னூறு பேர் காத்திருக்கிறார்கள். இவர்கள் எல்லாம் எப்போது தூங்குவார்கள்? "அட சுறா

இப்பத்தானே போச்சி. நீங்க லேட்டா வந்திட்டீங்க" என்று சொன்ன கடைக்காரரிடம், "இதுக்கு மேல சீக்கிரம் வரணும்னா இங்கயேதான் தூங்கணும்" என்றேன். "ஆமா பலபேரு அதைத்தான் செய்றாங்க" என்றார் கூர்மையாக.

செட்களில் எடுப்பதில் சிக்கல் இல்லை. ஆனால் சிந்தாதிரிப்பேட்டை மெயின் மார்க்கெட் ஆறு மணிக்குதான் திறக்கும் என்பதால், அத்தனை பேரையும் வரிசையில் நிறுத்தி விடுவார்கள். திருப்பதி கோயில் வரிசை தோற்றுவிடும். ஆனால் ஜருஹண்டி இல்லாத வகையில் சந்தோஷம். வரிசையில் நிற்பதைப் பார்த்த செட்காரரர் ஒருத்தர் ரகசிய இருட்டுக் குறுக்கு வழி ஒன்றைக் காட்டினார். இப்போது அதைத்தான் பின்பற்றுகிறேன் என்பதால், அடித்துக் கேட்டாலும் யாரிடமும் சொல்லமாட்டேன்.

இருளான அந்த வழி ஒரு சுரங்கப் பொந்தைப் போலவே இருக்கும். அங்கேதான் தினமும் முயல் அளவில் இருக்கிற பெருச்சாளிகளைப் பார்க்கிறேன். மினுக்குகிற விழிகளால் உற்றுப் பார்த்து விட்டுத் தவ்வி ஓடுகின்றன.

தட்டுப்பாடு, தரம், உச்ச விலை, பல்வேறு ஊரடங்கு சிக்கல்கள் எனப் பலவற்றை மூச்சைப் பிடித்துக் கடந்து விட்டதைப் போல ஒரு எண்ணம் இன்று காலையில் உதித்தது. உண்மையில் கடலுக்குள் இருந்து மேலெழுந்து மூச்சுவிடுவதைப் போல உணர்ந்தேன், ஒரு யெல்லோபின் ட்யூனாவைப் போல.

இதோ தடைக்காலம் முடிவிற்கு வந்து விட்டது. புதிய துவக்கம் இதுவென்பதைப் போல பளீர் வெண்சங்குப் பற்களைக் காட்டி மீனவர்கள் சிரித்தார்கள். அறுபது நாட்களுக்குப் பிறகு இன்று சிறு படகொன்றில் இருந்து வெள்ளை நெத்திலி கிடைத்ததை நல்ல சகுனமாக எண்ணிக் கொண்டேன். நான் கைவைத்து ஊன்றி நின்ற விசைப்படகின் மோட்டார் உறுமிய சத்தம் கேட்டது. மெல்ல ஆடியசைந்தது அது. அந்த யானை நாளை இரவு மணியோசையுடன் கடலுக்குள் பாய்ந்துவிடும். ஏனோ எனக்கு அந்தக் கணத்தில் கடலின் மடியை உற்றுப் பார்க்க வேண்டுமெனத் தோன்றியது!

கணக்கு

இங்கே வந்த புதிதில் யாருக்கும் சொல்லாமல், கள அனுபவமே இல்லாமல் காடு ஒன்றைக் குத்தகைக்கு எடுத்து மானாவரியாய் சோளம் போட்டேன். போட்டேன் என்று சொல்லக் கூடாது, போட்டோம் என்பதுதான் சரி. அதற்குக் காரணம் ஈஸ்வரய்யா.

"தெகிரியமா என்னை நம்பி களத்தில எறங்குங்க. எப்படி வெள்ளாமை எடுத்துத் தர்றேன்னு பாருங்க. ஆனா நாஞ் சொல்றதைத் தட்டிக் கழிக்காம செஞ்சு தரணும்" என்றார். இதை நாங்கள் பேசிக்கொண்டபோது வறண்ட பொட்டல் ஒன்றில் அமர்ந்திருந்தோம்.

அது ஈஸ்வரய்யாவின் தோட்டம். ஏழரைக் குழி நிலம். அவருக்கு மூன்று பையன்கள். மனைவியோடு அவருக்குப் பேச்சுவார்த்தை நின்று பல வருடங்கள் ஆகிவிட்டன. “ஒருநா நைட்டு பாம்பொண்ணு கட்டிலுக்குக் கீழ படமெடுத்து ஆடுது. நான் கத்தறேன். அதை பாத்துகிட்டே கல்லாட்டம் உக்காந்திருக்கா" என்றார். கிட்டத்தட்ட மகன்கள், மருமகள்கள் எல்லோரும் சேர்ந்து, குடும்பக் காரியங்களில் இருந்து துரத்திவிட்டனர்.

போனால் சாப்பாடு எடுத்து வைப்பார்கள். யாரும் ஒருவார்த்தை பேசிக்கொள்ளமாட்டார்கள். ஈஸ்வரய்யாவிடம் வாய்

கொடுத்துத் தப்பிக்கவே முடியாது என்பதையும் அவர்கள் அறிவார்கள். ஏனோ வீடு ஒத்துக்கொள்ளாததால் வீதிக்கு வந்தார் ஈஸ்வரய்யா.

ஆடிக் காற்றடித்தால் பறந்து போகிற மாதிரி உடம்பு அவருக்கு. காசநோய் வந்ததில் இருந்து பீடி குடிப்பதை நிறுத்தி விட்டார். இரண்டு வடைகளைத் தின்றுவிட்டு சாயந்திரம் வரை தாக்குப் பிடிப்பார். இரவு இரண்டு புரோட்டா. ரெண்டு நாளைக்கு ஒருதடவை மதியம் அரைச் சாப்பாடு எனக் காலத்தை ஓட்டுகிறார். அவர் வயிறும் அதற்குத் தோதாய் சுருங்கி உள்ளொடுங்கி இருக்கப் பழக்கப்பட்டுவிட்டது.

அவரைத் தெரிந்தவர்கள் யாரும் அவரிடம் பேசுவதில்லை. அவர் என்றால் ஒரு எளக்காரம். "என்ன இருந்தாலும் நீ எடுப்புச் சோறு திங்கற பயதானே" என அவரது சொந்தக்காரர் ஒருத்தர் வந்து சொன்ன அன்றைக்கு ஈஸ்வரய்யா அழுத அழுகை இருக்கிறதே? "எங்கய்யன் இருந்தா இதைக் கேட்டு செத்தே போயிடுவாரு. எப்படி வளர்த்தாரு என்னை" என அழுகையினூடே சொன்னார்.

அதனால் தேநீர்க்கடைகளில் புதிதாகத் தென்படுபவர்களிடம் பேச்சுக் கொடுத்துக் கொண்டிருப்பார். அப்படி ஒரு பேச்சின் போதுதான் எனக்கும் அவருக்கும் சிநேகிதம் உருவானது. முதல்நாளே உரிமையாய் வந்து காரில் ஏறிக்கொண்டார்.

அவர்தான் இந்தச் சுற்றுவட்டாரம் எல்லாவற்றையும் அதற்குரிய கதைகளோடு எனக்கு அறிமுகம் செய்து வைத்தார். அப்படியான கதைகளை நோக்கமாக வைத்தே அவரை அழைத்துக் கொண்டும் அலைந்தேன். அப்படியான சமயத்தில்தான் என்னை சோளம் போடச் சொல்லி வற்புறுத்தினார்.

ஆரம்பத்தில் எனக்கு விருப்பம் இல்லை. ஆனால் நாளுக்கு நாள் ஈஸ்வரய்யாவின் நச்சரிப்பு கருவண்டைப் போலக் குடைந்துகொண்டே இருந்தது. ஒருகட்டத்தில் சரிசெய்துதான் பார்ப்போம் எனக் களத்தில் குதித்தேன்.

அந்த முடிவை எடுத்தவுடன் ஊரில் இருந்து வரிசைகட்டி

ஆட்கள் பார்க்க வந்துவிட்டனர். "ஏங்க ஸார். உங்களுக்கு என்ன பைத்தியம் பிடிச்சிருச்சா. அவரே ஒரு ஆமை. அவங்க வீட்டிலயே தொரத்திட்டாங்க. நீங்க எதுக்குத் தேவையில்லாம விதைக்கிறேன்னு அவர்கூட செட் போட்டு சுத்தறீங்க" என்றார் டீக்கடைக்கார கதிர் அண்ணன்.

சொல்லிவைத்த மாதிரி எல்லோருமே ஒரே மாதிரியாகவே சொன்னார்கள். "வாக்கு குடுத்திட்டேண்ணே. வந்தது வரட்டும்" என எல்லோரிடமும் பதில் சொல்லத் துவங்கினேன். அதுமுதல் எங்களுடைய வெள்ளாமை வீடு வந்து சேர்வதை அந்த ஊரே வேடிக்கை பார்த்தது. நானுமே அதை ஒரு வீம்பாக எடுத்துக் கொண்டு நல்லவிதமாகவே பணத்தை இறக்கினேன்.

ஈஸ்வரய்யாவும் நானும் ஒருநாள் அதிகாலை விதைக்கப் போன போது, கூட்டமாய் நின்று குபுக்கெனச் சிரித்தார்கள். தெரியாத ஆட்கள் எல்லாம் எங்கள் விதைப்பை வந்து பார்வையிட்டுப் போனார்கள். பயிர் வளரத் துவங்கியதும் அத்தனை கண்களும் ஆச்சர்யமாயின.

கதிர் எடுத்துப் பால் திரண்டதும் ஒருத்தர் வந்து நின்று, "நல்ல ராசி கெடைக்கும் போலயே" என்றார். கதிர் முற்றிக் காய்ந்துகொண்டிருந்தபோது, பார்த்தவர்கள் எல்லோருமே முன்னூறு மூட்டைக்குப் பக்கமாக வரும் என்றார்கள்.

ஆனால் கதிர் அடித்துப் பார்த்தபோது, நூற்றி அறுபது மூட்டைகளே வந்தன. அத்துவான விதையைக் கொடுத்து எங்களை ஏமாற்றிவிட்டதாக கதிர் அடிப்பவர்கள் சொன்னார்கள். "இல்லாட்டி இந்த சைஸுக்கு நல்ல ராசி கிடைச்சிருக்கணுமே. உரம் போட்டதில எல்லாம் எந்தக் குறையும் நீங்க வைக்கிலீயே" என்றார்கள். இரவு முழுவதும் என்னோடு களத்தில் காவலுக்கு இருந்த ஈஸ்வரய்யா, சோளமடிக்கும் நெருப்புப் பொறிகளுக்கு இடையில் இதையெல்லாம் கேட்டபடி ஒடுங்கி அமர்ந்திருந்தார்.

சோளத்தின் கடைசிகட்ட விற்பனை வேலைகளைத் துவக்கிய போது, ஈஸ்வரய்யா காணாமல் போயிருந்தார். அவரது

தொலைபேசியும் அணைத்துவைக்கப்பட்டிருந்தது. அதற்கடுத்துக் கொஞ்ச நாள் என் பக்கமே அவர் தலை காட்டவில்லை. ஊரில் எனக்குக் கடுமையான நஷ்டம் என்று பேசிக்கொண்டார்கள். சிலர் என்னிடம் போகிற, வருகிற இடங்களில் கேட்கவும் செய்தனர். கையைக் கடிக்கவில்லை என்று சொன்னதை யாரும் கடைசி வரை நம்பவே இல்லை. "இவ்வளவு நாள் வெள்ளாமை பண்றோம். எங்களுக்குத் தெரியாதா. சும்மா சொல்லாதீங்க சார்" என முகத்திற்கு நேராகவே சொல்வார்கள்.

ஒருநாள் தற்செயலாக ஈஸ்வரய்யாவை கோயில் அடிவாரத்தில் வைத்துப் பார்த்தேன். "சும்மா எனக்காக எல்லாம் சொல்லக்கூடாது என் சாமி. என்னை நம்பி செஞ்ச. ஆனா என் தரித்திரியம் ராசி கிடைக்காம போயிடுச்சு" என்று சொல்லிவிட்டு, நான் விளக்க முயன்ற எதையுமே காதில் போட்டுக் கொள்ள விரும்பாதவராய் விலகி ஓடினார்.

இடையில் சென்னையில் இருந்த போது தொலைபேசி செய்து பேசினார். இந்த முறை ஊருக்கு வந்தபோது, அவர் முடியாமல் படுத்துக் கிடப்பதாகச் சொன்னார்கள். அவர் வீடு எனக்கு நன்றாகத் தெரியும். ஒருமுறை அழைத்துப் போய் திருட்டுத்தனமாக அங்கே இருந்தவர்களுக்குத் தெரியாமல் சீம்பால் எடுத்துக் கொடுத்து இருக்கிறார்.

தயங்கியபடியே அவ்வீட்டினுள் நுழைந்தேன். வெள்ளரிக்காய் வதங்கிக் கிடந்த மாதிரி படுக்கையில் படுத்திருந்தார். ஒடுங்கிய முகத்தில் தாடி படர்ந்திருந்தது. எதுவும் பேசாமல் அமைதியாக அமர்ந்திருந்த என்னிடம், "என்ன இருந்தாலும் என்னை நம்பி நீங்க" என மெதுவாகப் பேசத் துவங்கினார். நான் சத்தம் போட்டு அவரது பேச்சை நிறுத்தினேன்.

"சொன்னா நம்புங்க. அழுக்கு மூட்டை சாமி மேல சத்தியமா வெதைச்ச செலவு கணக்குப் போட்டுப் பார்த்தேன். எனக்கு முப்பதாயிரம் ரூபாய் லாபம்தான் வந்திச்சு" என்றேன் சத்தமாக. திடீரென உரக்கச் சப்தமிட்டதால் சன்னதம் வந்தமாதிரி என்னுடைய கண்கள் லேசாகக் கலங்கியும் இருந்தன.

சொல்லி முடித்துவிட்டு ஈஸ்வரய்யாவைப் பார்த்தேன். அந்தக் கண்கள் பூத்துக் குலுங்கின. மேலே பார்த்துக் கும்பிட்டுக் கொண்டார். பின்னர் தட்டுத்தடுமாறி வீட்டுக்குள் போய்விட்டு வெளியே வந்து மறுபடியும் படுக்கையில் படுத்துக்கொண்டார். எதன் வருகைக்கோ காத்திருந்தன அவருடைய கண்கள்.

அவரது மனைவி மோர் தம்ளரைக் கையில் கொடுத்துவிட்டு என் முகத்தைப் பார்த்து நின்றார். "இவகிட்ட அதை எனக்காக ஒருதடவை சொல்லுங்க தங்கம். இவ ஒருத்தி நம்புனா போதும். நிம்மதியா போய்ச் சேந்திருவேன்" என்றார் ஈஸ்வரய்யா.

ஈஸ்வரய்யா என்கிற நிலைக்கண்ணாடியின் இன்னொரு பக்க உருவமாய் வந்து நின்றார் அவரது மனைவி. சித்திரகுப்தன் அந்தக் கணக்கை வாசிக்கத் தொடங்கினான்.

★★★

சரவணன் சந்திரன்

சரவணக்குமார் என்கிற இயற்பெயரைக் கொண்ட, தொழில்முறை ஹாக்கி விளையாட்டு வீரரான இவர் சென்னை கிறித்துவக்கல்லூரியில் இளங்கலை தமிழ் படித்தவர். மதுரை, தேனி, கோவில்பட்டி எனப் பல ஊர்களைச் சொந்த ஊராகக் கொண்ட இவர் தற்போது சென்னையில் வசிக்கிறார். ஆறாம்திணை, மின்தமிழ், காலச்சுவடு, இந்தியா டுடே போன்ற அச்சு மற்றும் மின் ஊடகங்களில் பணிபுரிந்த இவர் பத்தாண்டுகளுக்கும் மேலாக காட்சி ஊடகத்திலும் பணிபுரிந்திருக்கிறார். விஜய் டிவி, ஜீ தமிழ், போன்ற காட்சி ஊடகங்களில் பல்வேறு நிகழ்ச்சிகளில் பல்வேறு பொறுப்புகளில் இருந்திருக்கிறார். ஹிந்து தமிழ், உயிர்மை, ஆனந்த விகடன், மின்னம்பலம் உள்ளிட்ட பல்வேறு பத்திரிகைகளுக்கு கட்டுரைகளும் எழுதி வருகிறார். அச்சு ஊடகம், மின் ஊடகம், காட்சி ஊடகம் என ஊடகங்களின் பல்வேறு வகைகளிலும் இவரது பங்களிப்பு இருந்திருக்கிறது என்பது குறிப்பிடத்தக்கது. சென்னையில் நவநாகரிக மீன் அங்காடியகம் ஒன்றையும் கடந்த பத்தாண்டுகளாக நடத்தி வருகிறார். வேளாண்மையைத் தொழில் முறையாகச் செய்தும் கொண்டிருக்கிறார்.

ஆசிரியரின் பிறநூல்கள்

ஐந்து முதலைகளின் கதை (நாவல்)
ரோலக்ஸ் வாட்ச் (நாவல்)
அஜ்வா (நாவல்)
பார்பி (நாவல்)
சுபிட்சமுருகன் (நாவல்)
வெண்ணிற ஆடை (வாழ்வியல் கதைகள்)
பாவத்தின் சம்பளம் (வாழ்வியல் கதைகள்)
எக்ஸ்டஸி (கட்டுரைகள்)
மதிகெட்டான் சோலை (கட்டுரைகள்)
அன்பும் அறமும் (கட்டுரைகள்)
கடலும் மகனும் (கட்டுரைகள்)
லகுடு (நாவல்)
வைபிலவேற்காளை (கட்டுரைத் தொகுப்பு)
அத்தாரோ (நாவல்)
தற்செயல்களை விரட்டுகிறவன் (கட்டுரைத் தொகுப்பு)
தானச் சோறு (சிறுகதைகள்)

www.ingramcontent.com/pod-product-compliance
Ingram Content Group UK Ltd.
Pitfield, Milton Keynes, MK11 3LW, UK
UKHW042134021026
15589UKWH00003B/824